மூத்த அகதி

ஸீரோ டிகிரி பப்ளிஷிங் – தமிழரசி அறக்கட்டளை இலக்கிய விருது 2021
இரண்டாம் பரிசு பெற்ற நாவல்

மூத்த அகதி

ஸீரோ டிகிரி பப்ளிஷிங் – தமிழரசி அறக்கட்டளை இலக்கிய விருது 2021
இரண்டாம் பரிசு பெற்ற நாவல்

வாசு முருகவேல்

எழுத்து பிரசுரம்

Title: Mooththa Agathi
Author's Name: Vasu Murugavel

Published by Ezutthu Prachuram

Ezutthu Prachuram
(An imprint of Zero Degree Publishing)
No. 55(7), R Block, 6th Avenue,
Anna Nagar,
Chennai - 600 040

Website: www.zerodegreepublishing.com
E Mail id: zerodegreepublishing@gmail.com
Phone : 89250 61999

Ezutthu Prachuram First Edition: December 2021
ISBN: 978-93-91748-56-2
TITLE NO EP: 269

Rs. 290/-

Cover Design & Layout: Vijayan
Printed at Manipal Technologies, India.

எழுத்தாளர் கி.பி. அரவிந்தனுக்கு...

முன்னுரை

என் பெயர் அகதி

என் வாழ்வில் இருந்துதான் தொடர்ந்து எழுதிக் கொண்டிருக்கிறேன். என் கால்கள் எப்போதும் பூமியில் பதிந்திருப்பதையே விரும்புகிறேன். எந்த நிலமும் சொந்தமில்லாத இந்த அகதி வாழ்வில் இருந்தே 'மூத்த அகதி' நாவலை எழுதி முடித்திருக்கிறேன்.

உலகில் மிகவும் துயரமானது எது என்று கேட்டால், 'ஒரு அகதி தன்னுடைய வாழ்வியல் துயர்களை விளக்கிக் கூற முயல்வது' என்றே கருதுகிறேன்.

அகதி வாழ்வை எழுத முயல்வது கூட அதற்கு நிகரானதுதான். எவ்வளவு முயன்றாலும் அதை விளக்கி விட முடியாது. அதை அகதியாக இருக்கும் ஒருவனால்தான் உணர முடியும்.

நான் ஏன் பதட்டமாகிறேன்? நான் ஏன் பலகீனமாக உணர்கிறேன்? நான் ஏன் ஒதுங்கிக் கொள்கிறேன்? இப்படி எழும் அத்தனை கேள்விகளுக்கும் ஒரேயொரு பதில்தான் இருக்கிறது. 'என் பெயர் அகதி' என்பதுதான் அந்தப் பதில்.

இந்த நாவலில் நான் அகதி வாழ்வின் ஒரு துளியை தொட்டிருக்கிறேன். ஓம் சகோதரர்களே ஒரேயொரு துளியைத்தான்

தொட்டிருக்கிறேன். இன்னும் எழுத வேண்டிய பக்கங்கள் நிறையவே இருக்கின்றன. ஒருவேளை நான் எழுதத் தவறினாலும் இன்னொரு அகதி நிச்சயமாக அதை எழுதிவிடுவார் என்பதில் எனக்குத் துளியும் ஐயமில்லை. அவருக்கு எழுதுவதற்கான ஒரு உந்துதலையாவது உருவாக்கி விட வேண்டும் என்பதுதான் என்னுடைய இலக்காக இருக்கிறது.

பல்வேறு முரண்களுடனும், விவாதங்களுடனும் இந்த அகதியை அரவணைத்துச் செல்லும் தமிழக சகோதர / சகோதரிகளுக்கு இந்த நேரத்தில் என்னுடைய அன்பையும் நன்றிகளையும் தெரிவித்துக் கொள்கிறேன்.

வாசு முருகவேல்
05/11/2021

1

சென்னை எம்.ஜி.ஆர். நகரில் ஓர் அரசியல் கட்சியின் கூட்டம் நடந்து கொண்டிருந்த சத்தம் அந்தப் பகுதி முழுவதும் எதிரொலித்தது. அது நெசப்பாக்கம் வரையிலும் கூட லேசாகக் கேட்டிருக்கலாம். மணி ஒன்பதாகிறது. எப்படியும் சத்தம் ஓய பத்து மணி ஆகலாம். எம்.ஜி.ஆர். நகர் மார்க்கெட்டில் இருந்து மெயின் ரோட்டுக்கு வந்தால் ஒரு பாதை நேராக டபுள்டாங் வழியாக விருகம்பாக்கம் போகும். அதன் வலதுபக்கப் பாதை சரவணபவன் ஹோட்டலைத் தாண்டி உதயம் தியேட்டர் வழி போகும். இடதுபக்கம் திரும்பினால் அந்தப் பாதை அஜந்தா பஸ் ஸ்டாப் வழியாக நெசப்பாக்கம் வந்து போகும். எம். ஜி.ஆர்.நகருக்கும் கே.கே. நகருக்குமான எல்லையைப் பிரிப்பது அந்த ஒரு முக்கிய வீதிதான்.

எம்.ஜி.ஆர். நகரில் இருந்து வலதுபக்கம் திரும்பி இரண்டு நிமிட நடையில் சரவணபவனுக்கு வந்துவிடலாம். சரவணபவனை ஒட்டினாற்போல உள்ளே வரும்போது இடதுபக்கம் திரும்பும் தெருவில்தான் துவாரகனின் மொட்டைமாடி அறை உள்ளது. அவனது மொட்டைமாடி அறையில் இருந்து இடதுபக்கமாகப் போனால் சரவணபவன் ஹோட்டல் போகும் வழி. வலதுபக்கமாகப் போனால் அதுவும் எம்.ஜி.ஆர். நகரில் இருந்து டபுள்டாங் ரோட்டில்தான் இணையும். எம்.ஜி.ஆர்.

நகரின் அரசியல் கூட்டம் முடியும்வரை நித்திரைகொள்ள முடியாது. அங்கு ஒலிக்கும் ஒவ்வொரு வார்த்தையும் அவனது மொட்டைமாடியைக் குறிவைத்தே பேசுவது போல இருந்தது. பேசுகிறவர் அடிக்கடி இலங்கைத் தமிழர்கள் என்று உச்சரிக்கிறார். அவரிடம் நாங்கள் இலங்கைத் தமிழர் இல்லை ஈழத் தமிழர் என்று சொல்ல வேண்டும். இப்போது அவர்கள் பேசி முடிப்பதே முக்கியம். உடல் களைத்து நிற்கும் அவனுக்கு, கொஞ்சம் கட்டாய ஓய்வு தேவை.

இரண்டு அடுக்குமாடிகளைக் கொண்ட அந்தக் கட்டிடத்தின் உச்சியில் ஒரு தனிமை விரும்பி போல அவன் நின்றான். இது அவனுக்கு விதிக்கப்பட்டது. அவனது பெற்றோர்களின், அவன்மேல் அக்கறை கொண்டவர்களின் கடின முயற்சியின் பின் அவன் இங்கே நிற்கிறான். நீங்கள் ஆறு மணிக்கு முன் வந்திருந்தால் இரண்டாவது மாடியில் அவனைச் சந்தித்திருக்கலாம். இரண்டாவது மாடியில் இரண்டு படுக்கை அறைகள் உள்ளன. அவை இரண்டுடனும் கழிவறைகள் இணைக்கப்பட்டுள்ளன. சமையல் அறையும் படுக்கை அறையின் பாதி அளவு இருக்கும். அதில் தேவையான பாத்திரங்கள், மற்றும் காஸ் சிலிண்டர் போன்ற அனைத்தும் உள்ளன. முன் விறாந்தை இரண்டு படுக்கையறைகளை இணைத்தால் இருக்கக்கூடிய அளவில் இருக்கும். அதில் இரண்டு சோஃபா செட்டுகளும் நான்கு பிளாஸ்டிக் கதிரைகளும் இருக்கின்றன. ஒரு கலர் டிவி இருக்கிறது. அதில் ஃபாசன் டிவி உட்பட அனைத்து சானல்களும் பார்க்கக் கிடைக்கும்.

ஒரு கழிவறை பெரிய அசுத்தமாக இருக்கவில்லை. அதனால் அதற்கு ஒரு சிறிய நன்றியைச் சொல்ல வேண்டும். இடதுபக்க படுக்கையறையின் கழிவறை மோசமான நாற்றத்துடன் இருந்தது. கொஞ்சம் மெனக்கெடாமல் அதைச் சரிசெய்யவே முடியாது. அது ஓர் அரைமணி நேரத்தை எடுத்துக்கொண்டது என்பது உண்மைதான். விறாந்தையைச் சுத்தம் செய்வது மிக கடினமானதல்ல. மாப்பு போட்டு இரண்டு முறை இழுத்தால் நிச்சயம் சுத்தமாகிவிடும். ஆனாலும், அது

ஒருமணி நேரத்தை நிச்சயம் எதிர்பார்க்கும். இவற்றுடன் ஒப்பிடுகையில், அறைகளைச் சுத்தம் செய்வது கொஞ்சம் எளிமையான வேலை என்றுதான் சொல்ல வேண்டும். கட்டிலே பெரும்பான்மை இடங்களை ஆக்கிரமித்துள்ளது. அதனால் அதற்கு பத்து நிமிடங்கள் போதும். அவன் வேலை அன்றைக்கு அவ்வளவுதான்.

நாளை காலையில் கனடாவில் இருந்து ஒரு குடும்பம் வர இருக்கிறது. அவன் சித்தப்பாவுக்கு எப்படியும் ஒரு வாரம் முதலே அது தெரிந்திருக்கும். அவர் போதையில் மறந்திருப்பார் அல்லது பணிச் சுமைகளைத் தொடர்ந்து அவன் மேல் திணிக்க விரும்பாததால் மிகவும் பிந்தியும் சொல்லி இருக்கலாம். இந்த அடுக்குமாடிக் கட்டிடத்தில் இருக்கும் மூன்று வீடுகளில் கீழ்த்தள வீட்டில் இப்போது யாரும் இல்லை. மாமா மட்டுமே நித்திரை கொண்டிருப்பார், அல்லது வீட்டுக்குப் போயிருப்பார். முதலாவது மாடியில் லண்டனைச் சேர்ந்த புதுமணத் தம்பதிகள் உள்ளனர். ஆறு மணிக்கே அவர்களின் வீடு இருண்டுவிடுகிறது. இரண்டாவது மாடிக்கு நாளைக்கு ஆட்கள் வந்துவிடுவார்கள்.

அவன் சித்தப்பா மதுரை நண்பர் ஒருவர் பெயரில் வாடகைக்கு எடுத்துள்ள அந்த அடுக்குமாடிக் கட்டிடத்தின் வீடுகள் முழுவதும் விருந்தினர் விடுதியாக இயங்குகிறது. ஒரு வீட்டை ஒரு மாதம் முழுமையாக வாடகைக்கு எடுத்தால் இருபத்தி இரண்டாயிரம் முதல் இருபத்தைந்தாயிரம் ரூபாய் வரும். அது வருகிறவர்களின் வசதியைப் பொறுத்தும், அவர்களை அனுப்புகிறவர்களின் நட்பைப் பொறுத்தும் மாமா வாங்குவார். நாள் அல்லது வாரக் கணக்கு என்றால் எப்படியும் இரண்டாயிரத்து ஐநூறுக்குக் குறையாது. இப்போது கொஞ்சம் வெளிநாட்டுக்காரர்களின் வருகை குறைவாக உள்ளதால் துவாரகனுக்கும் கொஞ்சம் ஓய்வு கிடைக்கும். சில நேரங்களில் மூன்று வீடுகளும் சுழற்சி முறையில் வெளிநாட்டு வாழ் ஈழத் தமிழர்களால் நிறைந்து காணப்படும். அவர்களில் இலங்கைத் தமிழர்களும் இருப்பார்கள்.

“தனி ஈழம்” என்று யாரோ எம்.ஜி.ஆர்.நகரில் மூச்சைப் பிடித்து உரையாற்றிக் கொண்டிருக்கிறார்கள். அவருக்கு முன் ஒருவர் “தமிழீழம்” என்றும் சொல்லிக் கேட்டது. எப்படியும் இவர்கள் பத்து மணி வரை தாக்குப்பிடிப்பார்கள். விருந்தினர் விடுதியாக இருக்கும் அந்த அடுக்குமாடிக் கட்டிடத்தின் முன்னே இருக்கும் பஞ்சு மரத்தில் இப்போதெல்லாம் நிறைய கிளிகளைக் காண முடிகிறது. இருட்டில் அவற்றைப் பார்ப்பதற்கு யாரும் இல்லை.

இருண்ட அறையில் துவாரகன் தனது சோனி எரிக்சன் ஃபோனின் காலரியில் இருக்கும் படங்களை ஒவ்வொன்றாகப் பார்த்தபடி மரக்கட்டிலில் படுத்திருந்தான்.

வெல்லும் தமிழீழம் என்று உரத்துக் கேட்ட குரலில் இப்போது கரகரப்பு கூடிக்கொண்டு போனது.

2

“சனம் பாவம். சனத்தை நினச்சால்தான் எனக்கு நித்திரையே வருதில்லை” மதி அண்ணா கொஞ்சம் சத்தமாக தனக்குத் தானே சொல்லிக்கொண்டார். மாப்பிள்ளை மாலையைக் கழற்றி பெம்பிள்ளைக்குப் போடும்போது அவரின் தலைப்பாகைப் கழன்று கீழே விழுந்தது. முழுவதுமே மயிர் இல்லாத மாப்பிள்ளையின் மண்டை அவ்வளவு சுத்தமாக இருந்தது. மதி அண்ணா “சனம் பாவம்” என்று மறுபடியும் சொன்னார். பக்கத்தில் இருந்த வாசன் தனக்கு இடதுபக்கம் இருந்த ஈசனையே திரும்பித் திரும்பிப் பார்த்தான். மதி அண்ணா முகமே சோகத்தால் இருண்டிருந்தது. சண்டையால் அவரின் மனைவியும் பிள்ளைகளும் கிளிநொச்சிக்குப் போயிருப்பதாக நேற்றுத்தான் செய்தி வந்திருந்தது அவருக்கு. “அவளுக்கு நல்லா வேணும். எத்தினதடவை படிச்சுப் படிச்சு சொன்னனான் கேட்டாத்தானே” மதி அண்ணா மறுபடியும் சொன்னது வாசனுக்குக் கேட்டது. காதில் விழுவதைக் கேட்காத மாதிரி வாசன் கல்யாணத்தில் கவனமாக இருந்தான். “எப்பிடியும் பெம்பிளைக்கு என்னவிட வயசு குறைவாகத்தான் இருக்கும். மாப்பிளைக்கு என்னை விட குறைஞ்சது எட்டு வயசாவது கூட இருக்கும். லண்டன் எல்லோ” என்று வாசன் சொன்னது மதி அண்ணனுக்கும் கேட்டிருக்கும். அவர் ஓர் அசட்டு

சிரிப்பு சிரித்தார். எங்கிருந்தோ சில காமெரா மின்னல்கள் அவர்களைத் தாக்கியது.

கோகுலம் பார்க்கில், இது பாலன் நடத்தும் இருபதாவது கல்யாணம். அவர் சம்பந்தியாக நிற்கும் பத்தாவது கல்யாணமும் இதுதான். நான்குமுறை பெம்பிள்ளைகளுக்கு அப்பாவாகவும், ஆறு முறை மாப்பிள்ளைகளுக்கு அப்பாவாகவும் இரட்டை வேசம் போட்டிருக்கிறார். வரும்காலத்தில் அவர் அப்பாவாகக் கடமையாற்றிய கல்யாண ஆல்பங்களைப் பார்க்கும் மாப்பிள்ளைகளின் சந்ததிகள் பாரிய குழப்பத்துக்கு ஆளாகலாம்.

வெளிநாடுகளில் இருந்து வரும் மாப்பிள்ளைகளையும், ஈழத்தில் இருந்து இலங்கை விமான நிலையம் வழியாகத் தருவிக்கும் பெம்பிள்ளைகளையும் சொர்க்கத்தில் நிச்சயித்த திருமணங்களில் சேர்த்து வைப்பது பாலன். ஒரே ஒரு நிபந்தனை, அவரின் விருந்தினர் விடுதியில் அவர்கள் தங்க வேண்டும். கல்யாணத்தையும் அவர் பொறுப்பில் விட்டுவிட வேண்டும். மேல்வீட்டில் இருக்கும் மாப்பிள்ளையையும், கீழ்வீட்டில் இருக்கும் பெம்பிள்ளையையும் சரவணபவனைத் தாண்டி காரில் போய் இடதுபக்கம் திரும்பி ஹாட் சிப்ஸ் சிற்றுண்டி உணவகத்தையும் தாண்டிப்போய் ஒரு யூடர்ன் போட்டுத் திரும்பினால் கோகுலம் பார்க் ஹோட்டல் அவர்களை வரவேற்கும். அங்கு இருக்கும் காமெராமேன், மேக்கப் வுமன், மாலை, தோரணங்கள் மற்றும் மணமக்களை வாழ்த்தும் மதி அண்ணா, வாசன், ஈசன், கமல், துவாரகன் எல்லோரும் பாலனின் ஏற்பாடுதான். மணமக்களை வாழ்த்த ஓர் இருபது பேர் வந்திருப்பார்கள். அதில் பத்துப் பேர் பாலனின் ஏற்பாடுதான்.

இன்னும் ஒருவர் கல்யாண மண்டபத்தின் கீழே நிற்கிறார். அவர் ரிசப்ஷனில் மட்டுமே கலந்துகொள்வார். அதுவும் பலசரக்குள்ள நிகழ்வாக இருந்தால் மட்டுமே கலந்துகொள்வார். இப்போது அவர் கீழே நிற்கும் பொலிரோவில் ஏசி போட்டு நித்திரை கொண்டிருக்கலாம். அவரை பொலிரோவில் விட

முக்கியமான காரணம்.. ஒருவேளை டியூ டேற் முடிவதால் சேட்டு வண்டியைத் தூக்கிவிடலாம் என்ற காரணமும் இருக்கிறது. அவர் திருமணத்திற்கு வருகிறவர்களை ஏற்றி இறக்குவதை மட்டுமே செய்வார். அதற்காக ட்ரைவர் என்று அவரைச் சொன்னால் நடுரோட்டில் வண்டியை விட்டுவிட்டு இறங்கிப் போய்விடுவார். ஒருமுறை மவுண்ட்ரோட்டில் அப்படி வண்டியை விட்டுவிட்டு இறங்கிப் போயிருக்கிறார். அது ஒரு ஞாயிறு இரவு பத்துமணி என்பதால் பெரிய பிரச்சனை இல்லாமல் போனது. ரூபன் அண்ணா என்று கூப்பிட்டால் போதும் வண்டி சந்தோஷமாகப் பறக்கும். அவர் ஒரு பிரான்ஸ் ரிட்டன். அவரை பிரான்ஸில் இருந்து றிப்போட் அடித்து அனுப்பி ஐந்து வருடங்களுக்கு மேல் இருக்கும். அவர் இந்திய விமானநிலையம் வழியாகப் போனதால் திரும்பவும் சென்னைக்கே அனுப்பிவிட்டார்கள் என்று தகவல்.

காலை ஆறரை மணிக்கு பாலன் கல்யாணச் சடங்கில் கால் வைத்தார். “பெண்ணுக்கு நீங்கத்தான் ஒரு தகப்பனா நிண்டு இந்தக் கல்யாணத்தைச் செய்து வைக்கோணும்...” இரவு, மூன்றுமுறை பெண்ணின் அம்மா இப்படிச் சொன்னது காதில் கேட்டபடியே இருந்தது. அதுவும் மூன்றாவது முறை மாடியில் இருந்து இறங்கி தெருவில் நிற்கும்போது கத்திச் சொன்னார். அந்தத் தெருவில் நடந்துபோன பலரும் இரண்டாவது மாடியை ஒருமுறை நிமிர்ந்து பார்த்துவிட்டுப் போனார்கள். பாலனுக்கு ஒருமாதிரி ஆகிவிட்டது.

அவர்தான் இந்தக் கல்யாணத்தில் பெண்ணுக்கு அப்பா. இனி வீட்டில் போய் மனிசியை பெண்ணுக்கு அம்மாவாக நிற்கப் பேசி சரிசெய்யவேண்டும் என்ற கவலையுடன் வீட்டை நோக்கி நடந்தார். எப்பிடியும் முதலில் மனிசி “என்னட்டை நல்ல சீலை இல்லை” என்று சொல்லும். இப்படி திடீர் தாய்-தகப்பனாவது அவர்களுக்குப் புதிதில்லை என்றாலும் மனிசி ஒரு பிடிவாதம் பிடிச்சுத்தான் “சரி” எனச் சொல்லும். அதற்கு, ஒரு புதுச் சீலையாவது வாங்கிவிடும்.

கதவைத் தட்ட வேண்டிய அவசியமே இருக்கவில்லை. வாசலில் ஒரு குத்துவிளக்கு எரிந்தது.

“தம்பி எழும்படா. பால் வச்சிட்டு திரும்ப வந்து படடா. தம்பி ஆறரைக்கு பால் வச்சோணும். இந்தா தேத்தண்ணிய குடி. எழும்பு”. மாப்பிள்ளையின் அம்மாவின் குரல் ஓர் அறைக்குள் இருந்து வந்தது. பாலன் வெளியவே நின்றார். சொல்லி வைத்தது போல தூக்கக் கலக்கத்துடன் ஒரு காமெராமேன் படியேறி வந்தார். கூடவே ஒரு போட்டோகிராபர். பாலன் சொன்ன போட்டோகிராபர் கல்யாணமண்டபத்தில் சந்திப்பதாகச் சொல்லி இருந்தார். இது அவனுடைய அசிஸ்டெண்டாக இருக்கும். வந்தவர்கள் பாலனைப் பார்த்ததும் ஒரு சல்யூட் அடித்துவிட்டு படியில் இருந்தே காமெராவைத் தயார் செய்தார்கள். விறாந்தையில் எரிந்துகொண்டிருந்த குத்துவிளக்கு மின்விசிறியின் காற்றுக்கு நூர்ந்து விடும் போல இருந்தது. பாலன் வீட்டுக்குள் கால் வைத்து மின்விசிறியின் சுவிட்சை அழுத்தினார்.

“வாங்க வாங்க...”

வரவேற்பு குரல் மாப்பிள்ளையின் அப்பாவுடையது. அவர் குரல் கேட்டு அவர் மனிசியும் வந்து சேர்ந்தார். மாப்பிள்ளை ஜட்டியுன் அறையில் இருந்து எட்டிப் பார்த்துவிட்டு கதவை மறுபடியும் மூடினார். அவன் அம்மா உடனேயே போய் கதவில் இரண்டு தட்டுத் தட்டிவிட்டு பாலனை பார்த்துச் சலித்துக்கொண்டார். பாலன் அப்படியே நின்று மாடியைப் பர்த்தார். பெண் வீட்டில் கொஞ்சம் சனங்களின் சத்தம் இருந்தது.

பாலன் படியேறி பெண் வீட்டை நெருங்கும்போதே ஓர் ஆணின் குரல் கேட்டது. “ஏனக்கா இங்கின கெஸ்ட் கவுஸ் எடுத்தனி? மடிப்பாக்கத்தில எடுத்திருந்தால் இதில பாதி கூட வராது. ரெண்டு றூமும் ஏசி”. அதற்கு பதிலேதும் கேட்காததால் பாலன் கதவுக்கு அருகில் போனார். பெண்ணின் அம்மா பாலனைப் பார்த்ததும் பெருமூச்சொன்றை விட்டார்.

“எல்லாம் ரெடியோ. பாலை வைப்பம். காமெராக்காரங்கள் வந்திட்டாங்கள்.”

பாலன் அவர் வேலையில் கவனமாக இருந்தார்.

“இஞ்ச வாரும்” என்று பாலனின் கையைப் பிடித்து இழுத்துக்கொண்டு சமையலறைக்குப் போனார் பெண்ணின் அம்மா. பாலனுக்கு ஒரு மாதிரி இருந்தாலும் இழுத்த கையோடு போனார்.

“பெட்டையிட முகமே சுருங்கிப் போச்சு. அந்த மேக்கப்காரி என்னத்த பூசினாளோ தெரியேல்ல.. பிள்ளை இரவு சரியா நித்திரையே கொள்ளேல.”

அதற்கு என்ன சொல்வதென்று தெரியாமல் தலையை மட்டும் ஆட்டிவிட்டு,

“சரி அம்மா பாலை வைப்பம். நேரம் போனால் காமெராக்காரங்கள் அவசரப்படுவாங்கள். அவங்கள் மண்டபத்துக்கு நமக்கு முதல் போகோணும்.”

பாலன் சொல்லி முடிக்க அதற்கும் ஒரு பெருமூச்சு விட்டார் பெண்ணின் அம்மா.

கீழே விறாந்தையில் மாப்பிள்ளையின் பூரணமான மொட்டைத்தலையில் பால் வைக்கும் சடங்கு தொடங்கியது. இரண்டு கையில் வெற்றிலையைச் சுருட்டிப் பிடித்தபடி ஒரு வெள்ளைத்துண்டில் இருந்தார் மாப்பிள்ளை. அவர் சாரம் மட்டும் கட்டி இருந்தார். கழுத்தில் நான்கு தங்கச்சங்கிலி சிறியதும் பெரியதுமாகத் தொங்கியது.

“முதல்ல நீங்க வையுங்கம்மா” காமெராமேன் சொல்ல ஒரு பெருத்த நன்றியை பாலன் மனதுக்குள் அவனுக்குச் சொன்னார். மூன்றுமுறை மாப்பிள்ளையின் தலையில் பால் வைத்தார் மாப்பிள்ளையின் தாயார். பால் முன் தலையில் வடிந்து முகத்தில் ஓட ஒரு ரிசூவால் உடனே துடைத்தார் மாப்பிள்ளை. அவரின் தலையில் பாலில் கிடந்த அருகம்புல்லில்

இரண்டு, நிலையாக வழுக்காமல் கிடந்தது. அடுத்து பாலன் வைத்தார். அவருக்கு அடுத்து இரண்டு பெண்கள் பால் வைத்தார்கள். காமெராமேன் போட்டோகிராபரை பார்க்க, அவரும் காமெராவை பாலனிடம் கொடுத்துவிட்டுப் போய் பாலை இரண்டு கையாலும் தொட்டு மூன்றுமுறை வைத்தார். மூன்றாவது முறை பாலை வைத்துவிட்டு அப்படியே நின்று தலையை மட்டும் திருப்பி காமெராவுக்கு போஸ் குடுத்தார். அவர் போல யாரும் ஒழுங்காக பால் வைக்கவில்லை என்ற சலிப்பு படம் பிடித்தபடி இருந்த கமெராமேனின் கண்களில் தெரிந்தது.

“அம்மா இங்கால வாங்கோ. மாப்பிள்ளை அப்படியே எழும்பி அறைக்குள்ள போங்கோ. பாத்ரூம்ல தனியா எடுப்பம்” என்று வழிகாட்டினார் காமெராமேன்.

மாப்பிள்ளையை எதில் உட்கார வைப்பது என்று யோசித்த பாலன் அங்கிருந்த பச்சை பிளாஸ்டிக் வாளி ஒன்றை உடனே கவிழ்த்தார். “கொஞ்சநேரம் தானே இரும்” பாலன் மாப்பிள்ளையின் முகத்தைப் பார்க்காமலே சொன்னார். மாப்பிள்ளை வேண்டா வெறுப்பாக அதில் குந்தினார்.

முதல் கப் தண்ணீரை பாலன் ஊற்றினார். அடுத்து மாப்பிள்ளையின் அம்மா ஊற்றினார். அடுத்து இரண்டு பேர் ஊற்றினார்கள். அதுவரை எங்கேயோ காணாமல் போயிருந்த மாப்பிள்ளையின் அப்பா அப்போதுதான் கண்ணில் பட்டார்.

“எங்கையப்பா போன நீங்கள்?” என்றபடி அவரை இழுதுக்கொண்டு வந்தார் அவரின் மனிசி. அவரும் அவர் பங்குக்கு இரண்டு கப் தண்ணீர் ஊற்றினார். அவர் வாயில் இருந்து சிகரெட் மட்டுமில்லாமல் ஒரு கலவையான வாசனையும் வந்தது. அது சில நொடிகளில் அந்தக் குளியல் அறையை நிறைத்தது. மாப்பிள்ளை குந்தி இருந்த வாளியில் இருந்து தட்டுத்தடுமாறி எழும்பினார். காமெராமேன் லையிட்டை ஓஃப் செய்தார்.

இரண்டாவது மாடியில் பெண் தயாராக இருந்தார். நையிட்டில் இருந்தாலும் தோளில் சால்வை போல ஒரு வெள்ளைத் துவாயைப் போட்டிருந்தார். முகத்தில் நித்திரை தூக்கமும் சோர்வும் வடிந்தது.

“அம்மா வாங்க. வையுங்க” என்று பாலன் தொடங்கி வைக்க, பெண்ணின் அம்மா தயங்கி நின்றார்.

“அவாக்கு தன்ர மனுசன் போன கவலை இருக்கும் தானே”

பின்னால் யாரோ நேரம் பார்த்து தமிழ் கலாச்சாரத்தில் மாண்பை எடுத்துச் சொன்னார்கள். பாலன் அவசரமாகத் தானே முன்வந்து பாலைத் தொட்டு மணப்பெண்ணின் தலையில் வைத்தார். இந்தப் பாலில் அறுகம்புல்லையே காணவில்லை. இந்தமுறை பாலனும் உடலையும் தலையையும் சரியாகத் திருப்பி காமெராவுக்கு ஒத்துழைத்தார். அடுத்து ஒரு சொந்தக்காரர் நடுங்கிய கைகளால் மூன்றுமுறை பால் வைத்தார். மூன்றாவது முறை பால் வைத்த கையோடு வலது கையால் பெண்ணின் தலையை வாஞ்சையுடன் தடவிவிட்டார். பெண் ஒருமுறை நிமிர்ந்து பார்த்தார். கண் கலங்கி இருந்தது. கண்ணீரைத் துடைத்தபடி பால் முகத்தில் வடிந்தது. அதுவரையில் தயங்கி நின்ற தாயார் அவசரமாகப் போய் பால் வைத்தார். காமெராமேன் முட்டுக்காலில் நின்று அதையும் உடனடியாகப் படம் பிடித்தார். சில நொடிகளுக்கு அங்கே ஓர் அமைதி நீடித்தது. ஒரு பெண் நெருங்கி வந்து தோளில் கிடந்த வெள்ளைத் துண்டால் மணப்பெண்ணின் முகத்தை ஒற்றித் துடைத்துவிட்டார். இரண்டு கையில் இருந்த வெற்றிலைச்சுருள்களை இறுக்கிப் பிடித்திருந்த பெண்ணின் கைகள் இயல்புக்கு திரும்பியது.

“குளிச்சேக்க எடுக்கோணுமோ” அவசரமாக வந்த வார்த்தைகளைப் பாதியில் பிடித்து நிறுத்தினான் போட்டோகிராபர்.

காமெராமேன் சமாளித்து “படத்துக்கு ஒரு போஸ் காணும். அம்மா நீங்க பெண்ணைக் கூட்டிக்கொண்டு போங்கோ” என்றார்.

பாலன் வந்த கோபத்தை அடக்கிக்கொண்டு நின்றார். பெண்ணின் அம்மா ஒரு கப் தண்ணீர் ஊற்றுவது போல ஒரு படத்தை எடுத்துவிட்டு லையிட்டை ஓஃப் செய்தார் காமெராமேன். அவருக்கு அந்த ஒளிப்படத்திலும் திருப்தி இல்லை என்பது முகத்தில் தெரிந்தது.

“சரியம்மா. ரூபன் காரோட வருவார். அதில பெண்ணை ஏத்திக்கொண்டு நீங்களும் வாங்க” என்றபடி படியிறங்கினார் பாலன். முதலாவது மாடியின் படியில் நின்ற காமெராமேன் கையாலே சைகையில் டீ கேட்டார் பாலனிடம்.

“என்னம்மா எல்லாம் சொல்லியோ தரோணும். இன்னும் பெடியளுக்கு டீ குடுக்கேலையா?” என்றபடி மாப்பிள்ளை வீட்டில் நுழைந்தார். ஹாலில் எல்லோரும் அமைதியாக இருந்தனர். எதோ பெரிய அரியண்டம் நடக்க போகிறது என்ற பயத்துடன் மாப்பிள்ளையின் அப்பாவைப் பார்த்தார் பாலன். மாப்பிள்ளையின் அம்மாவே வாயைத் திறந்தார்.

“அவன் குளிச்சிட்டு திரும்பப் படுத்திட்டான். நேர மாற்றம் தானே பிள்ளை பாவம்.”

“நல்லாக் கொள்ளட்டும். அப்பத்தான் முகம் செந்தளிப்பா இருக்கும் படத்துக்கு. ஒன்பதுக்கு கார் வரும். ரூபன் வருவார். என்ன சரிதானே.”

பதிலுக்குக் காத்திராமல் மாடிப் படியிறங்கி ஓடினார் பாலன்.

“மாப்பிள்ளையை அடையாளம் தெரியுது, பெம்பிள்ளையத்தான் மட்டுக்கட்டேலாம இருக்கு” காரில் இருந்து மணப்பெண் இறங்கும்போதே காமெராமேனுக்கு பின்னால் நின்ற ஒரு பெரியவர் சொன்னார்.

“மேக்கப் அதிகமா போட்டு நெற்றால முகத்தை மூடி இருக்கிறதுதான் பெம்பிளை. அதை வச்சு அடையாளம் கண்டால் போதும்.”

காமெராமேன் பின்னால் திரும்பிப் பார்க்காமலே சொன்னார். கல்யாணப் பெண் நடக்கவே முடியாமல் தடுமாறியபடிதான் நடந்தார். சீலையில் மிக பருமனாகவும் இருந்தார். முகமும் உப்பிப் போய் இருந்தது. அவர் மெதுவாக நடந்தது காமெராமேனுக்கு படம் பிடிக்க பெரிய உதவியாக இருந்தது.

யாழ்ப்பாண ஐயர், மாப்பிள்ளைக்குப் போட்டியாக மூன்று பெரிய தங்கச்சங்கிலிகளைப் பின்னால் இழுத்துவிட்டபடி மிக நிதானமாக மந்திரத்தை ஓதினார். அவரின் முகம் அவ்வளவு பூரிப்பில் இருந்தது. மாப்பிள்ளையின் நிதானத்தையும் அவரே கவனித்துக்கொண்டார். அவர் செய்வதை எல்லாம் வேடிக்கை பார்த்தபடி இருந்த மாப்பிள்ளை, அவர் சொல்வதை எல்லாம் அச்சுப்பிசகாமல் செய்தார். ஐயரின் அனுபவம் செயலில் தெரிந்தது. மாப்பிள்ளைத் தோழனாக இருந்த பெடியனுக்கு பத்து வயதுதான் இருக்கும். அவன் நெருப்பும் புகையுமாக இருக்கும் சிறிய ஓமகுண்டத்தையே வியர்த்துப் பார்த்தபடி இருந்தான். அவன் கையில் ஒரு புதிய மோதிரம் இருந்தது. மாப்பிள்ளை, பெண்ணின் தம்பிக்கு ஒரு மோதிரம் போடுவது ஒரு சம்பிரதாயம். அந்த மோதிரம் அவன் விரலுக்கு மிகவும் பெரியதாக இருந்ததால் அவன் கையைப் பொத்தியே பிடித்திருந்தான். அவனும் திடீர் மாப்பிள்ளைத் தோழன்தான். அவன் அம்மா அப்பா இருவரும் முதல் வரிசையில் இருந்து அவனையே கலவரத்துடன் பார்த்தபடி இருந்தனர். அவனைக் காலையில் எழுப்பியதில் அவன் கடும் கோபத்தில் இருந்தான். ஒருவேளை புதிய தங்க மோதிரத்தை எங்காவது எறிந்து விடுவானோ என்ற கவலை அவர்களுக்கு. அவன் அப்பாவின் முகம் கொஞ்சம் அதிகமாகவே குழம்பி இருந்தது. அவர் விரலுக்குத்தான் அந்த மோதிரம் அளவாக இருக்கும்.

மணப்பெண் வந்து அமர்ந்த பிறகு மாப்பிள்ளை கொஞ்சம் தடுமாறினார். நேற்றிரவு அவரது பூரணமான நடு உச்சியில் பதிந்த முத்தம் கூட இதற்குக் காரணமாக இருக்கும்.

“ஒருக்கா கொஞ்சி விடுவீரா” என்று வாய்விட்டு கேட்டு கடனாகப் பெற்ற முத்தம் அது. “செல்லத்துக்கு நாளைக்கே

திருப்பி தாறன்" என்று வாங்கிய உடனேயே வாக்குறுதியும் கொடுத்திருந்தார். பெண்ணுக்கு அந்த ஞாபகம் எல்லாம் இருப்பதாகத் தெரியவில்லை. சில நிமிடத்தில் ஒரு தட்டில் கூறைச்சீலை, பழம், பாக்கு வைத்துப் பெண்ணுக்குத் தரப்பட்டது. மாப்பிள்ளை மறுபடியும் தனிமையில் நிதானத்துக்கு வந்தார்.

பெண்ணின் தந்தையாக கடமையாற்றும் பாலன் அவ்வப்போது காமெராவுக்கு சிரித்தார். அவரின் மனைவி அவரைப் பார்த்து மட்டும் அவ்வப்போது சிரித்தார். தன்னை விட கல்யாணப் பெண்ணுக்கு ஒரு பத்து வயது குறைய இருக்கும் என்று அவருடைய காதில் மனைவி சொன்னாள். பாலன் சிரிப்பை கைவிடாது ஒருமுறை முறைத்தார். அவர் கழுத்திலும் அவர் மனைவி கழுத்திலும் ஒரு மாலைகள் தொங்கியது. அதுபோலவே மாப்பிள்ளையின் அம்மா அப்பா கழுத்திலும் மாலைகள் தொங்கின.

மணப்பெண் புதிய கூறைச்சீலையில் வந்து இருந்த உடனேயே ஐயர் வேகமாக அடுத்தடுத்த மந்திரங்களில் தாவித்தாவி ஓடினார். மாங்கல்யம் தட்டில் வைத்து அனைவரின் ஆசிக்காக அனுப்பி வைக்கப்பட்டது. அங்கிருந்த விருந்தினர்களின் கைகள் தாலியை ஒருமுறை தொட்டபடி அந்தத் தட்டில் இருந்த பூக்களை எடுத்துக்கொண்டன. சிலர் பூக்களை அள்ளிப் பக்கத்தில் இருந்தவர்களுக்கும் கொடுத்தனர்.

"நானும் முப்பது வருசமா எறியுறன் ஐயரத் தாண்டி பூ போறதில்லை."

"நானும் காமெராமேனுக்கு தான் எறியிறனான்."

இரண்டு வயதான குரல்கள் தங்களின் கல்யாண அனுபவத்தை அப்போது பதிவு செய்தன.

மாங்கல்யம் என்ற தாலி ஐயரின் கையில் இருந்து மாப்பிள்ளையின் கைக்குப் போனது. மாப்பிள்ளையின் கையில் இரண்டாவது புல்லின் நடுக்கம் இருந்தது. ஆனால், அவர் அவ்வளவு கஷ்டப்பட வேண்டியதிருக்காது. அந்தத் தாலியில்

ஒரு சுரைதான் இருந்தது. அதையும் சரியாகப் பொருத்திவிட மணப்பெண்ணுக்குப் பின்னால் நான்கு பெண்கள் தயாராக நின்றனர். 'நான் தான் பெம்பிள்ளைக்குத் தோழி. நான்தான் தாலிச் சுரையைப் போடோணும்' என்று மணப்பெண்ணுக்கு மிக நெருக்கமாக நின்ற பெண்ணின் முகம் உறுதிப்படுத்தியது. மாப்பிள்ளைத் தோழனுக்கு மோதிரம் போடுவது போல மணப்பெண்ணின் தோழிக்கு எதுவும் போடுவதில்லை. இதனாலேயே பெம்பிள்ளைக்குத் தோழியாக நிற்கிற பெண்கள் கொஞ்சம் கோபத்திலும் நிற்பார்கள்.

"இப்ப எல்லாம் மூன்று முடிச்சு இல்லத்தானே" என்றபடி ஐயருக்கு பக்கத்தில் முட்டுக்காலில் நின்றான் போட்டோகிராபர். அவனுக்கு கல்யாணத்தில் இதுதான் மிக முக்கியமான நேரம். சரியாகப் படம் வரவில்லை என்றால் அவனுக்கு இந்த சுபநேரம் கெட்டநேரமாகும். ஐயர் அவனை முறைத்தபடி மேளக்காரர்களையும் மாப்பிள்ளையையும் மாறிமாறிப் பார்த்தார். அவர் வாய் தனியாக இயங்குவது போல மந்திரங்களைச் சொல்லியபடி இருந்தது. ஐயர் திடீரென்று ஒரு கையைத் தூக்கி, ஒரு விரலை அசைக்க மேளக்காரர்கள் உச்ச ஓசையில் மங்கள வாத்தியங்களை முழங்கினார்கள். மணப்பெண்ணின் கழுத்தில் தாலி ஏறி இருந்தது. மாப்பிள்ளை தாலியைப் பறிகொடுத்தது போல இருந்தார். அவர் கையில் இருந்து தாலி பறிபோன நொடியை அவரால் கவனிக்க முடியவில்லை. மணப்பெண்ணின் முகம் முற்றிலும் சிவந்து புதிய களையுடன் இருந்தது. ஐயர் சிவந்த குங்குமத்தை நீட்ட, மாப்பிள்ளை அதை நடு விரலால் தொட்டு புதிய மனைவியின் தலையைச் சுற்றி கையைக் கொண்டுபோய் நெற்றியில் வைத்தார். அந்த நிமிடம் அவள் அவன் தோளில் சாய்ந்து சிரித்தாள். ஐயரும் சிரித்தபடி "மாப்பிள்ளை தாலியில குங்குமம் வச்சி விடுங்கோ" என்றார். மேளக்காரர்கள் ஏறிய வேகத்தில் இருந்து கொஞ்சம் கொஞ்சமாக இசையை இயல்புக்குக் கொண்டுவந்து சேர்த்தனர்.

மாப்பிள்ளையின் மடியில் இருந்து பெண் போஸ் கொடுக்க

இரண்டு கிளிக் அடித்தார் காமெராமேன். அவருக்குத் திருப்தி இல்லை. உதட்டைச் சுழித்தார்.

“கொஞ்சம் நேச்சுரலா இருங்க. தங்கச்சி உன்ர மனுசன் தானே. நல்லா மடியில குந்துங்க. என்ன வெக்கம்” காமெராமேன் தனது தொழிலில் தீவிரமாக இருந்தார்.

நேற்று இரவு மொட்டைமாடிக்குப் போகும் படியில் பெம்பிள்ளை மடியில் மாப்பிள்ளை படுத்து, அவள் நையிட்டியில் தொங்கிய முத்துக்களை மாப்பிள்ளை எண்ணியதை துவாரகன் வாசனுக்குச் சொல்லி இருந்தான். தனக்குப் பின்வரிசையில் இருந்த துவாரகனை வாசன் ஒருமுறை திரும்பிப் பார்த்தான். துவாரகன் கல்யாணத்துக்கு வாடகைக்குப் பிடித்த ஜோக்கர் பொம்மை போல சிரிப்பில் வடித்த சிலையாக இருந்தான். பாலன் அண்ணா ஏன் ஜோக்கர் பொம்மைகளை இந்தக் கல்யாணங்களுக்குப் பிடிப்பதில்லை என்று வாசனுக்கு விளங்கியது.

பொஃபே சிஸ்டத்தில் சாப்பாடு பரிமாறும் சத்தம் கேட்டது. பீங்கான் கோப்பைகளும் முள்ளுக் கரண்டிகளும் மோதிக்கொண்டன. மதி அண்ணா கோப்பையைக் கையில் பிடித்தால்தான் எல்லோரும் அவர் பின்னால் அணிவகுத்துப் போவார்கள். அவர்தான் கையால் சாப்பிடுவோரின் தலைவர். இந்தக் கல்யாண மண்டபங்களில் மாப்பிள்ளை பெம்பிள்ளையை விட வாழ்த்த சம்பளம் வாங்காமல் வரும் பாலனின் ஆட்களுக்கு தான் வெட்கம் அதிகமாக இருக்கும். பொஃபே லைனில் நின்றதும் அது போய்விடும்.

கொஞ்சம் வெள்ளை அரிசிச் சோறு, இரண்டு ரொட்டி, ஒரு வடை, கொஞ்சம் காளான் குழம்பு, கொஞ்சம் கத்தரிக்காய் குழம்பு, கொஞ்சம் கோவாய் பூ பொரியல். விரும்பினால் கொஞ்சம் தயிர் எடுக்கலாம்.

அடுத்து ஐஸ்கிரீம், குலோப்ஜாமூன் ஒரே தட்டில். அது இல்லாமல் போனால் கல்யாணத்தில் ஒரு பெரிய குறையாகிவிடும் என்பது பாலனின் உறுதியான கருத்து.

இரவு ஏழு மணிக்கு கல்யாண ரிசப்ஷன்.

ரிசப்ஷனுக்கு சம்பந்தி வேசம் இல்லாததால் பாலன் இயல்பாக ஜீன்ஸ் டிசர்ட் அணிந்து வந்திருந்தார். துவாரகன் உட்பட யாரும் சர்ட் கூட மாற்றவில்லை. மாப்பிள்ளை கோட்டு சூட்டில் கொஞ்சம் பார்க்க எடுப்பாகவே இருந்தார். கல்யாணப்பெண் கிட்டத்தட்ட இந்தக் கோலத்தில் இருக்கும் அவனின் படத்தைப் பார்த்துத்தான் அவனை தன் வருங்கால மனுசனாகத் தேர்வு செய்திருந்தாள்.

ஒரு பெரிய கேக் மூன்று அடி உயரத்தில் இருந்தது. மூன்று அடுக்குகள் கொண்ட கேக் அது. அதில் ஒரு அடுக்கு மட்டுமே கேக். மற்றவை பிளாஸ்டிக்கால் ஆனவை. சில நேரங்களில் அவைத் தட்டுப்பட்டு உருண்டு ஓடியும் இருக்கிறது. அவை எல்லாம் கல்யாணச் சிரிப்பில் மறந்துவிடும். முதலில் கேக்குடன் நின்று புதுமணத்தம்பதிகள் படம் எடுத்துக்கொண்டார்கள். அடுத்து இரண்டு பேரும் கல்யாண மோதிரங்களை மாற்றிக்கொள்ளத் தயாரானார்கள். அவர்கள் சரியாகப் போட்டாலும், காமெராமேன் “சின்னி விரலுக்கு அடுத்த மோதிர விரலில போடுங்க” என்று தன் கடமைக்குச் சொன்னார். அது கூட அப்போது யாழ்ப்பாண ஐயரின் குரல் போலத்தான் கேட்டது. அடுத்து கேக் வெட்டப்பட்டதும் இருவரும் மாற்றி மாற்றி கேக் தீத்தி விட்டார்கள். அவர்களின் வாழ்நாளில் கடைசியும் முதலுமாக வெட்கத்துடன் முட்டைக்கேக் சாப்பிட்டார்கள். புதிய கணவனின் உதட்டின் ஓரம் இருந்த கேக் துகளை உடனே துடைத்துவிட்டார் மணமகள். வந்திருக்கும் எல்லோரும் அந்த நேரம் சத்தம் வரும்படி சிரித்தார்கள். சிலர் கை தட்டினார்கள். அதுவும் ஒரு முக்கியமான தமிழ்ச் சடங்குதான்.

இரண்டாம் கட்டமாக பாடல்கள் ஒலிக்கத்தொடங்கியது. புதுமணத் தம்பதிகள் கைகள் இரண்டையும் மேலே தூக்கிக்கொண்டு ஆளையாள் சுற்றி வந்தார்கள். பிறகு கையைப் பிடித்துக்கொண்டு கொஞ்சநேரம் காற்றில் நீந்தினார்கள்.

இதற்குள் இருவருக்கும் சிரித்தே கண்கள் கலங்கி இருந்தன. இந்த ஜோடி நடனம் தொடங்கும்போதே மண்டபத்தில் கூட்டம் திடீரென்று குறைந்திருந்தது. அவர்கள் எல்லோரும் மேலே இருக்கும் மணமக்கள் அறையில் நடனப் பயிற்சிக்குப் போய்விட்டார்கள். அந்தக் கூட்டத்தில் இருந்த இளம் பெடியள் அனைவருக்கும் நடனம் ஆடத்தெரியாத தமிழர்களுக்கு வருங்காலத்தில் திருமணம் நடப்பது அவ்வளவு இலகுவாக இருக்காது என்ற உண்மை தெரிந்திருந்தது.

கமல் இரண்டாவது பியரை முடிக்கும்போது ஒரு சாண் வளர்ந்திருப்பதாக அவன் நின்ற நிலையில் தெரிந்தது. பாலன் அமைதியாக கட்டிலின் ஓரத்தில் இருந்து நிதானமாகப் பியரை குடித்தபடி இருந்தார். அதற்கு மிக முக்கியமான காரணம் துவாரகன் இந்தப்பக்கம் இரண்டாவது பியரை முடித்திருந்தான். அது கீழே கிடக்க, மூன்றாவது பியர் அவனின் தொண்டையில் இறங்கிக்கொண்டிருந்தது. வாசன், துவாரகனைத் தவிர யாரையும் திரும்பிப் பார்க்காமல் இரண்டாவது பியரை நெருங்கி இருந்தான். அவனுக்கு ஒரு உள் விவகாரப் பிரச்சனை இருந்தது. ஒன்றரை பியர் தான் அவன் கணக்கு. யாரும் கிளாஸ் பயன்படுத்தாததால் அவன் மீதி அரைப் போத்தல் பியரை எங்கும் ஊற்ற முடியாது. அந்தக் கவலையுடனே இரண்டாவது பியரை குடித்தபடி இருந்தான். யாருக்கும் முகம் கொடுக்காமல் கழிவறைக்கு போவதும் வருவதுமாக இருந்த ரூபன் ஐந்தாவது பியரை நெருங்கியிருந்தார். அவர் கழிவறை வாசலில் நின்று அறைக்கு வர இரண்டு காலையும் தூக்கி நிலவில் வைத்த போதே இன்றைக்கு தன்னுடைய எல்லையைக் கடந்து போகிறார் என்று தெரிந்தது. அவர் தினமும் ஹாட் ரிங்ஸ் அடிப்பதால் இதை அவரால் கணிக்க முடியாமலும் இருக்கலாம். கமல் யாரை என்று இல்லாமல் விரலைச் சுண்டி “வண் மோர் பியர்” என்றான். யாரும் அவனைக் கண்டுகொள்வதாக இல்லை. வாசன் தன் கையில் இருந்த பாதி பியரை உடனே அவன் கையில் கொடுத்தான். ஒரு பெரிய ஏவறி வாசன் வாயில் இருந்து வெளியேறியது. ஈசனும் மதி அண்ணனும் ஏனோ இரவு வரவில்லை.

கீழே மண்டபத்தில் 'வாடா மாப்பிளை வாழப்பழத் தோப்பில்' பாடல் ஒலிக்கத் தொடங்க ஒவ்வொருவராக படியிறங்கி வந்தனர். கமல் துவாரகனில் பாதி உடல் எடையை போட்டுக்கொண்டு படியிறங்கினான். ரூபன் முதல் படியிலேயே பலத்த யோசனையுடன் நின்றுவிட்டார். பாலன் முதலாவதாக நடன அரங்குக்கு ஆடிக்கொண்டே வந்து சேரவும் கூட்டத்தில் விசில் பறந்தது. கமல் அடுத்து துவாரகனைத் தள்ளிக்கொண்டு உள்ளே நுழைந்தான். வாசன் வடக்கு சுவரைப் பார்த்து இசை இல்லாமலே ஆடிக்கொண்டிருக்க 'வாடா மாப்பிளை' மறுபடியும் போட்டார்கள். பாலன் கனத்த உடம்புடன் கொஞ்சம் வளைந்து நெளிந்து ஆடினார். அவருடைய கைகள் மட்டும் தலைக்கு மேல் தனியாக நாகப்பாம்பு ஆட்டம் ஆடியது. அதில் இருந்து அவரால் ஒருபோதும் விடுபட முடிந்ததில்லை. யாரும் எதிர்பார்க்காத நொடியில் கமல் பாலனின் கவட்டுக்குள்ளால் பூகுந்து வெளியே வந்து ஆடினான். அவனால் நிற்கவே முடியவில்லை என்றாலும் ஆட்டத்தில் வேகம் குறையவில்லை. பாலன் தன்னை மறந்து ஆட, தெற்கே கிடந்து ஆடிக்கொண்டிருந்த துவாரகன் ஒருவாறாக வடக்கே வாசனுக்குத் துணையாக வந்து சேர்ந்தான். அவர்கள் இருவரும் சுவரைப் பார்த்து தங்கள் நிழல்களுடன் போட்டிப் போட்டு ஆடுவதால் அவர்களைப் படம் பிடிக்கும் காமெராமேனின் முயற்சி கடைசிவரை கைகூடவில்லை.

கடைசியில் "ஓ போடு" தொடங்கியது. கமல் இப்போது கொஞ்சம் தெளிந்து நிமிர்ந்து நின்று ஆடத் தொடங்கினான். அவன் ஒரு கட்டத்தில் தனது நாக்கில் இருந்து பெருவிரலால் எச்சிலைத் தொட்டு தன் நெற்றியில் வைத்தான். அடுத்து மறுபடியும் நாக்கில்தொட்டு பெருவிரலால் எச்சிலைத் துவாரகனின் கன்னத்தில் வைத்துவிட்டான். திரும்பிய துவாரகன் அவன் சட்டைக் கொலரோடு பிடித்துக் கழுத்தை நெரிக்க, பாலன் ஆடிய ஆட்டம் பிசகாமல் வந்து கமலை விடுவித்து தள்ளிக்கொண்டு போனார். துவாரகனுக்கு பின்னால் என்ன நடக்கிறது என்று தெரியாமல் ஆடிக்கொண்டிருந்த வாசன் துவாரகனின் முதுகோடு உரசி ஆட, உற்சாகமான துவாரகன்

மறுபடியும் முழு வேகத்தில் ஆடத் தொடங்கினான்.

கடைசியில் "தண்ணித் தொட்டி தேடி வந்த கண்ணுக்குட்டி" போடப்பட அவர்களுடன் மாப்பிள்ளையும் சேர்ந்து ஆடினார். அவரின் புது மனிசி கைதட்டி உற்சாகமூட்ட அவர் இன்னும் இன்னும் வேகமாக ஆடினார். இந்தக் களேபரத்தில் கமல் அந்தப் புது கல்யாணப்பெண்ணை சைட் அடித்ததை யாரும் கவனிக்கவில்லை.

புதுமணத்தம்பதிகளுக்கு ஹோட்டல் ஒதுக்கிக் கொடுத்திருந்த அறையில் ரூபன் எந்தக் கவலையும் இல்லாமல் குறட்டைவிட்டுத் தூங்கிக் கொண்டிருந்தார். அப்போதும் அவரை நிம்மதியாக தூங்கவிடாமல் பிரெஞ்சு பொலிசார் விசாரணை நடத்திக் கொண்டிருந்தார்கள். தமிழீழம் மட்டும் கிடைக்கட்டும் இருக்கடா உங்களுக்கெல்லாம் இருக்கு என்று அவர் உரத்துக் கத்தியது கீழே உச்சத்தைத் தொட்டிருந்த நடன அரங்குக்குக் கேட்டிருக்கவில்லை.

3

காலை ஆறு மணிக்கு பஸ் ஏறினால்தான் கமல் பத்து மணிக்கு அவனது கல்லூரிக்குப் போய்ச் சேர முடியும். ஐந்தரை மணிக்கு குளித்துத் தயாராகி எம்.ஜி.ஆர்.நகர் டாட்டா உடுப்பி ஹோட்டலுக்கு எதிரே இருக்கும் பேருந்து நிறுத்தத்தில் நின்றான். மெல்லிய குளிர் நிறைந்த காலையிலும் நெற்றியில் வியர்வைத்துளிகள் பூத்தன. வெள்ளைச் சட்டையின் உள்ளே போட்டிருந்த பெனியனும் கொஞ்சம் ஈரமாகியது போல உணர்ந்தான். ஒரு பேருந்து அவனுக்கான நேரத்தில் சரியாக வந்து, பேருந்து நிறுத்தத்திலிருந்து சில அடிகள் முன்னே நின்றது. அவனுடன் நின்றிருந்தவர்கள் ஓடிப் பேனார்கள், கமல் மெதுவாக அவர்களின் பின் நகர்ந்தான். அவனுக்கு முன் நின்ற பெண்கள் எல்லோரும் அவனை விட உயரமாக இருந்தார்கள். அவர்களின் உடலில் இருந்து பவுடர் வாசனைகள் கமகமத்தன. சிலரின் தலையில் இரண்டு முழம் மல்லிகைச்சரம் இரட்டை வாலாகத் தொங்கியது. ஒரு பெண்ணின் தலையின் உச்சியில் ரோஜாவும் இருந்தது. அனைவரும் ஏறிய பின் கடைசியாக கமல் ஏறினான். அவன் உயரத்துக்கு அவன் கல்லூரி போவதை நம்புவது கொஞ்சம் கஷ்டம்தான். புகையும் புழுதியும் சூழப் பேருந்து போனது.

கமலின் பேருந்து போகும்போதுதான் கோபி எம்.ஜி.ஆர்.நகர் மார்க்கெட் வழியாக ஷார்ட்ஸுடம் இறுக்கமான டீசர்ட்டுமாக ஓடி வந்துகொண்டிருந்தான். நெசப்பாக்கம் மெயின்ரோட்டில் இருந்த ஒரு சூப்பர் மார்கெட்டின் மாடியில் ஒரு ஜிம் இருந்தது. தினமும் காலையில் எம்.ஜி.ஆர்.நகரின் மார்கெட் வழியாக ஓடி வந்துதான் கோபி ஜிம்முக்குப் போவான். சொல்லிக்கொள்ளும்படி அந்தப் பகுதியில் ஜிம்மைத் தவிர பிரபா வைன்ஷாப் இருந்தது. அதே வீதியில் அஜந்தா பஸ் ஸ்டாப் அருகிலும் ஒரு வைன்ஷாப் இருந்தது. அதற்கு முன்னுக்கு ஒரு எம்.ஜி.ஆர் சிலை, வெற்றிச் சின்னத்தைக் காட்டியபடி நிற்கும்.

கமல் சென்னை வந்து மூன்று வருடங்களாகின்றன. சென்னையின் பிரபல கல்லூரி ஒன்றில் பொருளாதாரம் இரண்டாம் ஆண்டு படிக்கிறான். அவனது கல்லூரி நிறுவனர் பிரபலமான் முன்னாள் சாராய வியாபாரி என்பதால் கல்லூரியும் பெரிய அளவில் பிரபலமாகி விட்டது. சொந்த ஊர் சுழிபுரம். படிப்பதில் கெட்டிக்காரன் என்றாலும் அவனைச் சென்னை கொஞ்சம் கெடுத்திருந்தது. அதற்கு அவனின் தனிமையும் ஒரு காரணம். அவன் யாரையும் தன்னுடைய அறையில் சேர்க்காதது இன்னொரு காரணம். சேர்த்தால் தன்னுடைய தனிமை பாதிக்கப்படும் என்று நம்புவது இரண்டையும்விட முக்கியமான காரணம். டாட்டா உடுப்பி ஹோட்டலின் மொட்டைமாடியும் அவனின் மொட்டைமாடித் தனி அறையும் ஒரே உயரத்தில்தான் இருக்கிறது. இரண்டுக்கும் நடுவில் ஒரு சுவர். அது சீற் போட்ட அறை. வெய்யில் வெக்கை எப்போதும் இருக்கும். மழை வந்தால் எல்லாம் குளிரும்.

கமலின் அம்மா அவனை எப்படியாவது படிக்க வைத்து ஒரு அரசாங்க உத்தியோகத்தில் அமரவைக்க கனவு கண்டுகொண்டு இருக்கிறார். கொஞ்சம் வசதியான குடும்பம் கமலுடையது. ஓர் அண்ணனும் அக்காவும் லண்டனில், அம்மாவும் இன்னொரு அண்ணனும் ஊரில் இருக்கின்றனர். கமலின் அம்மாவுக்கு ஒரு மனக்குறை இருந்தது. தனது கணவனுக்குப் பிறகு ஒரு

பிள்ளை கூட அரசாங்க உத்தியோகத்தில் சேரவில்லை. கமலை ஓர் அரசாங்க உத்தியோகத்தில் அமரவைத்து ராசா போல ஊரில் வாழவைக்க வேண்டும். இதைப் பலமுறை கமலிடமும் நேரடியாகவே சொல்லியிருக்கிறாள். கமல் அம்மாவுக்கு முன் எபோதும் மவுனமாகவே இருப்பான். அவனுக்கும் அம்மாவை சந்தோஷப்படுத்த ஒரு ஆசை உண்டு. கமலின் அப்பா இலங்கைப் போக்குவரத்துத் துறையில் பணிபுரிந்தவர். இலங்கை அரசு ஊழியர்கள் அனைவரும் சிங்களம் கற்க வேண்டும் என்றபோது அவன் அப்பா வாங்கிப் போட்ட சிங்கள அகராதிகள் கூட இன்னும் அவன் வீட்டின் பரணில் தூசி படிந்து கிடக்கிறது.

போன வருடம் அவன் அம்மா சென்னை வந்திருந்தபோது கமல் சனி ஞாயிறு முழுக்க அம்மாவுடனேயே இருந்தான். அம்மா சின்னதாக கண்கலங்கினாலும் பதிலுக்கு கத்திவிட்டு அறைக்கு வெளியே போய் நின்று கொள்வான் கமல். வாசன், வடபழனி கோயிலுக்குக் கூட்டிக்கொண்டு போனான். ஒரு ஞாயிறு மாலை வாசன் அறைக்கு வந்தபோது, அம்மா அவனிடமும் தன் கனவை மறுபடி சொன்னாள். வாசன் கமலின் முகத்தை இடைக்கிடைத் திரும்பிப் பார்த்தான். கமலின் குற்றங்களின் பங்குதாரர்களில் வாசனும் ஒருவன். கமல் செவ்வாழைப்பழங்களில் ஒன்றை அவனிடம் கொடுத்துவிட்டு தானும் ஒன்றை உரித்து கடிக்க ஆரம்பித்தான்.

“ஒரு நாள் இரவு ஒம்பதுமணி இருக்கும் தம்பி போனடிச்சன். றூமில படுத்திருக்கிறன் என்று சொன்னான். கதைச்சண்டு இருக்கிறன், பஸ்காரன் விசில் அடிக்கிறான் தம்பி. பெத்த தாயிட்டையே பொய் சொல்லுறான். இவன் எப்ப வருவான் என்டுதான் நான் அங்க கிடக்கிறன். என்ன குறை வச்சிருக்கிறன் பாரும். பெனியனும் ஜட்டியுமே ஒரு பத்து தொங்குது பாரும்”. அம்மா முடிக்க முன்னமே கமல் “அம்மா!” என்று ஓர் அழுத்தம் கொடுத்தான். வாசன் வாழைப்பழத்தை அந்தச் சரியான நேரத்தில் சாப்பிட ஆரம்பித்தான்.

கமலுக்கு குடிப்பதில் ஓர் அலாதி இன்பம். தன்னால் முடியும் மட்டும் குடிப்பதுதான் அவன் இயல்பு. ஒருபோதும் “போதும்” என்பதை அவன் முடிவு செய்வதில்லை. அவனின் தலைத் தொங்கினால் மட்டுமே நிறுத்துவான். வாசன் அவனைப் பாதுகாக்கும் முடிவுடன்தான் கூட குடிக்கவே ஆரம்பிப்பான். கணக்கு முடிக்க வாசன்தான் கடைசியில் துணையிருப்பான்.

கமலுக்கு போதையை இறக்க தேசிக்காய் மோர் வாழைப்பழம் எல்லாம் உதவாது.

“புலி ஏண்டா உன்னை அடிச்சது?” என்று கேட்டால் பாதி போதை உடனே இறங்கிவிடும். அதன் பிறகு அவன் மவுனமாகிவிடுவான். குடித்துவிட்டு கோயில் பக்கம் போய் நின்றபோது புலியிடம் கமல் சிக்கியதாகவும், அவர்கள் நூற்றி ஐம்பது தோப்புக்கரணம் போடச் சொன்னதாகவும் தகவல். நூறாவது தோப்புக்கரணத்தில் கீழே படுத்துவிட கண் மண் தெரியாமல் காலால் வயிற்றில் அடித்திருக்கிறார்கள். இதை அரையும் குறையுமாக உளறியதே கமல்தான். உண்மை, பொய் அவனுக்கும் புலிக்குமே தெரியும். அவனும் லேசுப்பட்டவன் இல்லை. புலியும் லேசுப்பட்டதில்லை.

உச்ச போதையில் கண்மூடும்போது “நல்லூர் வாசன் என்னோட எப்பவும் இருப்பான். இருப்பான்டா” என்று கமல் மறக்காமல் சொல்வான்.

4

விருந்தினர் விடுதி என்ற கெஸ்ட் கவுஸ் முன் இருக்கும் பஞ்சு மரத்தின் நிழலில் வாசன் நின்றான். கொஞ்சம் வெய்யில் வெக்கை இருந்தாலும் காற்று ஆசுவாசத்தை தந்தது. அண்ணாந்து மரத்தைப் பார்த்தான். பெரிய பச்சை இலைகள், இரண்டாவது மாடியின் உயரத்தில்தான் இலைகளும் காய்களும் தொங்கின. துவாரகன் மேலே இல்லை, சாப்பிடப் போயிருந்தான். அவனுடைய சித்தப்பா வீடு அடுத்தத் தெருவில்தான் இருந்தது. பத்து நிமிடங்களுக்கு மேல் அங்கே அவன் இருப்பதில்லை. உடனேயே வந்துவிடுவான்.

வீடு மாறும் பிரச்சனை தனக்கு தொடங்கியதால் வாசன் இயல்பாக இல்லை. இரண்டு வருடங்களுக்கு ஒருமுறை வரும் ஓர் இடப்பெயர்வு இது. அதுதான் ஈழ அகதிகளுக்கு நகரத்தில் இருக்கும் பாரிய பிரச்சனை. ஏற்கனவே இருந்த வீட்டில் எந்தப் பிரச்சனையும் இல்லை. ஆனாலும், வீட்டைக் காலிசெய்து கொடுக்கவேண்டிய சூழல். இரண்டு வருடங்களுக்கு மேல் எந்த வீட்டுக்காரரும் தொடர்ந்து யாரும் குடித்தனம் இருப்பதை விரும்புவதில்லை. ஏதோ சட்டப் பிரச்சனை எதிர்காலத்தில் வரலாம் என்று அஞ்சுவதாக சிலர் சொல்வதுண்டு.

சென்னையில் வீடு வாடகைக்கு எடுப்பதில் எல்லோருக்கும் ஒரு பிரச்சனை இருந்தது என்றாலும் ஈழ அகதிகளுக்கு வீடு கொடுப்பதில்லை என்று வெளிப்படையாகவே சொல்லிவிடுவார்கள். அதுவும் சிலோன்காரருக்கு கொடுப்பதில்லை என்றுதான் சொல்வார்கள். வாசனும் அவன் அம்மாவும் பக்கத்தில் இருக்கும் தெருக்களில் சில வீடுகளைப்போய் பார்த்தார்கள். எதுவும் கிடைக்கவில்லை. வாசன் தன்னால் நடக்கக்கூடிய அளவுக்கு நடந்துவிட்டான். இப்போது இல்லை என்று நாகரீகமாகச் சொன்னார்கள். வாடகைக்கு வீடு பிடிக்க, இனி மோகனைத்தான் பிடிக்க வேண்டும்.

மோகன் ஓர் ஆட்டோக்காரர். அவருடைய பொழுதுபோக்குத்தான் வீடு பிடித்துக்கொடுப்பது. அவரைப் பார்த்தால் யாருக்கும் நம்பிக்கை வராது. அவரது தோற்றம் அப்படி. மிக ஒல்லியான கறுத்த தோற்றம். அளவான உயரம். தலையில் இருக்கும் நான்கைந்து மயிர்களைப் பொத்திப் பாதுகாப்பது போல ஒரு தொப்பி போட்டிருப்பார். காக்கிச் சாறம் தொடை வரை மடித்துக்கட்டி இருப்பார். ஈழத் தமிழர்களுடன் மிக நெருக்கமாக இருக்கும் ஆட்டோக்காரர் அவர் ஒருவராகத்தான் இருக்கும். பெரும்பாலான ஈழத் தமிழர்களை அவருக்குத் தெரியும். ஏதாவது கல்யாண வீட்டுக்கு ஊருக்குச் சொல்வது என்றாலும் அவரைத்தான் பிடிப்பார்கள்.

"இன்றைக்கு கே.கே.நகரை முடிப்பம். சாயந்தரம் வளசரவாக்கம் அப்படியே போரூர். நாளைக்கு மடிப்பாக்கம், வேளச்சேரி" என்று அவரே ஒரு திட்டத்தை போட்டுக் கொடுப்பார். போகிற வீடுகளில் அவரைத் தனியாகக் கவனிக்கும் அளவுக்கு பழகுவார். அவருடைய வருமானமும் ஈழத் தமிழர்களை நம்பியே இருந்தது. அவரிடம் வீடு பார்க்கச் சொல்லி இரண்டு நாட்களாகிறது.

தெரு முனையில் துவாரகன் நடந்து வருவது தெரிந்தது. அவன் அங்கிருந்து ஒரு சின்ன கல்லைத் தூக்கி எறிந்தான். அது வாசனைக் கடந்து நிலத்தில் குதித்துப் போய் ஓரமாக விழுந்து கிடந்தது.

மொட்டைமாடியில் சூடு அதிகமாகவே இருந்தது. கதவைத் திறந்துவிட்டு டேபிள் ஃபானை நான்கில் விட்டனர். அதுதான் அதிகபட்ச வேகம். வெளி வெளிச்சம் உள்ளே அளவாக வந்தது. வெய்யில் வெக்கைத்தான் சகிக்க கஷ்டமாக இருந்தது. நிலத்தில் கிடந்த சவுண்ட் பொக்சின் கேபிளை எடுத்து தன்னுடைய சோனிஎரிக்சன் போனில் சொருகினான் துவாரகன். வாசன் நினைத்தது போல "சொல்லாயோ சோலைக் கிளி" போனது முதல் பாடலாக.

"மனிசி கதைச்சதோ?"

ஏதோ ஞாபகத்தில் வாசன் கேட்டுவிட்டான். துவாரகன் எதும் சொல்லாமல் மொட்டை மாடியில் விழும் வெய்யிலையே வெறித்துப் பார்த்தான்.

துவாரகன் திருமணமானவன் இல்லை. ரிஜிஸ்டர் ஆனவன். இதைப் பிரித்துதான் சொல்லவேண்டும். துவாரகனும் "ரிஜிஸ்ரேசன் தான் ஆகி இருக்கு" என்று அடிக்கடி சொல்லுவான். பலநேரம் ஃபோனில் இதையே யாரிடமோ கத்திச் சொல்லுவான். அவன் மனிசி கனடாவில் இருக்கிறது. இதோ ஆறு மாசம். அதோ அடுத்த வருசம் என்று இரண்டு வருசமாக இங்கே கிடக்கிறான். சித்தப்பாவின் தயவில்தான் தங்குமிடமும் சாப்பாடும். ஆனாலும், அவன் சும்மா இருக்கவில்லை. பெரும்பாலும் மாமாவின் மூன்று கெஸ்ட் கவுஸ்களை அவன்தான் பராமரிக்கிறான். மாமா எப்போதாவது வந்து ஏதாவது செய்வார். அவன் எல்லா வேலைகளையும் இழுத்துப் போட்டு செய்வான். "எப்போதாவது மனிசி கதைக்கும்" என்று அவனே சொல்வான். அதுவும் சில நிமிடம்தான். எனோ அந்தச் சில நிமிடம் கடந்து அவன் இன்னும் அயர்ச்சியுடனே காணப்படுவான். அவனைப் புரிந்துகொள்ள என்ன செய்வதென்று யாருக்கும் தெரியவில்லை. யாரும் அந்த முயற்சியில் இறங்கியதும் இல்லை. வாசனுக்கு மட்டும் அதில் ஓர் ஆர்வம். அதுவும் துவாரகனுடனான நெருக்கத்தால் இருக்கலாம்.

அரசாங்க வேலையில் இருந்த துவாரகனை போர்ச்சூழல் இங்கே விரட்டியது என்பதை விட, அவன் குடும்பச் சூழல் இங்கே தள்ளியது என்றுதான் சொல்லவேண்டும். “யாராவது ஒரு பிள்ளை வெளிநாடு போனால் இந்தக் குடும்பத்தைத் தூக்கி நிறுத்தலாம்” என்ற குடும்பத்தின் முடிவு கல்யாணம் வரை போகும் என்று அவன் நினைக்கவே இல்லை. எல்லாம் ஒரு கனவு போல நடந்து முடிந்தது. அதை யாரும் பேசுவது அவனுக்கே கூட பிடிப்பதில்லை. அது தன் குடும்பத்தை அவமானத்தில் தள்ளுவதாகவும் அவன் நினைத்தான்.

“பூங்காற்றிலே என் சுவாசத்தை...” போனது. அந்த வெக்கையை மறந்து இருவரும் கண்மூடி உன்னிமேனன் குரலில் கரைந்தார்கள்.

5

நெசப்பாக்கம் எட்டாவது தெருவில் இருக்கும் வீடு கிடைத்ததில் வாசன் குடும்பம் நிம்மதி அடைந்தது. அதுவும் கீழ் வீடு என்பதில் இன்னும் சந்தோசம். ஒரு கால் நடக்க முடியாத நிலையில் இருக்கும் அப்பாவை ஓர் இடத்தில் இருந்து இன்னும் ஓர் இடத்துக்குக் கொண்டு போவதில் பெரிய பிரச்சனை இருந்தது. பிறசர், சக்கரை வியாதி என்ற அவர் வயதுக்குரியவை எல்லாம் அவருக்கு வந்திருந்தது. ஒருநாள் இரவில் அவசரமாக சிறுநீர்கழிக்க கட்டிலை விட்டு இறங்கும்போது திடீரென்று இடது கால் ஒத்துழைக்க மறுத்ததில் கீழே கட்டிலோடு விழுந்து குந்திவிட்டார். அவர் மிகவும் பருமனாக இருப்பார். காலில் ஏற்பட்ட அழுத்தம் காலையே முறித்துவிட்டது. வயதான அவருடைய காலின் எலும்புகள் சரியாகப் பொருந்தவில்லை. ஆப்ரேஷன் செய்திருந்தபோதும் கால் நீட்ட முடியாத மந்த நிலையில் இருந்தது. அவரால் நான்கு கால்களைக் கொண்ட ஊன்றுகோலின் துணையுடன் சில அடி ஒரு காலை ஊன்றி நடக்க முடியும். அதிலும் அவர் மூச்சு வாங்குவார். மருத்துவர்கள் கட்டாயம் நடக்க வேண்டும் என்று கண்டிப்புடன் கூறி இருந்தாலும், அவர் படும் பாட்டை கண்ட அவர் குடும்பத்தால் அவ்வாறு கூற முடியவில்லை.

புதிய வீடு கிடைத்தது என்றாலும் வீட்டில் ஒரு சிறிய பிரச்சனை இருந்தது. அந்த வீட்டின் கழிவறை வீட்டின் வெளியே மாடிக்குப் போகும் படிக்கட்டின் கீழே இருந்தது. அதனுள் நிமிர்ந்து நிற்க முடியாது. இதை மோகன் தயங்கியபடியே வாசனிடம் சொன்னார். “நல்ல வீடு. அதுவும் கீழ் வீடு. நாளைக்கே வந்திடுவம்” அவ்வளவுதான் வாசனின் பதிலாக இருந்தது. பழைய வீட்டில் இருந்து தினமும் எப்ப போவீங்க என்ற கேள்வியைத் தினமும் எதிர்கொள்ளவேண்டி இருந்தது. மாடியில் இருந்து யாராவது இறங்கி வந்தாலே வாசன் வெளியே போவதில்லை. வெளிக்கேற்றின் சத்தம் கேட்கும்வரை திரும்பவும் அறைக்குள் போய் நின்று கொள்வான். கட்டிலில் கிடக்கும் அப்பா அவனைக் கண்ணெடுத்துப் பார்ப்பார். எதுவும் பேசுவதில்லை. எல்லா அப்பாவும் போல அவன் அப்பாவும் பெரிய வளவும் வீடும் கொண்ட வாழ்க்கையை நெடுந்தீவில் வாழ்ந்தவர். வீட்டுக்கு முன் ஒரு கிணறு இரண்டு வளகுகள் இணைந்த பின்பகுதியில் ஒரு நல்ல தண்ணீர் கிணறும் கொண்ட வாழ்க்கை வாழ்ந்தவர் அவர்.

ஒரு ஞாயிறு மாலை, மாடியில் இருந்து மேல் வீட்டுக் குழந்தைகள் வெளியே விளையாடப் போனார்கள். இரண்டு குழந்தைகள் விறாந்தையில் கட்டிலில் இருந்து பேப்பர் படித்திருந்த அப்பாவை வாசலில் நின்று பார்த்துவிட்டுப் போனார்கள். அவர்கள் போன பின்னாலேயே வந்த வீட்டு உரிமையாளரின் வயதான தாயார் சொன்ன வார்த்தைகள் அப்பாவையே கலங்க வைத்தது.

“குழந்தைகள் இருக்கிற வீடு. இப்படி இருந்தா அவைகளைப் பாதிக்கும். பெரியவங்களுக்கு இதெல்லாம் சொல்லியா தெரியணும்...”

இன்னும் அப்பாவின் நிலைமை மோசமாகி இருந்தது. அப்பாவை அம்புலன்சில் தான் ஏற்றிக்கொண்டு போகவேண்டி இருந்தது. அதுதான் அவருக்கும் வசதியாக இருக்கும். வாசனும் அவன் அம்மாவும் தனியாக அவரைக் கொண்டுபோக முடியாது. மோகன் தனக்குத் தெரிந்த ஒருவரின் குட்டியானை வண்டி

ஒன்றுடன் முதலிலேயே புதிய வீட்டுக்குப் போயிருந்தார். அப்பாவுக்கு வசதியாக இரும்புக்கட்டில் அறையில் போடப்பட்டிருந்தது. பொருட்களை எல்லாம் இறக்கி ஓர் ஓரமாக விறாந்தையில் குவித்திருந்தார்கள். அப்பாவை அம்புலன்சில் கொண்டு போயிருந்ததை அந்தத் தெருக்களில் கொஞ்சம் விசித்திரமாகவே பார்த்தார்கள். அவர்களுக்கு அம்புலன்ஸ் விசித்திரமாக இருந்தது. அவசரத்துக்கு சிறிய அம்புலன்ஸ் கிடைக்கவில்லை. ஆனால் பெரிய அம்புலன்ஸ் மிகவும் வசதியாகவே இருந்தது. அம்மாவையும் பின்னால் அப்பாவுடன் ஏற்றிவிட்டு வாசன் முன்னால் ட்ரைவருடன் ஏறிக்கொண்டான். அப்பா படுத்தபடியே நீண்ட நாட்களின் பின் தெருக்களின் சத்தத்தைக் கேட்டபடி கண்மூடி கிடந்தார்.

வீட்டின் முன் அம்புலன்ஸ் நின்றதில் வீட்டின் உரிமையாளரே பதற்றமடைந்து மேலே நின்று எட்டிப் பார்த்தார். வாசன் மேலே பார்த்து ஒருமுறை மரியாதைக்கு சிரித்தான். அவர் தலையை ஆட்டிவிட்டு உள்ளே போய்விட்டார். முன் வீட்டில் இருக்கும் சிலரும், அக்கம்பக்கம் இருப்போரும் ஒருமுறை எட்டிப் பார்த்துவிட்டுப் போனார்கள்.

ஸ்டெச்சரில் படுத்த நிலையிலேயே வாசனின் அப்பாவை உள்ளே தூக்கிப் போனார்கள். வாசலில் இருக்கும் சிறிய கேற் வழியே உள்ளே எடுக்கத்தான் கொஞ்சம் திணறினார்கள். அதற்குப் பிறகு உள்ளே கொண்டு போய்விட்டார்கள். வாசனும் மோகனும் ஒருபுறமும் அம்புலன்ஸ்காரரும் குட்டியானை ட்ரைவரும் ஒருபுறமுமாக பிடித்து கட்டிலில் இறக்கினார்கள். அப்பா படுத்தபடியே வலது காலை மடக்கி ஊன்றி தோள்களைத் தாங்கி பிடித்திருந்த வாசனின் துணையுடன் ஸ்டெச்சரில் இருந்து கட்டிலுக்கு நகர்ந்தார். தலையணை வைக்காத கட்டிலில் தலையை வைத்த பிறகு தனக்குப் பின்னே நிற்கும் வாசனை அப்பா ஒருமுறை கண்களை மேல் நோக்கி திருப்பிப் பார்த்தார். ஒரு பெரிய கடலைக் கடந்த களைப்பு அவர் கண்களில் மிதந்தது. வாசன் இடுப்பில் கைவைத்தபடி இயல்பு நிலைக்குத் திரும்பிக்கொண்டிருந்தான்.

மோகனும் குட்டியானை ட்ரைவரும் வாடகையை வாங்கிக்கொண்டு போயிருந்தார்கள். எல்லாவற்றுக்கும் சேர்த்து அம்மா இரண்டாயிரத்தை மோகனின் கையில் திணித்திருந்தாள். இன்னும் மின்விசிறி பொருத்தாததால் வியர்த்துக் கொட்டியது. மின்விசிறியைப் பொருத்தச் சொல்லியிருந்த கடையில் இன்னும் யாரும் வந்திருக்கவில்லை. அம்புலன்ஸ் அந்த கடையையும் கடந்தே வந்திருந்தது. வாசன் அதையும் பார்த்தபடிதான் வந்திருந்தான்.

வாசலுக்கு வந்து கொஞ்சம் புதிய தெருவில் இறங்கி நின்றாள் வாசனின் அம்மா. காலில் செருப்பில்லாமல் நிலத்தில் நின்றாள். அந்தத் தெருமுனை வரை எந்தக் கடையும் இல்லை. பழைய வீட்டுக்கு அருகில் ஒரு மளிகைக்கடை இருந்தது. அது அவளுக்கு ஒரு வசதியாகவும் இருந்தது. படியேறி வந்து கழிவறையைத் திறந்து பார்த்தாள். எதுவும் சொல்லவில்லை. கட்டிலருகில் போய் மனுசனின் நெற்றியை உள்ளங்கையால் ஒற்றித் துடைத்துவிட்டாள். அந்த அறைக்கு இருந்த ஒரு ஜன்னலைத் திறந்துவிட்டாள். ஏனோ வாசனுக்கு அந்த யோசனை வந்திருக்கவில்லை. கட்டிலுக்கு அருகில் கொஞ்சநேரம் இருந்தவள், கட்டி இருந்த சீலையின் முந்தானையை எடுத்து சிமெண்ட் தரையில் தலைக்கு விரித்து, இடது கையைத் தலைக்கு பாரம் கொடுத்து படுத்துவிட்டாள். வாசன் அறைக்குள் எட்டிப் பார்த்தபோது அவள் காலை மடக்கி கொஞ்சம் சுருண்டிருந்தாள். அவளுக்கும் வயது அறுபதை எட்டி இருந்தது.

6

சிறு மழைத்தூறல் நேற்றிரவு தூறியிருக்க வேண்டும். பஞ்சு மரத்தின் இலைகள் பசுமையான பச்சை நீர் ஈரத்துடன் தொங்கின. மொட்டைமாடியில் ஈரம் காய்ந்து இருந்தாலும் ஒரு குளுமை இருந்தது. உடம்பு லேசாக சுடுவதை உணர்ந்தான் துவாரகன். சூரியனின் சூடு இன்னும் ஆரம்பிக்கவில்லை. ஆனால், வானத்தில் ஒளி படர்ந்தே இருந்தது. பஞ்சு மரத்தை நெருங்கி வந்து முழு மரத்தின் இலைகளையும் கண்களில் நிரப்பினான். இதுவரை இப்படி நின்று பார்த்ததில்லை என்று அவனுக்கும் தோன்றியது. எதிர்வீடு அந்த இலைகளின் ஊடாகத் தெரியவில்லை. ஒரு மனிதனை உடனே பார்க்க வேண்டும் போல ஓர் உந்துதலை உணர்ந்தான் அந்த தனித்திருந்த மொட்டைமாடியில்.

இலைகளின் ஊடாக ஒரு பெண்குரல் "டாடி" என்று கேட்டது. ஒரு பெண் இளமஞ்சள் நிற மெல்லிய டீசர்ட் அணிந்து எதிர்வீட்டுக்கு இரண்டு வீடு தள்ளி இருந்த பால்கனி ஒன்றில் நின்றிருந்தாள். அவள் வாயில் டூத் பிரஷ் இருந்தது. அரைச்சுவர் பால்கனியின் இரும்பால் பதிந்திருந்த ஓம் என்ற தமிழ்ச் சொல்லின் ஒரு கம்பியில் அவள் தன்னுடைய வலது காலைத் தூக்கி வைத்து நின்று தெருவைப் பார்த்தாள். இடையிடையே பின்னால் திரும்பி வீட்டுக்குள் பார்த்து

ஏதோ சொன்னாள். அவள் தலையைத் திருப்பும்போதெல்லம் அவளின் கட்டைக்கூந்தல், தலை உச்சியில் கட்டப்பட்டு துள்ளியபடி இருந்தது. அவளை விட சின்ன பெடியன் ஒருவன் பள்ளிக்கூடச் சீருடையில் உள்ளே இருந்து ஓடிவந்து தெருவை எட்டிப்பார்த்துவிட்டு திரும்பி உள்ளே ஓடினான். “வர்சா” என்று ஒரு குரல் இரண்டுமுறை கேட்டது. அது அவள் அம்மாவின் குரலாகவே இருக்க வேண்டும். அந்த அமைதியான சூழலில் அது தெளிவாகவே கேட்டது. மூன்றாவது முறை “வர்சா” என்ற குரல் கொஞ்சம் சத்தமாகவே கேட்டது. அவள் “ஷிட்” என்று கையைக் குவித்து பால்கனி கட்டை மதிலில் ஒரு குத்துக் குத்திவிட்டு உள்ளே போனாள். அவள் திரும்பிப் போகும்போதுதான் கவனித்தான் அவள் ஒரு வெள்ளை நிறஷாட்ஸ் போட்டிருந்தாள். அவள் காலின் பின் முட்டிவரை வெண்மை நீண்டிருந்தது தெரிந்தது.

“சாவுக்கிராக்கி கீழ வாடா” என்று ஒரு சத்தம் கேட்டபோது துவாரகன் முழுகிய தலையைத் துடைத்துக்கொண்டு நின்றான். ஈரத்தில் கொஞ்சம் நனைந்திருந்த சாறத்தை அவிழ்த்து இறுக்கிச் சொருகிக்கொண்டு திரும்பவும் பஞ்சுமர இலைகளுக்கு அருகே போய் நின்றுகொண்டான். ஈரத்துண்டு தோளில் கிடந்தது.

வர்சா, இடுப்பில் கையை வைத்துக்கொண்டு தெருமுனையைப் பார்த்தபடி நின்றாள். இளஞ்சாம்பல் நிற சுடிதார் போட்டிருந்தாள். அதன் கால்சராயும் துப்பட்டாவும் தூய வெண்மையில் இருந்தன. முதுகில் ஒரு தண்ணீர் போத்தலுடன் கருப்பு நிற புத்தகப்பை தொங்கியது. வெள்ளை சப்பாத்துக் கால்களின் கீழே நேற்று தூறிய மழையின் ஈரம் படர்ந்த தரை பரிசுத்தமாக இருந்தது. அவள் பால்கனிக்கு தலையைத் திருப்பி நிமிர்ந்து பார்த்தபோதுதான் அவளின் குதிரைவால் கட்டைத்தலைமுடியை துவாரகன் கவனித்துப் பார்த்தான். அது கழுத்தில் இருந்து ஒரு சாண் உயரத்தில் கறுப்புக் கயிறு ஒன்றினால் கட்டப்பட்டிருப்பது போலத் தெரிந்தது. அதை அவிழ்த்துவிட்டாலும் ஓர் அடிக்கும் குறைவான நீளமே இருக்கும். பொன் நிறம் கலந்த கறுத்த கேசம்.

தம்பியின் புத்தகப்பை சுமந்த முதுகைத் தள்ளிக்கொண்டு போன வர்சாவை பார்த்து கையசைத்தாள் அவள் அம்மா. அவளோ திரும்பியே பார்க்காமல் ஒரு கையை மட்டும் பலமாக ஆட்டியபடி போனாள். மழை ஈரத்தால் நீண்டிருந்த வெறுமையான தெருவை நீண்டநேரம் பார்த்திருந்தான் துவாரகன். இன்னும் சில மழைத்துளிகள் பஞ்சுமர இலைகளில் ஒட்டி ஈரம் காயாமல் இருந்தன. வெய்யில் ஏறுவதை முதுகின் இளஞ்சூடு உணர்த்தியது.

7

காலையில் காவல் நிலையம் போகலாம் என்று அம்மா வாசனிடம் இரவே சொல்லி இருந்தாள். அந்தப் புதன்கிழமை காலையில் வாசன் எழும்பும்போதே அம்மா கொளுத்தி வைத்திருந்த சாம்பிராணி வாசனை பாயைச் சுற்றி சூழ்ந்திருந்தது. அந்த வீட்டில் ஓர் அறைதான் இருந்தது. அதில் அப்பாவின் இரும்புக்கட்டில் பெரும்பகுதியை எடுத்துக்கொண்டது. அம்மா, அப்பாவின் தலைப்பகுதியில் கட்டிலுக்கும் சுவருக்கும் இடையில் எஞ்சி இருந்த நான்கடி அகல இடத்திலேயே படுத்துக்கொள்வாள். அப்பா இரவில் அவ்வப்போது அவசரத்துக்கு எழுப்புவதால் அதுவே அம்மாவுக்குப் பழகிவிட்டது. பழகி விட்ட எந்தப் பாரமும் மனதை அழுத்துவதில்லை. அம்மாவின் முகத்தில் நீண்ட தூக்கம் ஒன்று ஆழப் புதைந்து கிடந்தது. அதற்குக் கிட்டத்தட்ட இரண்டு வருட ஆயுள் இருக்கும்.

இடுப்பில் இருந்து அவிழ்ந்து கிடந்த சாறத்தை எடுத்துக் கைகளால் பிடித்துக்கொண்டு இருக்கவே தேனீர் பாய்க்கு வந்தது. பெயருக்கு ஒரு வாய் தண்ணீர் எடுத்து கொப்பளித்துவிட்டு வந்து மறுபடியும் பாயில் குந்திக்கொண்டு தேனீரை கையில் எடுத்தான். கட்டிலில் இருந்த ரப்பர் ஜக்கில் கொஞ்சம் சுடுதண்ணீர் இருந்தது. சுடுதண்ணீரை ஊதி வலது கையால்

தொட்டு, காய்ந்த கன்னங்களில் தடவிக்கொண்டு இருந்தார் அப்பா. அம்மா அவர் முதுகைக் கொஞ்சம் உதவிககுப் பிடித்திருந்தாள். ஒரு கையில் கடும் நீல ரேசர் இருந்தது. மறுகையில் சின்னக் கண்ணாடி. பாரம் இல்லாத பச்சை நிற ரப்பரில் அடித்த கண்ணாடி அது.

அப்பாவுக்கு தினமும் ஒருமுறை முகத்தில் சுடுதண்ணீர் பட வேண்டும். தினமும் தாடி வளர்ந்துவிடாவிட்டாலும் அவர் பழகிவிட்டார். கொழும்பில் கடையில் நின்ற பழக்கம் அது. தினமும் ஒருமுறை முகத்தை ஒழுங்கு செய்வது முப்பது வருடப் பழக்கம். இப்போது தினமும் சவரம் செய்ய அவரால் முடியாவிட்டாலும், அவரை மகிழ்ச்சிப்படுத்த அவ்வப்போது அம்மாவே சுடுதண்ணீர் கொண்டுபோய் குடுப்பாள். அவரும் அதில் புத்துணர்வு பெறுவதை வாசன் கண்ணாரப் பார்த்திருக்கிறான். தினத்தந்திப் பேப்பர் தலையணைக்கு மேலே கிடந்தது. அப்பாவையும் பேப்பரையும் பிரிக்க முடியாது. மாலையிலும் கொஞ்சநேரம் அந்தப் பேப்பரை மறுபடியும் படித்துக்கொண்டு இருப்பார். முன்போல நீண்டநேரம் அவரால் உடகார்ந்து இருக்க முடியாததால் படுத்தபடி படிப்பதுண்டு. அவரது இடது கையும் முன்போல வேகமாக இப்போது இயங்குவதில்லை.

மேசையில் இருந்த ஆனந்தவிகடன் இதழுடன் காவல் நிலையம் கொண்டு போக வேண்டிய ஆவணங்கள் இருந்தன. மூவரின் ஒளிப்படங்கள் இரண்டிரண்டாக ஆறு, வீட்டு உரிமையாளரின் கடிதம் ஒன்று, மற்றது அம்மாவே கைப்பட எழுதிய கடிதம். வீட்டு உரிமையாளர் எழுத வேண்டிய கடிதத்தையும் அம்மாவே எழுதி இருந்தாள். அதைப் படித்துப் பார்த்து கையெழுத்து மட்டுமே வீட்டு உரிமையாளர் போடுவார். முதலில் வீட்டு உரிமையாளரிடம் அந்தக் கையெழுத்தை வாங்கிவிட்டால் ஒரு பெரிய பிரச்சனை ஓய்ந்துவிடும் என்று மேசையை எட்டிப்பார்த்த வாசனுக்குத் தெரியும். சட்டப்படி அந்தக் கடிதத்தை வீட்டின் உரிமையாளரேதான் எழுத வேண்டும். இதுவரை இருந்த எந்த வீட்டிலும் அது நடக்கவில்லை.

அந்தக் கடிதம் ஏன் எழுதப்படுகிறது என்பதை வீட்டின் உரிமையாளருக்கு விளங்க வைப்பதே பெரிய வேலையாக இருந்தது. அந்தப் பெரிய விளக்கத்தைக் கேட்க பலருக்கு நேரம் இல்லை. சிலர் “போலிஸ்டேசனில் பதியணுமா நீங்க?” என்று பயந்தும்விடுவார்கள். அதனால் இந்த ஏற்பாட்டை செய்திருந்தாள் அம்மா. இரண்டு கடிதங்களும், “கனம் பொருந்திய காவல்துறை ஐயாவுக்கு” என்று தொடங்கும். அந்தக் கடிதத்தின் தமிழை அகதி இலக்கியத்தில் சந்தேகமே இல்லாமல் சேர்க்கலாம். கடைசியாக அப்பாவுடன் காவல் நிலைய வாசலில் நின்றது வாசனுக்கு நன்றாகவே ஞாபகம் இருந்தது. நிமிர்ந்து நிற்கும் நிலையில் இருந்த அப்பா அன்றைக்கு காவல் நிலைய வாசலில் குனிந்து நின்றிருந்திருந்தார். ஒருமணி நேரத்துக்கு மேல் நின்ற களைப்பில் கடிதத்தைத் திரும்பத் திரும்பப் புரட்டிப் பார்த்த அப்பா “இங்க எல்லா போலிஸ்காரங்களும் கனம் பொருந்தியவர்கள் தான்” என்றார். அம்மாவுக்கு அதன் அர்த்தம் கொஞ்சமும் விளங்கவில்லை. வாசனும் சிரிக்கும் நிலையில் அப்போது நிற்கவில்லை.

வாசலில் இருந்த சின்ன கேற்றைத் திறந்து படியேறி வந்த மோகன் வீட்டுக்குள் வராமல் ஜன்னலாலேயே எட்டிப்பார்த்து “என்னண்ணே நீங்க வரேல்லையா பதிய?” என்றார். தலையைத் திருப்ப முடியாமல் அப்படியே கிடந்த அப்பா வலது கையை தூக்கி “வரேல்ல” என்று மிக மெதுவாக ஆட்டினார். வாசன் அவரை உள்ளே கதிரையில் இருக்கச் சொல்லிவிட்டு மேல்மாடிக்குப் படி ஏறிப் போனான். அவன் கையில் காவல் நிலையத்தில் ஒப்படைக்க வேண்டிய “வீட்டு உரிமையாளர்” கடிதம் இருந்தது. மாடியில் வேலைக்குப் போகத் தயாராகிய நிலையில் சாப்பிட்டுக்கொண்டிருந்த வீட்டின் உரிமையாளர் அவனை உள்ளே வரச் சொன்னார். அவன் “பரவாயில்லை” என்று தலையை ஆட்டிவிட்டு வாசலில் இருந்து கொஞ்சம் பின்னே நகர்ந்து வந்து, அங்கே இருந்து தெருவை எட்டிப் பார்த்தான். முன் வீட்டின் மொட்டைமாடியில் ஒரு நாற்பது வயது மதிக்கத்தக்க பெண்மணி சீலையைத் தொடைவரை சுருட்டிக்கொண்டு குந்தி இருந்து பெரிய அண்டா ஒன்றை

விளக்கிக்கொண்டு இருந்தாள். திறந்துவிட்டிருந்த பைப்பில் இருந்து தண்ணீர் அண்டாவின் மேல் ஓடியது. கண் அங்கேயே போனதால் வாசன் தெருவைப் பார்க்காது திரும்பி நின்று கொண்டான்.

வீட்டின் உரிமையாளர் தமிழ்ச்செல்வன், சாப்பிட்ட கையை ஒரு துண்டில் துடைத்துக்கொண்டு, கையில் அதே ஈரத்துண்டுடன் வந்து "சொல்லுங்க" என்று தலையை சம்பிரதாயத்துக்கு ஆட்டினார். கடிதத்தை வாங்கிப் படித்தபடி "ஓ சிலோன் என்ன!" என்று சொன்னார். அவர் பார்வை கடிதத்தின் ஒவ்வொரு எழுத்திலும் இருந்ததால் வாசன் ஒன்றுமே பேசவில்லை. சற்று தயங்கிவிட்டு அவர் கடிதத்தை உள்ளே எடுத்துக்கொண்டு போனார். அவர் மனைவியை "சீதை" என்று அழைத்த சத்தம் கேட்டது. வாசன் தெருவைப் பார்த்த பால்கனிக்குத் திரும்ப வந்தான். அந்த மொட்டைமாடிப் பெண் சீலையை இறக்கிவிடாமல் அப்படியே எழும்பி நின்றாள். அவள் இடுப்பில் இருந்த மஞ்சளும் சிகப்பும் கலந்து இழைத்த சேலை நழுவும் நிலையில் இருந்தது. அவளின் பருத்த இடுப்பும் வெளுப்பாகவே இருந்தது. அவள் பிறந்தபோது அவளுடைய தொப்புள்கொடி சரிவர கையாளப்பட்டிருக்கவில்லை. அது வெளித்தள்ளிக் கொண்டு இருந்தது. அந்த நொடி தொப்புள் கொடி உறவு என்ற வார்த்தை சம்பந்தமே இல்லாமல் மண்டைக்குள் வந்துபோனது. "தம்பி" என்ற சத்தம் கேட்டு உடனே திரும்பினான். தமிழ்ச்செல்வன் கையெழுத்து ஒரு கிறுக்கலாக கடிதத்தில் இருந்தது. வாசன் "தாங்ஸ்" என்று தலையை நிமிர்த்தியபோது அவர் அங்கே இருக்கவில்லை. எட்டிப்பார்த்தான், விறாந்தையிலும் அவர் இல்லை. சீதை கையை விடுங்க என்று சிரித்தபடியே முனகுவது மட்டும் கேட்டுக்கொண்டிருந்தது.

அன்றைக்கு அம்மா சொல்வதை எல்லாம் கேட்பதற்கு வாசன் தயாராக இருந்தான். கறுப்பு டீசர்ட்டை கழற்றிவிட்டு தண்ணீர் நீல அரைக்கைச் சட்டையைப் போட்டுக்கொண்டான். விரலில் இருந்த வெள்ளி மோதிரத்தையும், கையில் கிடந்த

கறுப்பு ரப்பரையும் கழற்றி பத்திரமாக ஜீன்ஸ் பாக்கெட்டில் போட்டான். அம்மா பூசிய ஒற்றைக் குறி திருநீற்றை தலை வழங்கி ஏற்றான். அப்போதுதான் மோகன் ஆட்டோவை திருப்பிவிட்டு கண்ணாடிகளைத் துடைக்க ஆரம்பித்தார். அப்பாவுக்கு தண்ணீரும் மூத்திர போத்தலும் கட்டிலின் கீழே எடுக்கக் கூடியபடி வைத்துவிட்டு அம்மா கொஞ்சநேரம் அவரையே பார்த்தபடி நின்றாள். அவர் அதற்கு முகம் கொடுக்காமல் தினத்தந்தியை எடுக்கக் கைகளால் துழாவினார். அறைக் கதவை அரைவாசி அளவுக்கு மூடியபடி அம்மா வெளியே வந்தாள். ஜன்னலில் அப்பாவைப் பார்த்துக்கொண்டு நின்ற வாசன் அம்மா வருவதைப் பார்த்து அங்கிருந்து நகர்ந்து ஆட்டோ அருகே போய் நின்று கொண்டான். அம்மா விகடன் இதழில் வைத்த கடிதங்களுடன் கதவைப் பூட்டிவிட்டு “அப்ப போயிற்று வாறம் என்ன” என்றபடி ஜன்னலடியில் நின்றுவிட்டாள்.

“சரியப்பா... எத்தின தடவை...” அப்பா முடிக்கும் முன்னே அம்மா வந்து ஆட்டோவில் ஏறினாள்.

தெருக்களின் வழியே திரும்பித் திரும்பி மெதுவாக வந்த ஆட்டோ வரசக்தி விநாயகர் கோயிலைக் கடந்ததும் வேகம் எடுத்தது. மலர் மருத்துவமனையைக் கடந்து போகும்போது கொஞ்சம் வாகன நெரிசலாக இருந்தது. அதில் இருந்து பாண்டிச்சேரி கெஸ்ட் கவுஸ் வரை ஆட்டோ மெதுவாகவே வந்தது. பின்னர் சென்னையின் வாகனக் கூட்டத்தில் சிக்கிய ஆட்டோ அரைமணி நேரத்தில் அந்தப் பகுதியின் காவல் நிலையத்தை அடைந்தது. காவல் நிலையத்தில் இருந்து கொஞ்சதூரம் முன்னே போய் ஓர் இளநீர் கடைக்கு முன்னே மோகன் ஆட்டோவை நிறுத்தினார்.

ஈழத் தமிழர்கள் தமிழகக் காவல் நிலையங்களை நெருங்கும் அழகே இலங்கை இராணுவத்தின் முகாம்களை நெருங்கும் இயக்கப் பெடியளின் பாணியில் இருக்கும். முதலில் அவர்கள் காவல் நிலையங்களின் முன்னே வாகனங்களில் போய் இறங்கமாட்டார்கள். எங்காவது சில நூறு அடிகள் தூரத்தில் இறங்கித்தான் காவல் நிலையத்துக்கு நடந்து போவார்கள். காவல்

நிலையத்தை நெருங்கியதும் வெளிவாசல் மதிலோடு "சுவர் எடுத்து" நின்றுகொள்வார்கள். அந்தக் காவல் நிலையத்தின் சூழலே இன்றைக்கு போலிஸ் பதிவுக்குப் போகலாமா என்று சொல்லிவிடும். ஏதேனும் வெள்ளைக் கார்களும், வெள்ளை வேட்டிகளும் அங்கு தென்பட்டால் அன்றைக்கு அங்கு நிற்பதில் எந்தப் பயனும் இருக்காது. அதுபோல காவல் துறையினரின் போக்குவரத்து அதிகமாக இருந்தாலும் உடனே அங்கிருந்து திரும்பி வந்து விடுவார்கள்.

காவல் நிலைய வெளிவாசலில் வாசன் அம்மாவுடன் நின்றான். தனக்குப்பின்னே அவன் நிற்க வேண்டும் என்பது அம்மாவின் கட்டளை. இலங்கை இராணுவ முகாம் தொடங்கி கொழும்பு காவல் நிலையம் வரை இருந்த நடைமுறைப் பழக்கத்தை அம்மா இன்னும் மாற்றிக்கொள்ளவில்லை. அங்கிருந்து பார்க்க, காவல் நிலையத்தின் உள்ளே ஒரே இருட்டாக இருந்தது.

"யாரமா அங்க?" சில நிமிடங்களில் கேட்ட கட்டைக்குரலின் பின்னே வாசனும் அம்மாவும் வரிசை மாறாமல் முன் பின்னாக காவல் நிலையத்தின் உள்ளே நின்றார்கள். அம்மா கொண்டு போயிருந்த கடிதங்களை அந்தப் பெரிய மீசைக்காரரிடம் நீட்டினாள். அடுத்த நொடியே இயல்பாக அந்த வயர்க்கதிரையில் சாய்ந்து "சிலோனா" என்று தனக்குத்தானே சொல்லிக்கொண்டார் அவர். இரண்டாவது கடிதத்தைப் படித்தபடி ஒருமுறை தலையை நிமிர்த்தி கண்ணாடியைக் கழற்றிவிட்டு வாசனைப் பார்த்தார்.

"அவருக்கு சுகமில்லை. படுத்த படுக்கை. அதுதான் கூட்டிக்கொண்டு வர முடியேல்ல" அம்மா சொல்லி முடிக்க அவர் மறுபடியும் கண்ணாடியைப் போடுக்கொண்டார்.

"சரிமா..." என்று இழுத்தவர் தலையை இடதுபக்கம் திருப்பி காந்தி படத்துக்கு பக்கத்தில் இருந்த சுவர் மணிக்கூட்டைப் பார்த்து "நாலு மணிக்கு வாங்க" என்று முடித்தார். வாசனும் அந்த மணிக்கூட்டைத் தலையை நிமிர்த்திப் பார்த்தான். அப்போது மணி பத்தே முக்கால் ஆகி இருந்தது. பக்கத்தில்

இருந்த ஃபிரேம் போட்ட கருப்பு வெள்ளை காந்தியின் படத்தில் ஒரு பெரிய சாமந்திப்பூமாலை தொங்கியது. அம்மா திரும்பி அவனைப் போகச் சொல்ல, அவன் அவருக்கு ஒரு கையால் 'சலாம்' போட்டுவிட்டுத் திரும்பினான். அந்த மீசைக்காரர் முகத்தில் எந்த அசைவும் இருக்கவில்லை. திரும்பி வரும்போதுதான் வாசன் கவனித்தான், இரண்டு பேர் ஜட்டியுடன் எந்த சத்தமும் இல்லாமல் வாசலுக்கு அருகே குந்தி இருந்தார்கள். அவர்கள் கால்களின் கீழே இரத்தம் பெருகிக் கிடந்தது. அந்த கடும் சிகப்பு இரத்தமும் தமிழ் இரத்தமாகத்தான் இருக்கும்.

மாலை மூன்றுமணிமுதல் பள்ளிக் குழந்தைகளை ஆட்டோவில் ஏற்றும் மோகன் அன்றைக்கு விரைவாக வேலையை முடித்துக்கொண்டு மூன்றரைக்கே வாசன் வீட்டுத் தெருவில் நுழைந்தார். மோகன் சொன்ன பிறகுதான் வாசனின் அம்மா அவனைத் தனியாக காவல் நிலையம் போக அனுமதித்தாள்.

"கூட நான் போறனம்மா" என்று மோகன் நம்பிக்கையளித்தார்.

அவர்கள் காவல் நிலையத்திற்கு சில அடிகள் முன்னே ஆட்டோவை நிறுத்திவிட்டு நடந்து போனார்கள். மோகன் காக்கி வேட்டியை இறக்கிக் கட்டி இருந்தார். தொப்பியைக் கையில் எடுத்து கசக்கி வைத்திருந்தார். அவரை அப்படிப் பார்க்கவும் குற்றவாளி போலத்தான் இருந்தார். ஏதோ கெட்டநேரம் என்று வாசனுக்குள் ஓர் எண்ணம் ஓடியது. மோகன் விறுவிறுவென்று உள்ளே போனதால் வாசனுக்குத் தெம்பாக இருந்தது. உள்ளே போனதும் ஓர் அரையடி குனிந்து சலாம் போட்டார் மோகன்.

"என்னையா?" என்றபடி அவர்களை நோக்கி வந்த மீசைக்காரர் வாசனைக் கண்டதும் உடனே மேசையில் இருந்த பேப்பரை எடுத்து நீட்டினார். அதை சரிபார்க்கும் ஆவலில் கொஞ்சம் நிதானமாக அவர்கள் நின்றதை அவரால் சகிக்க முடியவில்லை. "போங்கப்பா" என்று சுந்தரை முதுகில் கையை வைத்துத் தள்ளிவிட்டார். உள்ளே ஒரு மூலையில் நிறைய காவலர்கள்

கூடி நின்று ஏதோ பரபரப்பாகப் பேசியபடி இருந்தார்கள். மோகன் ஏதோ கெட்ட வார்த்தைகளை முணுமுணுத்தபடி "ஏறு வாசா" என்று ஆட்டோவை எடுத்தார்.

அப்போது அவர்களைக் கடந்து போன பெரிய ஜீப் ஒன்றில் இருந்து ஈசன் கைவிலங்குடன் இறங்கினான். அவனை நாலைந்து பேர் அவசரமாகத் தள்ளிக்கொண்டு காவல் நிலையத்தின் உள்ளே போனார்கள். அவர்கள் யாரும் காவல்துறையினர் போல காக்கி ஆடைகள் எதுவும் அணிந்திருக்கவில்லை.

8

ஈசனை முதன் முதலில் வீட்டுக்குக் கூட்டிக்கொண்டு வந்தது வாசனின் அப்பாதான். இரண்டு வருடங்கள் ஒழுங்காக ஓடிக்கொண்டிருந்த தொலைக்காட்சி திடீர் என்று நின்றுவிட்டது. அதைச் சரிபார்க்கத்தான் ஈசன் வந்திருந்தான். மிகவும் கட்டுமஸ்தான உடம்பு ஈசனுக்கு. இயக்க ரெஜினிங் இன்னும் உடம்பில் இருந்தது. தலையில் முன்பகுதி முழுமையாக மயிரே இல்லை. கன்னத்தில் ஓர் அரையும்குறையுமான பிரெஞ்ச் தாடி இருந்தது. ஒரு பெட்சீட்டை கேட்டு வாங்கி அதை நான்குமுறை மடித்து ஒரு தலையணை உயரத்திற்கு மாற்றி அதில் டீவியை கவிழ்த்து வைத்தான். கீழே தரையில் குந்தி இருந்து டீவியின் பின் கோதை சில நிமிடங்களில் கழற்றிவிட்டான். அவன் வேகத்தைப் பார்த்து வாசனுக்கே ஆச்சரியமாகத்தான் இருந்தது. கையில் இருந்த பச்சைநிற கை பிடியுள்ள ஸ்குரூ ட்ரைவரால் வயர்களை எல்லாம் விலக்கிப் பார்த்தான். மஞ்சள் நிற குளுசை போன்ற ஒன்றை விரலால் தொட்டுத் தொட்டுப் பார்த்தான். பிறகு எழும்பி பைக்கை எடுத்துக்கொண்டு போய்விட்டான்.

டீவி அப்படியே தலைக்குப்புற கிடந்தது. வாசன் முதன் முதலில் கழற்றப்பட்ட டீவியின் பின்பகுதியை ஆர்வமாகப் பார்த்தபடி நின்றான். போன வேகத்தில் ஒரு ஐந்து நிமிடத்தில்

வந்த ஈசன் எதையோ பொருத்தினான். அது இரண்டு இஞ்ச் அளவுக்கு இருந்தது. டீவியை நிமிர்த்தி வைத்து வயர்களை இணைத்து சுவிட்சை போட்டான். டீவிக்கு கரண்ட் வந்து சிகப்பு லையிட் எரிந்தது. பக்கத்தில் நின்ற வாசனைப் பார்த்து "அதை எடும்" என்று டீவி ரிமோட்டைக் காட்டினான். சில நிமிடங்களில் டீவியில் சன் டிவி ஓடியது. திரும்பவும் சுவிட்சை ஓஃப் செய்யச் சொன்னான். வாசன் ஓஃப் செய்தான். டீவியைத் திரும்பவும் தலைக்குப்புற பெட்சீட்டில் கவிழ்த்துவிட்டு பின் ரப்பர் கோதை அழுத்தி வைத்து ஸ்குரூவை போட்டு பச்சைப்பிடி ஸ்குரூ ட்ரைவரால் சுழற்றிப் பொருத்தினான். அந்தச் சின்ன ஸ்குரூவை அவன் விரல்களில் கையாள்வது விசித்திரமாக இருந்தது. பாக்கெட்டில் இருந்த ஒரு சின்னத் துண்டு பொருளை அப்பாவிடம் நீட்டி "இதான் அடிச்சிட்டு" என்றான். அப்பா நூறு ரூபாயைக் கொடுக்க, "இதுக்கு முப்பது" என்றபடி ஈசன் வாசனைப் பார்த்து சிரித்தான். "சரி வச்சுக்க" என்ற அப்பா இன்னும் ஓர் ஐம்பதை நீட்டினார். ஒரு டம்ளர் தண்ணீருடன் காணாமல் போனான் ஈசன். அதன் பிறகு எங்காவது தெருவில் காணும்போது "வா இறக்கி விடுறேன்" என்று சிலமுறை கேட்டிருக்கிறான். வாசன் சிரித்தபடி மறுத்துக்கொண்டு போய்விடுவான். பெரும்பாலும் ஈசனின் பைக்கின் பின்சீட்டில் யாராவது ஒரு வெள்ளை வேட்டி இருந்தபடிதான் இருக்கும்.

ஈசன் நெசப்பாக்கம் காமராசர் சிலையில் இருந்து நெசப்பாக்கம் சுடலை கடந்து போகும் பாதையில் இருக்கும் ஓர் அரசியல்வாதியின் வீட்டின் மொட்டைமாடியில் இருந்தான். அது ஒரு பழமையான வீடு. அந்த வீட்டின் கீழே மட்டும் ஏழு அறைகள் இருந்தன. ஒரு பழம்பெரும் கட்சி அரசியல்வாதியின் வீடு என்றாலும் அப்போது அந்த வீட்டுக்கு எந்த முக்கியத்துவமும் இருக்கவில்லை. அந்த அரசியல்வாதி இறந்த பிறகு அந்த குடும்பத்துக்கு அரசியலில் ரீதியாக அந்தக் கட்சியில் எந்த முக்கியத்துவமும் கொடுக்கப்படவில்லை. அவரின் பிள்ளைகள் எல்லோரும் அந்த வீட்டில் கூட்டுக் குடும்பமாக வசித்தார்கள். ஈசனின் மாடி அறையில் எந்த

வசதியும் இருக்காது. ஒரு குமிழி பல்பும் ஒரு மின்விசிறியும் இருந்தது. ஒரு கதிரை கூட இல்லாத அறை அது. ஒரு பாயும், ஒரு பெட்டியும் மூன்று பழைய டீவியும்தான் அந்த அறையை நிரப்பிக்கொண்டு இருந்தன.

அரசியல்வாதியின் மகன்கள் எல்லோரும் ஏதாவது ஒருவிதத்தில் தங்களின் தந்தையின் பெயரை மறுபடி நிலைநாட்ட முயன்றுகொண்டுதான் இருந்தார்கள். ஆனால் அதனால் எந்தப் பயனும் இல்லை என்பது போக ஏதாவது அடிதடிகளிலும் சிக்கிக்கொள்வார்கள். ஈசன் அவர்களைவிட்டு விலகி இருந்தாலும் ஏதாவது ஒருவகையில் அவர்களைச் சார்ந்தும் இருக்கவேண்டி இருந்தது. அதனால் ஈசனை ஏதாவது ஒரு கூட்டத்துடன் பார்ப்பது எல்லோருக்கும் பழகிய ஒன்றாகிவிட்டது.

ஈசனை ஒரு பஜிரோவில் ஏற்றிக்கொண்டு முன்னும் பின்னும் இரு போலிஸ் ஜீப் சூழ அந்தப் பழைய வீட்டில் கொண்டுவந்து இறக்கினார்கள். அங்கு போலிஸ் ஜீப் போவது எந்த அதிர்ச்சியையும் உருவாக்கவில்லை. நான்கு தலைமுறை அரசியல் கண்ட வீடு அது. இரண்டு பேர் மட்டும் வெள்ளை வேட்டியுடன் வந்து “என்ன மேட்டர்?” என்று கேட்டார்கள். அவர்கள் இருவரும் மேலே ஒரு துண்டு கூடப் போடவில்லை. ஈசனை இறக்கிக் கொண்டு வரத்தான் வேட்டியை அவிழ்த்துவிட்டார்கள். ஈசனை மாடிக்குத் தள்ளிக்கொண்டு போனார்கள். பூட்டி இருந்த மெல்லிய வேலைப்பாடுகள் நிறைந்த மரக்கதவை உதைத்துத் திறந்தார்கள். உள்ளே எதுவும் இல்லை. பழையை டீவிகள்தான் கிடந்தன.

ஈசனை இறக்கிக் கொண்டு போய் மறுபடியும் பஜிரோவில் ஏற்றினார்கள். அதற்குள் கீழே வீட்டுக்குள் ஒரு பேச்சு வார்த்தை முடிந்திருந்தது. உயர்ந்த மீசை இல்லாத வெள்ளை அதிகாரி ஒருவருடன் இணக்கமாக பேசியபடி வந்த அரசியல்வாதியின் மூத்த மகன் சிவசிதம்பரம் கொஞ்சம் தலையைக் குனிந்து பஜிரோவின் உள்ளே ஈசனைப் பார்த்து ஒருமுறை தலையில்

அடித்துக்கொண்டார். அவர் தலையில் அடித்த அடியில் நெற்றியில் நிறைந்திருந்த திருநீறு காற்றில் பறந்தது.

டெல்லி விமான நிலையத்தில் இருந்து ஃபிரான்ஸ் போக இருந்த ஈசனை டெல்லி விமான நிலைய பாதுகாப்பு அதிகாரிகள் கைது செய்திருந்தனர். ஈசனுக்கு ஆங்கிலமும் தெரியவில்லை. அவர்களால் அவனுடன் உரையாடவே முடியவில்லை. அவன் வைத்திருந்தது கள்ளப் பாஸ்போர்ட். அவர்கள் சொன்னதில் ஈசனுக்கு அதுதான் விளங்கியது. “டூப்பிளிகேற் டூப்பிளிகேற்”. ஈசன் இயல்பாக தனக்கு முன் இருந்த மேசையில் இருந்த கிளாசின் மேல் ரப்பர் தட்டை எடுத்து வைத்துவிட்டு அதில் நிறைந்திருந்த நீரை வயிறு குளிர முழுங்கினான். இனிமேல் என்னவெல்லாம் நடக்கும் என்பது அவனுக்கு நன்றாகவே தெரிந்திருந்தது

அவன் எதிர்பார்த்ததில் எதுவும் தவறிப்போகவில்லை. சென்னைக்குக் கொண்டு வந்ததோ, தனது அறைக்குக் கொண்டு போனதோ அவனுக்கு எந்தத் தாக்கத்தையும் ஏற்படுத்தவில்லை. தான் எப்போதோ இறந்து போயிருக்க வேண்டியவன் என்பதை மட்டும் ஈசன் மறக்கவில்லை.

ஈசனுக்கு ஓர் அண்ணன் இருந்தான். அவன் தான் ஈசனின் வாழ்க்கையை மாற்றியவன். இயக்கத்தில் இருந்த அண்ணைப் பார்த்துப் பார்த்தே ஒருநாள் இயக்கதுக்கு ஓடினான் ஈசன். அப்போது கடும் சண்டைகள் இருக்கவில்லை. அண்ணனும் அவனை ஒன்றும் சொல்லவில்லை. அப்பா தான் இருவரையும் வீட்டுப்பக்கம் வரக்கூடாது என்று சொல்லி இருந்தார். புலிகளின் மேல்மட்ட அண்ணன்கள் போய் பேசியபோதும் அவரைக் கரைக்க முடியவில்லை. இரண்டு வருடமானது அவரைச் சமாதானம் செய்ய. ஈசன் அண்ணனின் பேச்சைக் கேட்டு இயக்கத்தை விட்டு விலத்திய பிறகுதான் அப்பா சாமாதானம் ஆனார். அதுவரை இயக்கத்தின் ஜீப் கூட அந்தப்பக்கம் சத்தமில்லாமல்தான் போய் வந்தது.

ஈசன் வீடு வந்த மூன்றாவது மாதமே அண்ணனின் சிதைந்த உடல் ஒரு பெட்டியில் வீடு வந்து சேர்ந்தது. அங்கு வந்த

இயக்க பெடியள் எல்லாரையும் அப்பா கட்டிப்பிடித்து அழுதார். சிலரை “போங்கடா... போய் சாகுங்கடா” என்று தள்ளியும் விட்டார். யாரும் அவருக்குப் பதில் பேசவில்லை. ஈசன் அப்பாவை அடக்கி அடக்கி கதிரையில் இருத்தினான். அப்பாவுக்கு ஈசன் மட்டுமே இருந்தான். ஈசனுக்கும் அப்பா மட்டும்தான் அதன் பிறகு இருந்தார்.

அண்ணனின் ஆட்டத் துவசத்தோடு ஈசனை இந்தியாவுக்கு அனுப்பிவிட்டார். ‘நீ உயிரோட கிடந்தா போதும்’ என்பதே அவரின் ஒரே வார்த்தையாக இருந்தது. அவரும் வெளிநாட்டில் இருக்கும் யாரையாவது பிடித்து மகனை எங்கேயாவது அனுப்பிவிட தொடர்ந்து முயன்றுகொண்டுதான் இருந்தார். ஈசனுக்கு வெளிநாட்டு ஆசை கொஞ்சமும் இல்லை. அப்பாவுக்காக ‘சரி’ என்று தலையாட்டினான். அதுவரை விமான நிலையத்தின் உள்ளே போகாத ஈசன் முதல்முறை உள்ளே போய் பிடிபட்டிருக்கிறான். நேரில் பார்த்தால் ‘நல்ல முன்னேற்றம்’ என்று நிச்சயம் சொல்லுவான்.

9

கே.கே. நகரின் மிக முக்கியமான பகுதிகளில் அம்மன் கோயிலும் ஒன்று. கே.கே. நகர் தபால் நிலையம், ஐயப்பன் கோயில் இவைகளும் அம்மன் கோயிலில் இருந்து இரண்டு நிமிட நடை தூரத்தில்தான் இருக்கிறது. அம்மன் கோயிலுக்கு முன் காய்கறி கடைகள் தொடங்கி பல்வேறு கடைகள் இருந்தன. அம்மன் கோயில் அருகில்தான் பாண்டிச்சேரி கெஸ்ட் கவுசில் இருந்து வரும் முக்கிய வீதி இருக்கிறது. அந்த வீதி சிவன் பார்க்கில் இருந்து இடது பக்கம் திரும்பி வடபழனி போகும் பாதையுடன் இணைந்து நீண்டு செல்லும்.

அம்மன் கோயிலை ஒட்டிய முக்கிய வீதிக்கு அந்தப்பக்கம் மாடியில் இருந்தது சுபம் நெற்சென்ரர். அதற்குப் பின்புறம்தான் வசந்தன் பேக்கரி. வசந்தன் பேக்கரிக்காரர் மானிப்பாயைச் சேர்ந்தவர். அவர் வீட்டுடன் சேர்த்து ஒரு பேக்கரியை நடத்தி வந்தார். கல்யாணம், பிறந்த நாளுக்கு கேக் அடித்தும் கொடுப்பார். அந்த பேக்கரிக்கு போகும் சந்தில் இருக்கும் தேநீர்க்கடை மிகவும் புகழ் பெற்றது. வரும்காலத்தில் புகழ் பெறப்போகும் பல்வேறு சினிமாத்துறையினர் எப்போதும் அந்தக்கடையில் நிறைந்திருப்பார்கள். அவர்களில் பலர் உதவி இயக்குனர்கள்.

கே.கே.நகரில் மூன்று நெற்சென்ரர்கள் இருந்தன. ஒன்று துவாரகன் வசிக்கும் தெருவில் இருந்து வலதுபக்கம் திரும்பி

ஆவின் பூத் கடைக்குப் போகும் வழியில் இருந்தது. மற்றது போஸ்ட் ஆபிசுக்கு இரண்டு கடை முன்னே இருந்தது. மூன்றாவது சுபம் நெற்சென்ரர் அம்மன் கோயிலடியில் இருந்தது. அம்மன் கோயிலடியில்தான் அப்போது கெட்ஃபோன் / வெப் காம் வசதிகள் இருந்தன. துவாரகனுக்கு மாதத்தில் சிலமுறை ஸ்கைப் அழைப்பு வருவதுண்டு. சுபம் நெற்சென்ரரில் ஒருமணி நேரத்திற்கு இருபது ரூபாய் அறவிடப்படும். கெட்ஃபோன் / வெப்காம் பயன்படுத்தினால் இருபத்தைந்து ரூபாய். குறைந்தபட்ச கட்டணம் பத்து ரூபாய் வாங்குவார்கள்.

வாசன் மாடிப்படிகளில் ஏறி சுபம் நெற்சென்ரர் வாசலுக்கு வரும்போது குறைந்தது பத்து சோடி செருப்புகள் வாசலில் குவிந்து கிடந்தன. வாசலுக்கு நேரே இருக்கும் 2-ம் நம்பர் ஸ்டிக்கர் ஒட்டப்பட்ட காபினில் துவாரகன் இருந்தான். வாசலில் நின்று பார்க்க துவாரகன் விமானம் ஓட்டுகிற பயிலட் போல அமர்ந்திருப்பது தெரிந்தது. துவாரகனை அப்படிப் பார்ப்பது வித்தியாசமாக இருந்தது. அப்படியே அசையாமல் இருந்து கையை மட்டும் வாசனுக்கு ஆட்டினான் துவாரகன். செருப்புகள் குவிந்து கிடந்ததால் வாசலில் நிற்காமல் கொஞ்சம் தள்ளி வந்து நின்று அம்மன் கோயில் வீதியை வேடிக்கை பார்த்தான். இருண்டுகொண்டு போன மாலையால் அந்த வீதியே புதிய அழகைப் பெற்றது. அவ்வப்போது அம்மன் கோயில் மணி கிலுங்கியது. பட்டுச் சீலைகளும் பட்டுப் பாவாடைகளும் அம்மன் கோயிலை ஒட்டிய பகுதிகளில் நிறைந்து காணப்பட்டது. எல்லோர் முகமும் முழுமதியாக நிறைந்திருந்தது ஆச்சரியமாக இருந்தது. ஒரு பட்டுப் பாவாடை கட்டிய குழந்தை அப்பாவின் யமகா வண்டியில் இருந்தபடி கைகள் இரண்டையும் குவித்து சாமி கும்பிட்டது. இவர்களுக்கெல்லாம் பிரச்சனைகள் இருக்காதா என்று வாசனுக்கு தோன்றியபடியே இருந்தது. கோயிலுக்கு வருகிறவர்களுக்கு இருக்கும் பிரச்சனைகளும், கோயிலுக்கே வர முடியாமல் இருப்பவர்களின் பிரச்சனைகளும் வேறுபட்டவை. இரண்டு மணிச்சத்தம் கொஞ்சம் சத்தமாகக் கேட்டது. பெரிய காண்டாமணியாக இருக்கலாம்.

துவாரகன் பேசுவதன் ஒரு அறிகுறியும் தெரியவில்லை. அவ்வப்போது தலையை இடம் வலமாகவும் மேல் கீழாகவும் அசைப்பது மட்டுமே தெரிந்தது. அவனுக்குப் பக்கத்தில் இருந்த காபினில் இருந்து யாரோ ஒருவன் "பாஸ்" என்று அழைத்து ஒரு விரலை காட்டினான். துவாரகன் அவசரமாக மானிட்டருக்கு கையசைத்து தலையில் இருந்த பாரங்களை கழற்றி வைத்தான். பாக்கெற்றில் இருந்த இரண்டு பத்து ரூபாய் தாள்களை எடுத்து அவரிடம் நீட்டினான். ஒரு பத்து ரூபாய் காந்திவரை கிழிந்திருந்தது போல இருந்தது.

"ஈசனை போலிஸ்டேசன்ல கண்டனான்" என்று சொல்லிவிட்டு துவாரகனை உற்றுப் பார்த்தான் வாசன்.

துவாரகன் ஏதோ சலிப்பில் இருந்தவன் போல "எதாவது கட்சிக்காரன் சண்டையா இருக்கும். இவருக்கு இதெல்லாம் தேவையில்லாத வேலை" என்றான்.

வாசனுக்கும் ஈசனின் நடவடிக்கைகள் தெரியும் என்பதால் அதற்கு பதிலேதும் பேசவில்லை. படியிறங்கும் முன் இருவரும் சிலநிமிடங்கள் அந்த வீதியின் விதியை வேடிக்கை பார்த்தார்கள்.

"கே.கே.நகரில்தான் அழகான பெண்கள் நிறைந்திருக்கிறார்கள்" வாசன் சொன்னதை துவாரகன் மறுக்கவில்லை. வர்சா அணிந்திருந்த அதே பள்ளிச்சீருடையுடன் நான்கு மாணவிகள் சாலையைக் கடக்க நின்று கொண்டிருந்தார்கள். அவர்களில் ஒருத்தியின் கையில் லேஸ் பாக்கெட் பிய்த்த நிலையில் இருந்தது. வீதியின் இரண்டு பக்கமும் பார்த்தபடி அவர்கள் அந்த லேஸ் உருளைக்கிழங்குத் துண்டுகளை பகிர்ந்துகொண்டனர். அவர்கள் அந்தச் சாலையைக் கடந்து போக அந்த லேஸ் பாக்கெட் இவர்கள் நின்ற மாடிக்கு கீழே இருந்த ஒரு கடலை வியாபாரியின் கால்களை ஒட்டினாற் போல பறந்து வந்து கிடந்து காற்றில் ஆடியது. அவனது வண்டியில் சூடான கருப்புத் தட்டு ஒன்றில் கச்சான் சூடு பறக்க வெந்துகொண்டிருந்தது.

10

பாலன்தான் கே.கே.நகரின் மூத்த அகதி என்று சொல்ல வேண்டும். பாலன் ஆறு வருடம் ஒரே வீட்டில் இருப்பதும் ஓர் அகதியாக முக்கியமான ஒன்று. பாலன் இருக்கும் வீடு ஓர் ஈழத்தமிழரின் சொந்த வீடுதான். அந்த விதத்தில் தமிழகத்தில் ஈழத்தமிழர் வாங்கிய முதல் வீடும் அதுவாகத்தான் இருக்கும். ஆனாலும், அது ஒரு தமிழகத்தவர் பெயரில்தான் இருந்தது. சட்டப்படி அது தமிழகத்தவர் வீடு என்பதும் பாலனுக்கும் இன்னும் ஒரு சிலருக்கும் தான் தெரியும். துவாரகன் ஒருமுறை இதை ரூபனின் வாயில் இருந்துதான் கிளறி எடுத்தான். அந்த ஈழத்தமிழர் ரூபனின் பிரான்ஸ் நண்பர். அவர் பிரெஞ்ச் குடிமகன் ஆனதில் இருந்து ரூபனின் கடந்தகால நண்பராகி விட்டார். அதற்கு நிச்சயமாக அவர் காரணமில்லை. ரூபனை மட்டும் திருப்பி அனுப்பிய பிரெஞ்ச் போலிசாரே இதற்கும் பொறுப்பேற்க வேண்டும்.

கே.கே.நகர் பன்னிரெண்டாவது தெருவில் இருக்கும் பாலனின் வீடு ஒரு யாழ்ப்பாண வீடு போல இருப்பதாக வந்துபோகிறவர்கள் சொல்வார்கள். அதன் அருகாமை வீடுகளும் மரங்கள் சூழ மிக அமைதியாக இருக்கும். பக்கத்துவீட்டின் வளகுக்குள் இருந்த வேம்பு ஒன்று அவரின் வீட்டுக்கு ஒரு பெரிய குடை போல மாறி இருந்தது. அது வெய்யிலையும் மழையையும்

கூட பாலனின் வீட்டை பாதிக்க அனுமதிப்பதில்லை. நிறைய வேப்பம் இலைகள் அந்த வீட்டின் மொட்டைமாடியில் தினமும் விழுவதால் சில கிளைகளை வெட்டிவிட அந்த வேம்பின் சொந்தக்காரர் முன்வந்த போதும் பாலன் அதை தடுத்துவிட்டார். தூரத்தில் இருந்து பார்த்தால் அந்த வீடே ஒரு வேப்பமரத்தின் உள்ளே ஒடுங்கி மறைந்திருப்பது போல தெரியும். அந்த மொட்டைமாடி சில வருடங்களாக நிலவைப் பார்த்ததில்லை. பாலன் நிலவைப் பார்க்க முயன்றதும் இல்லை. அவர் ஓர் இருளின் விரும்பிதான். தன்னுடைய அறையின் ஜன்னலைக் கூட எப்போதும் சாத்தியே வைத்திருப்பார். வீட்டில் யாராவது திறந்து விட்டிருந்தாலும், அவர் வீட்டுக்கு வந்ததும் பார்க்கும் முதல் வேலையே அந்த ஜன்னலை அடித்துச் சாத்துவதாகத்தான் இருக்கும்.

பாலன் தனது பதினெட்டாவது வயதில் ஈ.பி.ஆர்.எல்.எஃப் அமைப்பில் இணைந்தவர். பலமுறை அமைப்பை விட்டு வெளியே போய் திரும்ப உள்ளேயும் வந்திருக்கிறார். அவருடைய நண்பர்கள் பலர் அந்த அமைப்பில் நிறைந்திருந்ததால் அவரால் விலகி இருக்கவும் முடியவில்லை. அவர் அமைப்பில் இருக்கிறாரா இல்லையா என்பதே இப்போது யாருக்கும் சரிவர தெரியாது. இந்தியாவில் பல வருடங்கள் இருப்பதாலும், அமைப்பின் செயற்பாடுகள் பெரிதாக ஏதும் இல்லாததாலும் அதைப்பற்றிய கதைகளும் இல்லை.

நாற்பத்தொன்பது வயதாகும் பாலனுக்கு தொங்கத் தொடங்கிய வயிறும் தலையின் முன் பகுதியில் இருக்கும் பெரிய வழுக்கைத்தலையும் எந்த அழகையும் குறைக்கவில்லை. சிரித்தபடி இருப்பது போன்றே இருக்கும் முகத்தின் தசைகளும், எப்போதும் கொஞ்சம் சிவந்தே இருக்கும் கண்களும் தனித்த அடையாளத்தை அவருக்குத் தந்தது. பெரும்பாலும் அரை டவுசராகவே சுத்துவார். வயதுக்கு எந்தப் பொருத்தமும் இல்லாமல் குழந்தைகளின் ஆடைகளைப் போன்ற இறுக்கமான டீசர்ட் அணிவதுதான் அவருக்கு மிகவும் பிடிக்கும். பொலிரோ ஓட்டுவது தான் அவருக்குப் பிடித்த வேலை. அதுவும்

மீனம்பாக்கம் விமான நிலையம், மகாபலிபுரம் சவுக்குத் தோப்புத்தான் அவர் அதிகமாக வண்டியை ஓட்டும் பகுதிகள். வெளியூர் போவதென்றால் ரூபனோ அல்லது யாராவது ஒரு தெரிந்த ட்ரைவரையோதான் அனுப்புவார். எவ்வளவு நெருக்கடி இருந்தாலும் மாதம் ஒருமுறை மாகாபலிபுரமோ அல்லது அந்த வழியே போகும்போது இருக்கும் சவுக்குத் தோப்புக்கோ குடும்பத்துடன் போய்விடுவார். குடும்பம் என்றாலும் அதில் நண்பர்கள்தான் நிறைந்திருப்பார்கள்.

தண்ணி அடித்தால் கொஞ்சம் அரசியல் பேசுவார். அதுவும் ரூபனுடன் மட்டும்தான். ரூபன் அதை அனாயசமாக சிரித்துக்கொண்டே கடந்து அடுத்த ரவுண்ட் போய்விடுவார். ரூபன் நீண்டநேரம் குடிக்கிறார் என்றால் அந்தச் சபையில் பாலன் இருப்பார். தன் அளவை கணக்கு வைத்து குடிப்பதுடன் வார்த்தைகளை குறைவாகவே பயன்படுத்துவார் ரூபன். அவரின் சிறிய சொல்லுக்கும் ஒரு மதிப்பைக்கொடுப்பது பாலனின் வழக்கம். அவர் சொல்லும் நபர்கள் சிலரை உடனடியாக கழற்றியும் விட்டு இருக்கிறார் பாலன்.

மூன்று கெஸ்ட் கவுசின் வருமானமே பாலனின் முக்கியத் தொழிலாக இருந்தது. பொலிரோ ஓட்டுவதில் வந்த வருமானம் அதன் பெட்ரோலுக்கும், டியூ கட்டவும் சரியாக இருக்கும். அந்த வண்டியைப் பராமரிப்பதில் அதிகம் செலவு செய்வதாக ரூபன் சிலத் தடவைகள் சொல்லி இருக்கிறார். அது என்னமோ அந்த பொலிரோவின் சவுண்ட் சிஸ்டம் முதல் எல்லாம் கொண்டாட்டத்துக்கு உரியதாக வைத்துக்கொள்வதில் பாலனுக்கு ஒரு சந்தோஷம். மகாபலிபுரம் சாலையில் வரும்போது உச்ச இசையில் வைத்து ஒரு கையை இசைக்கு அசைப்பதில் அவருக்கு ஒரு பெரிய மகிழ்ச்சி.

துவாரகனின் அப்பாவும் பாலனும் ஒன்றாகப் பிறந்தவர்கள். துவாரகனின் கல்யாணத்தை நடத்தி வைத்ததும் சித்தப்பா பாலன் தான். ஒரு சிறிய இடைவெளியை அவர்களுக்குள் உருவாக்கி இருந்ததும் அதே கல்யாணம்தான். அதிகமாக

பேசிக்கொள்வதில்லை என்றாலும் ஒருவரை ஒருவர் மதிக்கத்தான் செய்தார்கள். கெஸ்ட் கவுஸை பாலன்தான் பராமரித்து வந்தார். உதவிக்குப் போன துவாரகன் எப்படி முழுமையாக அதில் தன்னை ஈடுபடுத்திக்கொண்டான் என்று அவனுக்கே சரிவரத் தெரியாது. அவரும் அதை அப்படியே விட்டுவிட்டார். பலநேரம் ஃபோனில்தான் “பெஸ்ட் புளோருக்கு நாளைக்கு ஆட்கள் வருவார்கள்” என்று சொல்வார். அவனும் தயார்செய்துவிடுவான். ஆட்கள் இல்லாத நேரம் இங்க படுக்கலாமே என்று அடிக்கடி சொலத்தான் செய்தார் பாலன். ஏனோ அவனுக்கு அந்த மொட்டைமாடித்தான் பிடித்திருந்தது. ஆட்கள் இல்லாத நேரங்களில் சிலநேரம் எல்லோருக்கும் சமைத்துப் போட விரும்புவார் பாலன். தண்ணி அடிப்பவர்கள் சிலநேரம் அதை மறந்து ஆட்டையும் மீனையும் ருசித்து சாப்பிடுவதில் அதிகத் திருப்தி அடைவார்கள். குடிப்பவர்களை மட்டும் என்ன பிழை செய்தாலும் பொறுத்துக்கொள்வார். அவர் குடிக்கும்போது கோபமே பட்டதில்லை என்று ரூபன் சொல்வார். சிலநேரம் “நேற்று ஏதாவது பிழயா வாய விட்டனானோ” என்று அடுத்த நாள் கவலையுடன் ரூபனைக் கேட்பதும் உண்டு. அவர் நிறைய இழந்தவர். அதில் பயமும் கவலையும் கூட நிறைய மனதில் சுமந்திருந்தார். அவை எதுவும் வெளியே தெரிந்துவிடக்கூடாது என்பதில் எப்போதும் கவனமாகவே இருப்பார்.

11

கறுப்பு டீசர்ட்டுக்கு மேலே சாம்பல் நிற ஃபுல்-கை சட்டையை வாசன் போடும்போதே சேகுவேரா பெருத்த ஏமாற்றத்தைச் சந்தித்தார். அவருக்கு ஏமாற்றம் பழகிப் போயிருந்தது. சேகுவேரா உருவம் பிரிண்ட் பண்ணிய கறுப்பு டீசர்ட் நேற்று இரவுவரை எம்.ஜி.ஆர் மார்க்கெட்டில் இருந்த தங்கம் ஆடை அலங்கார கடையின் முன்னே உயரத்தில் தொங்கிக்கொண்டிருந்தது. அடிக்கும் காற்றையும் மீறி அங்கு ஓடித் திரியும் ஒவ்வொரு தொழிலாளியையும் சேகுவேரா கவனித்தே வந்தார். நூற்று இருபத்தைந்து ரூபாய் என்றதும் வாசன் உடனே வாங்கிவிட்டான். துளியும் காற்றுப் புகாத போலித்தீன் பையில் அடைத்துக் கொடுத்துவிட்டார்கள்.

வாசன் நல்ல உயரம். அதற்கு ஏற்றால் போல உடல்வாகு இல்லை. இருந்தால் கம்பீரமாக இருந்திருப்பான். என்னதான் கஷ்டம் இருந்தாலும் சாப்பாடுக்கு குறை இல்லாத வீடு. கிழமையில் ஒரு நாளாவது மீன் வாங்குவர்கள். முன்னர் கோழி வாங்குவதும் உண்டு. அப்பாவுக்கு உடல்நிலை மோசமானதில் இருந்து ஒருத்தருக்காக கோழிவாங்குவதா என்று விட்டுவிட்டார்கள். அம்மா ஒவ்வொரு ஞாயிறும்

கோழி வாங்கு என்று சொல்லி அனுப்புவாள், ஆனாலும் அவன் மீனோடுதான் வருவான். ஊரில் போல திரளியோ, விளமீனோ கிடைப்பதில்லை. சங்கரா மீன்தான் கிடைக்கும். ஊளி கிடைக்கும், சரியான விலை. மீனுக்குப் பதிலாக பலர் கோழி வாங்க விலையும் ஒரு முக்கியமான காரணமாக இருக்கலாம். சென்னையில் பெரும்பாலான கடைகளில் சூடைதான் மீன் குழம்பில் கிடக்கும். அது ஐம்பது ரூபாய் சாப்பாடு சாப்பிடுகிறவர்களுக்கு அமிர்தம்.

எந்தச் சட்டையைப் போட்டாலும் உயரமும் ஒல்லியுமான அந்த உடம்பில் முதுகு சற்று கூனியது போல இருக்கும். வலது பக்க உச்சியை மேவி தலையை இழுத்துப் பார்த்தான். அது பார்க்க நன்றாக இருந்தது. கறுப்பு டீசர்ட்டின் மேல் ஃபுல்கை சட்டை ஒரு தோரணையைத் தந்தது. கொஞ்சம் உடம்பையும் தந்தது. கையை முழங்கை மட்டும் மடித்து விட்டுக்கொண்டான். இரண்டு தெறியைத் திறந்துவிட கறுப்பு டீசர்ட் போட்டதில் இன்னும் ஒரு கூடுதல் பயன் இருந்தது. ஆள் கொஞ்சம் வெள்ளை என்பதால் கறுப்பு டீசர்ட் தூக்கி நிறுத்தியது. துவாரகன் போல காலரை நிமிர்த்திவிட்டுப் பார்த்தான். அது நடிகர் பிரசாந்த் போல இருந்தது. பிரசாந்த் விழுந்து விஜய் வந்துகொண்டிருந்தார் உதயம் தியட்டரில் இருந்து காசி தியேட்டர் வரை.

எல்லாம் ஒரு செட்டப்பாக இருந்ததால் நடந்து வரும்போதே தெருவில் யாராவது பார்க்கலாம் என்றும் ஓர் எண்ணம் ஓடியது. மொட்டைமாடியில் பாத்திரம் விளக்கும் பெண்கூட இல்லை. தலையை ஒருமுறை விரல்களால் கோதி விடும்போது மூக்கு மட்டும் புடைப்பாக இருப்பதை கண்ணாடி முன் இல்லாமலே உணர்ந்தான். கொழும்பின் இராணுவம் உடைத்த மூக்கு அது என்று பெருமையாகச் சொல்ல எல்லாம் ஒன்றும் இல்லை. இப்போது நொங்கு வெட்டும்போது விரலை வெட்டியவர்களும் இராணுவ முகாமில் விரலை வெட்டி சித்திரவதை செய்ததாகவே பல்வேறு வெளிநாட்டு விமான நிலையங்களிலும் அறிக்கை சமர்ப்பித்து வருகிறார்கள்.

எம்.ஜி.ஆர் மார்க்கெட்டில் வந்து ஷேர் ஆட்டோவில் இறங்கும்போதுதான் வர்சா வீட்டின் மொட்டைமாடியில் அந்த கறுப்பு கட்டை குட்டியும் வந்திருக்குமா என்ற கவலை எட்டிப் பார்த்தது. எம்.ஜி.ஆர் மார்க்கெட்டில் இருந்து மாலையில் வீடு திரும்புவோர் நிறையவே காய்கறிகளுடன் போய்க்கொண்டு இருந்தார்கள்.

12

பஞ்சு மரத்தின் கீழே பைக்கில் குந்தி இருந்தபடி போனை நோண்டிக் கொண்டிருந்தார் ரூபன். ரூபனின் அடையாளம் மாற்றமே இல்லாதது. அதே சிகப்பு நிற பல்சர் பைக். அதே முக்கால் பாண்ட். இறுக்கமான டீசர்ட். பெரும்பாலும் முக்கால் பாண்ட் சாம்பல் நிறம்தான். அதுவும் மிக வெளிறிப்போன நிறமாகத் தெரியும். டீசர்ட்டோ கடும் நிறங்கள்தான். அதிலும் சிகப்பும் கறுப்பும்தான் அடிக்கடி போடுவார். தலைக்கு மேல் ஒரு கறுப்புக் கண்ணாடி பாதி கருகிப் போன மயிர்த்தோட்டத்துக்கு அது காவல். கண்ணில் கண்ணாடியைப் போட்டுப் பார்த்ததில்லை. கருத்த தேகம். உயரமும் கொஞ்சம் கட்டுமஸ்தான தேகமும் ரூபனுக்கு என்றாலும் சலரோகம் என்ற சர்க்கரை வியாதி வந்திருந்தது. “அதற்காக பழக்கத்தை நிறுத்த முடியுமா” என்றபடி தினமும் மாலை ஒரு குவாட்டர் அடிப்பார். எப்போதும் ஹாட் டிரிங்ஸ்தான் அவரின் விருப்பம்.

ரூபனைக் கடந்துதான் மாடிக்குப் போக வேண்டும் என்ற யோசனையுடன் வந்துகொண்டிருந்த வாசனை, நினைத்தது போலவே ரூபன் “ஏறும் பக்கத்தில போட்டு வருவம்” என்று ஏற்றிக்கொண்டார்.

“துவாரகன்மேல இல்லை” என்று பல்சரை ஓட்டிக்கொண்டே சொன்னார்.

வர்சா வீட்டைக் கடந்து போகும்போது பால்கனியில் ஒருத்தரும் இல்லை. வர்சாவின் பாட்டி கீழே கால் நீட்டி அமர்ந்திருந்தாள். அவளுக்குப் பக்கத்தில் ரோஸ் நிற லேடிஸ் சைக்கிள் இருந்தது. கீத்து மேலதான் நிற்கிறாள் என்பதை நினைக்க ரூபன் மேல் பற்றிக்கொண்டு வந்தது வாசனுக்கு. துவாரகன் இல்லாத மொட்டைமாடியில் தனியாக ஒரு பெரிய சீனை போட்டிருக்கலாம் என்ற பெரும்கவலை அந்தத் தெருவைக் கடந்து போகும்வரை நீடித்தது.

ரூபனின் பல்சர் பைக் வழக்கமான இடத்தில் போய் நின்றது. அது வாசனுக்கும் தெரிந்த இடம்தான் கே.கே.நகர் எஸ்.பி.ஐ ஏடிஎம். வாசனுக்கோ அவன் குடும்பத்துக்கோ தமிழக வங்கிகளில் எந்தக் கணக்கும் இல்லை. சட்டபூர்வமாக வங்கிக்கணக்கு ஆரம்பிக்க முடியாது. ரூபன் வைத்திருந்த கார்டில் மணிகண்டன். என் என்று ஆங்கிலத்தில் எழுதி இருந்தது. அது இப்போது வாசனின் கையில். “இருநூறு தானே” என்று கேட்டபடி வாசன் வீதியைக் கடந்து ஏடிஎம் நோக்கி நடந்தான். அந்தக் கார்டின் இரகசிய எண் ரூபனைத் தவிர துவாரகனுக்கும் வாசனுக்கும் தெரியும். பாலனுக்கும் நிச்சயம் தெரிந்திருக்கலாம். *5593.* இந்த இடத்தில் தினமும் மாலை இருநூறு ரூபாயை எடுப்பது ரூபனின் வழக்கம். அது அவருடைய மாலை மயக்கதுக்கு தேவையானது. ஒரு குவாட்டர் வாங்குவார். கூடவே ஃபேண்டா, ஒரு முறுக்கு பாக்கெட். கூட போகிறவர் கேட்டால் இரண்டு முறுக்கு பாக்கெட் வாங்குவார். ஃபேண்டாவும் அரை லிட்டராகும். பாலன் தவிர யாரும் அதுவரை ரூபனுடன் குடித்ததில்லை. அவர் பெரும்பாலும் யாரையும் குடிக்க கூட்டு சேர்ப்பதில்லை. யாராவது பெடியள் கூட இருந்தால் ஃபேண்டாவை குடித்து முறுக்கு தின்றபடி அவரின் பிரான்ஸ் வீர வரலாறைக் கேட்கலாம். இடையிடையே “கறுவல் புண்டையள், கறுவல்” என்று சொல்லிக்கொள்வார். அது போதையில் இல்லை. அவரை பிரான்ஸில் இருந்து ரிபோர்ட் அடிக்க கறுவல்களுடனான சண்டை ஒரு முக்கியமான காரணம்.

துவாரகனின் மொட்டைமாடி அறையில் ரூபன் குடிக்க ஆரம்பித்ததால் துவாரகனும் வாசனும் மொட்டிமாடியில் நின்று இருளும் வானத்தை வேடிக்கை பார்த்தார்கள். வர்சாவின் வீட்டு மொட்டைமாடியில் கொடிகள் கூட வெறுமையில் காய்ந்தன. வர்சாவின் அசைவு எங்கும் தென்படவில்லை. பால்கனி கட்டைச்சுவரில் வர்சாவின் இரண்டு வெள்ளைச் சப்பாதுக்கள் மட்டும் குமிழ் மின்விளக்கின் வெளிச்சத்தில் தனித்துக் கிடந்தன.

ரூபன் குவாட்டரை முடித்து எழும்பி வந்தார்.

“முன் வீட்டில ஒரு பெட்டை இருக்கெல்லோ துவாரகன். முன் வீடெண்டால் ரெண்டு வீடு தள்ளி. அடிக்கடி ஆள் நம்மட மாடியையே பார்க்குது. நான் நாலைஞ்சு தடவை கவனிச்சிட்டன் வாசா. சுவறா சொல்லுறன் ஆள் இங்கதான் பார்க்குது.”

ரூபனின் வாயில் இருந்து ஃபேண்டா கலந்த குவாட்டர் வாசனை தூக்கலாக வந்தது. ஆளுக்கு ஒரு முறுக்குடன் பேசாமல் நின்றார்கள் வாசனும் துவாரகனும்.

அடுத்து எப்போது கறுவல்களின் கதையை ரூபன் அண்ணா ஆரம்பிப்பார் என்று காத்திருந்தது இருள் சூழ்ந்த மொட்டைமாடி. அந்தக் கதையில் பிரெஞ்ச் பொலிசாரும் சேர்ந்து கொண்டால் சிக்கல் பெரிதாகி விடும். பஞ்சு மரத்தில் பச்சைக் கிளிகள் அசைவற்று நிறைந்திருந்தன.

13

இன்னும் சில மஞ்சள் பூக்கள் துவாரகனின் தலையில் விழுந்தன. காலின் கீழ் நிறைந்த மஞ்சள் பூக்கள் கணக்கற்றுக் கிடந்தன. மிதித்துக்கொண்டு நிற்பது அவனுக்கு ஒருமாதிரி இருந்தாலும் அசைந்து கொடுக்கும் மனநிலையில் அவன் இல்லை. அந்த மஞ்சள் பூக்கள் அவன் மச்சாளை நினைவூட்டியதாகச் சொன்னால் யாரும் நம்பமாட்டார்கள். ஆனால், வர்சாவை நினைவூட்டின என்று சொன்னால் நம்புவார்கள். சிகப்பில் கொஞ்சம் பருத்த கோடுகள் போட்ட டீசர்ட் அணிந்திருந்தான் துவாரகன். வாசனை விட கொஞ்சம் உயரம் குறைவு என்றாலும் இறுக்கமான உடம்பு துவாரகனுக்கு. முகம் கொஞ்சம் இறுகியது போலத்தான் எப்போதும் இருக்கும். அவன் கஷ்டப்பட்டு சிரிப்பது போல இருப்பதாக பலர் அவனிடமே சொன்னதுண்டு. அதற்கும் ஒரு சின்ன சிரிப்புத்தான் அவனிடமிருந்து வந்தது. சிகப்பு டீசர்ட் காலரை நிமிர்த்திவிட்டு இருந்தான். அதைக் கொஞ்சமும் சாய விடாமல் கை அடிக்கடி கழுத்துக்குப் போய் அதை உசார்படுத்தியது.

சாய்ந்த சட்டைக் காலரை மறுபடி நிமிர்த்திவிட்டு பஞ்சு மரத்தடியைத் திரும்பிப் பார்த்தான், ஒருவரும் இல்லை. அவன் நின்ற இடத்துக்குப் பக்கத்தில் இருந்த வீட்டுமாடியில் ஒரு பெரியவர் மட்டும் அவனை ஒருமுறை வந்து எட்டிப் பார்த்துவிட்டு உள்ளே போனார். அவரும் திரும்பி வரவில்லை. மஞ்சள் பூவில் ஒன்றை எடுத்து உள்ளங்கையின் நடுவில் வைத்து பார்த்துக்கொண்டு நின்றான்.

மகேந்திரா வண்டியில் இருந்து அவள் இறங்கியபோது அந்த வெள்ளை நிற சப்பாத்து அவ்வளவு சுத்தமாக தூய வெள்ளையாகவே இருந்தது. அந்த மகேந்திரா வண்டியின் எஞ்சின் எழுப்பிய சத்தமோ அல்லது அவள் அந்த வண்டியின் கதவை அடித்துச் சாத்தியபோது எழும்பிய சத்தமோ அவனைத் தொந்தரவு செய்யவே இல்லை. மிக அமைதியாக ஒரு பெண்ணை இப்படிப் பார்ப்பது அவனுக்குப் புதியதுதான். நீங்கள் அவளைக் காணாதவரை அவள் அபூர்வமானவள் என்று உணரவே முடியாது.

இதில் பொய் இருக்க முடியாது. அவ்வளவு பொய்யைச் சொல்லவும் முடியாது. சாம்பல் நிறம் மற்றும் வெள்ளை என்ற இரு நிறங்கள் கொண்ட சீருடையில் அவள் மிக அமைதியாக அவனைப் பார்த்தபடி நின்றாள். நிச்சயமாக ஓர் அரை நிமிடம் இருக்கும். அவனும் தலை நிமிர்ந்து நேருக்கு நேராக பார்த்தபடி நின்றான். பின் சற்று அகன்ற அந்தத் தெருவில் தன்னால் முடிந்தவரை ஒதுங்கி நின்று சற்றுத் தலை குனிந்தான். அவளை எவ்வளவு மதிக்க வேண்டும் என்று அவன் மதிக்குத் தெரியுமோ தெரியவில்லை. அவள் நிச்சயம் முழுமதிதான். நேர் நிற்பதில் அர்த்தம் இல்லை. அவள் அவனைக் கடந்து போனபோது ஆழமாக எங்கோ தவறி விழுந்ததை உணர்ந்து கொண்டான்.

சில அடி தூரம் போன பின் வெட்கம் போய் பின்னால் பார்த்தான். அது குதிரை வால் சடை. கருப்பில் கொஞ்சம் மரூண் கலந்த தலைமுடி. மிக இறக்கமாக தொங்கிய புத்தகப்பை சரியான இடத்தில் பதிந்து துள்ளித் துள்ளிப் போனது. இரு

கைகளின் நிறம் அவள் வெள்ளை என்று மறுபடியும் காற்றில் அடித்துச் சொன்னது. கழுத்து கடைசிவரை திரும்புவேனா என்பது போல வளைந்து வளைந்து போனது. நிச்சயம் அதன் மேல் சில சின்னச் சின்ன மரூன் நிற முடிகள் இருக்கும். காதில் ஏதும் இருப்பதாகவே தெரியவில்லை. இன்னும் கொஞ்சம் ஞாபகப்படுத்திப் பார்த்தான். உதட்டில் ஒரு பூமர் முட்டை வெடித்து சுருண்டு உருண்டைதை கண்டது ஞாபகம் வந்தது. இப்போது அது மறுபடி வெடித்திருக்கும். அதன் நிறமும் அவள் சொண்டின் நிறம் தான்.

14

மழைத் துளிகள் மொட்டைமாடியில் விழுந்துகொண்டிருந்தது. மொட்டைமாடி அறைக்கு வந்திருந்த புது மாப்பிள்ளையின் தலையில் கூட சிலத்துளிகள் விழுந்திருந்தது. மொட்டைமாடி படிக்கட்டின் முடிவில் இருந்து துவாரகனின் அறைக்கு இரண்டு பாய்ச்சலில் நுழையலாம். அதற்குள் நான்கு துளிகள் விழுந்திருக்கிறது என்றால் கொஞ்சம் “பெரிய மழை வரலாம்” என்றான் துவாரகன். இரவு மனைவியைப் பிரிந்து விமானம் ஏறப்போகும் கவலை மாப்பிள்ளையின் முகத்தில் அப்படியே தெரிந்தது. அதுவரை நாளும் அவர் தனது அறையில் பத்திரப்படுத்தி வைத்திருந்த வைன் பொக்ஸ் சபையில் இருந்தது. அது ஓர் அடி உயரம் இருந்தது.

“முதல்முறை மனிசியை பிரியுறது கொஞ்சம் கஷ்டமாத்தான் இருக்கும்”. மாப்பிள்ளையைப் பார்த்துச் சொல்லிவிட்டு துவாரகனை திரும்பிப் பார்த்தான் வாசன். துவாரகன் ஒரு நக்கல் சிரிப்பு சிரித்தான். ‘அவன் சிரிப்பே சரியில்லை’ என்று பொக்ஸ் மேல் கவனத்தைத் திருப்பினான் வாசன்.

“சரி அவள் வந்தாலும் வருவாள் ஊத்துங்க” மாப்பிள்ளை மழை விழும் மொட்டை மாடியைப் பார்த்தபடியே அவசரப்படுத்தினார்.

மூன்று கிளாஸ்கள் நிரம்பி இருந்தன. கொஞ்சம் மழைத் துளிகள் சேர்க்கலாம் போல இறுகிய நிலையில் அது கனமான திராட்சை சாறாக இருந்தது. திராட்சையின் சாறு கைக்கும் என்பது வாசனுக்கு அப்போதுதான் தெரியும்.

துவாரகனின் “சாய்க்” கூட அதையே உறுதிப்படுத்தியது. “இங்க வைன் சாப்பில குடிக்கிற வைன் வெறும் சீனித்தண்ணியப்பா” என்று மதி அண்ணா ஒருமுறை சொன்னது போதையில் இல்லை. அவரும் இடைக்கிடையே உண்மை சொல்லுவார் என்பதை பிரான்ஸ் வைன் உறுதிப்படுத்தியது.

“நான் அப்பவே சொன்னனானப்பா. இந்த கலியாணம் எல்லாம் வேணாம். வயசும் நாப்பதை தொட்டுட்டு எண்டு. என்ர கொப்பரும் கொம்மாவும்... ஊரா இருந்தா வளவுக்குள்ள கலைச்சு கலைச்சு அடிச்சிருப்பன். அவளைக் கொண்டு போய் என்ன செய்யப் போறனே தெரியேல்ல அங்க.”

முதல் கிளாஸ் உள்ளே போன உடனேயே மாப்பிள்ளை படபடவென்று சொல்லி முடித்தார். துவாரகனிடத்தில் முழு அமைதி குடிகொண்டிருந்தது. ஏதும் சொல்லாமல் இருப்பதுதான் சரி என்று வாசனும் வையினைப் புரிந்துகொண்டான். ஏதோ ஓர் ஏற்றம் ஏறியது போல இருந்தது. இதில் ஆல்கஹால் எத்தனை பெர்சண்ட்டேஜ் என்று பெட்டியை எடுத்துப் பார்க்கலாம் என்ற யோசனை ஓடியது. மழை, தூறலில் இருந்து மெல்லிய சாரலுக்கு மாறியது. வாசலை நோக்கி நீட்டி இருந்த மாப்பிள்ளையின் காலில் சில சாரல் துளிகள் விழுந்தன. ‘இது ஒரு அருமையான காட்சி. அமையணும் இப்படி’ என்றெல்லாம் வாசன் சொல்லலாமா என்று தனக்குள் நினைத்துக்கொண்டு இருந்தான். நாக்கில் வைன் ருசி ஊறியது.

“என்னப்பா தொட்டதுக்கெலாம் அம்மா எண்டுறாள். ஆத்தாளையும் தன்னோட பொன்சர் செய்யச் சொல்லுவாள் போல கிடக்கு” வைனை ஊற்றிக்கொண்டே மாப்பிள்ளை அவர் மட்டும் பேசிக்கொண்டார்.

“அண்ண, இப்பத்தானே கட்டியிருக்கிறீங்க. எல்லாம் போகப் போகச் சரியாப் போடும்” துவாரகன் ஒரே இழுவையில் வைனை உறிஞ்சிவிட்டு உறுதியாகச் சொன்னான். அவன் குரலில் ஒரு நம்பிக்கை தெரிந்தது.

“கரெக்ட்” வாசன் அதை வழிமொழிந்தபடி கண்ணை மூடிக்கொண்டு வைனை ருசிப் பார்த்தான். கிளாசை கீழே வைத்தபோது இரண்டு பியரை கடந்த ஏற்றம் இடுப்புவரை ஏறி இருந்தது. தன் கிளாசை வெளியே நீட்டி சில துளி மழையை அதில் நிரப்பி நாக்கில் விட்டுக்கொண்டான் வாசன்.

“அவளுக்கெண்டு ஆசை ஆசையா கொண்டு வந்த வையின்” மாப்பிள்ளை முக்கால்வாசி முடிந்திருந்த வைன் பொக்சை கையில் எடுத்து ஒரு பார்வை பார்த்துவிட்டு வைத்தார். அங்கு எந்த ஒரு சலனமும் இல்லை. மொட்டை மாடி மழைமட்டும் தனியே வேகத்தைக் கூட்டிப் பொழிந்தது.

“அப்பா... இஞ்ச ஒருக்கா வாங்க...” ஒரு பெண்குரல். மாப்பிள்ளையின் பிரண்ட முழியில் உறுதியானது. அது அவற்ற புதுப்பெண்டில் தான்.

“இப்ப கீழ வரப் போறீங்களா இல்லியா. நான் இப்ப அம்மாவை கூட்டிக்கொண்டு வரவா?” நீடித்த குரலின் தீவிரத்தில் மாப்பிள்ளை மழைக்குள் எழுந்து மாடிப்படி நோக்கி ஓடினார். ஒரு கிளாஸ் சுவரோரம் தள்ளி வைக்கப்பட்டது. இரணடு கிளாஸ் விளிம்புவரை திராட்சையின் கெட்டியான சாறு நிரம்பியது. அதுவரை பிய்க்கப்பட தேவையே இல்லாமல் கிடந்து வறுத்த மரவள்ளி குச்சின்பையை பிய்த்தார்கள்.

“அந்தாள் இனிமேல் மேல வராது. அழிஞ்சான். சீயார்ஸ்.”

துவாரகன் சொல்லி முடிக்க இரண்டு கிளாஸ்கள் மோதிக்கொண்டன. மழை தன் தீவிரத்தைக் குறைத்து ஈரச் சாரலை அறையின் வாசலில் அள்ளித் தெளித்தது அறையின் வாசலில். அறையின் மேலும் தண்ணீர் தேங்கி இருக்க வேண்டும். அந்த அறையே ஒரு ஐஸ் வைன் பொக்ஸாக மாறியது.

15

இரண்டு பெரிய பெட்டிகளும் ஒரு சிறிய பெட்டியும் ட்ராலி வண்டியில் இருந்தது. துவாரகன் அதை வேகமாக ஒரு ரவுண்ட் விமான நிலையம் முழுவதும் தள்ளிக்கொண்டு ஓடிவரும் ஆவலில் இருந்தான். இன்னும் நாலு பெட்டிகளை வைத்தாலும் தள்ளிக்கொள்ளும் ஆவல் உள்ளே வைனாக இரத்த நாளங்களில் இன்னும் பாய்ந்துகொண்டு இருந்தது. மாப்பிள்ளையும் பெண்ணும் கைகளை இறுக்கிப் பிடித்துக்கொண்டு துவாரகனின் தள்ளுவண்டியின் பின்னே நடந்து போய்க்கொண்டு இருந்தார்கள். வாசன் விமான நிலையத்தில் கொஞ்சம் காவல் அதிகரித்திருப்பதை கவனித்தபடி அவர்களின் பின்னே நடந்துகொண்டு இருந்தான். விமான நிலையத்தில் தென்பட்ட இராணுவத்தினர் எல்லோரும் நல்ல வெள்ளையாக இருந்தனர். எல்லோர் முகத்திலும் ஒரு சப்பாத்திச் சாயல் தென்பட்டது. “இலங்கை இராணுவத்தினர் இங்கு வர வாய்ப்புகள் இல்லை” தனக்குள் முணுமுணுத்தான். அங்கு தென்படும் கண்காணிப்பு காமெராக்கள் நோக்கியே அவன் கண்கள் உருண்டன. அவன் அவைகளை கட்டுப்படுத்தத் திணறினான். அவன் விருப்பத்தை மீறி அவன் விழிகள் வேகம் கொண்டதில் கால்கள் தடுமாறின. ஓரமாக இருந்த கம்பியைப் பிடித்தபடி பார்வையைத் தரையில் கிடத்தி ஒரு காலைத் தூக்கிக் கம்பியில் வைத்து அழுத்திக்கொண்டு நின்றான்.

பாஸ்போர்ட் மற்றும் விசாவை இடுப்பில் தொங்கிய விசேஷப் பையில் இருந்து எடுத்தபடி, துவாரகனிடம் இருந்து ட்ராலி வண்டியை பெற்றுக்கொண்டு முன்னே நகர்ந்த மாப்பிள்ளையின் அருகில் விசும்பல் அதிகரித்தது. அவரது இடது கையைப் பிடித்திருந்த புது மனிசி அவரை இறுகக் கட்டிப்பிடித்திருந்தார். அவர் தலையில் ஆரம்பித்து இடுப்புவரை முதுகால் தடவிக்கொண்டு வந்து சமாதானம் செய்தார். அதற்கும் கீழே இறங்கி சமாதானம் செய்யக்கூடிய சூழலும் அங்கில்லை. அவருக்குப் பின்னே யாரோ ஒருவன் பெரிய இட்லி சட்டியொன்றை தள்ளிக்கொண்டு வந்து நின்றிருந்தான். அவன் இவர்களைப் பார்த்து ஏதோ எரிச்சலில் முணுமுணுத்ததை துவாரகன் கவனிக்கத் தவறவில்லை. மாப்பிள்ளையின் மனையாள் இவை எதையும் கவனிப்பதாக இல்லை. ஒரு கட்டத்தில் "சரி விடப்பா" என்றபடி மாப்பிள்ளை நகர அவன் கால் முட்டிகளைப் பிடித்தபடி அவள் கீழே குந்திவிட்டாள்.

ஆங்காங்கே கடமையில் இருந்த இராணுவத்தினர், காவல்துறையினர் தொடங்கி எல்லோரும் இவர்களையே கவனிக்க ஆரம்பித்தார்கள். ஒரு வயதான வெள்ளைக்காரர் அவர்கள் இருவரையும் பார்த்தபடியே நாடியில் கையை வைத்துக் கொண்டு சோகமாக நின்றார். மாப்பிள்ளை ஓர் அந்தரமான சிரிப்பை உதிர்த்து எல்லோரையும் சமாதானம் செய்துகொண்டிருந்தார். பொறுத்துப் பார்த்த மாப்பிள்ளை அவளின் கையைப் பிடித்துத் தூக்கி நிறுத்தினார். அவள் அப்போதும் அவன் தோள்களை இறுக்கமாகக் கட்டிப் பிடித்துக்கொண்டாள். அந்த வெள்ளைக்காரர் அவனைப் பொறுமையாக நிற்குமாறு கண்களால் ஜாடை காட்டினார். அவன் இப்போது அசையாமல் நின்று கொண்டிருந்தான். அவள் கண்களை மூடி அழுதாள். அவன் கண்களுக்கும் இப்போது அவளைத்தவிர அங்கு வேறெதுவும் தெரியவில்லை.

வெளியே பொலிரோவில், ரூபன் வண்டியுடன் தூங்கிக்கொண்டே கிடந்தார்.

பொலிரோவின் நடுவில் அந்தப் பெண் தனித்தே இருந்தாள். துவாரகனும் வாசனும் பின்சீட்டில் ஆளையாள் பார்த்தபடி இருந்தனர். பெண்ணின் கண்ணில் இருந்து கண்ணீர் நிற்கவில்லை. சிலமணி நேரங்களின் முன் தன்னருகே அமர்ந்து வந்த புதிய கணவனின் இடத்தை வலது கையால் தொட்டுத் தடவிக்கொண்டே இருந்தாள். ரூபனும் இவர்களைத் திரும்பிப் பார்ப்பது போல நடப்பதை கவனித்துக்கொண்டே வந்தார். காசி தியேட்டர் அருகில் திடீரென்று பொலிரோவை நிறுத்தினார் ரூபன். வாசனும் துவாரகனும் ஒருவரையொருவர் பார்த்தனர். அவர் இறங்கிப் போய் தேநீர்க்கடையில் நின்றுகொண்டார். அவரைத் தொடர்ந்து இவர்களும் இறங்கிப் போனார்கள். ரூபன் மூன்று டீ சொல்லி ஒரு சிகரெட்டை வாங்கிப் பற்ற வைத்தார். டீ போட்டு நீட்டியதும் அதை வாங்கிக்கொண்டு போய் அழுது கொண்டிருந்த பெண்ணிடம் நீட்டினார். அவள் உடனேயே வாங்கிக்கொண்டாள். இதைக் கொஞ்சம் ஆச்சரியமாகவே பார்த்துக்கொண்டு நின்றார்கள் வாசனும் துவாரகனும். அவளின் அழுகை கொஞ்சம் கொஞ்சமாக குறைவது போல இருந்தது. டீ குடித்தபடியே மூக்கை உறிஞ்சினாள். பின், காசி தியேட்டரில் இருக்கும் பெரிய பானர்களை வேடிக்கை பார்த்தாள். கே.கே. நகர் பஸ் டிப்போவை கடந்தபோது “ரூபன் அண்ணா” என்று கணீர்க் குரல் கேட்டது. அவர் “ஓம்” என்றார்.

அவள் தொடர்ந்தாள்.

“ரூபன் அண்ணா, நாளைக்கு போத்தீஸ் போகோணும். சரவணாவில கொஞ்சம் தட்டுமுட்டு சின்ன சாமான்களும் வாங்கோணும். ரெண்டும் பக்கம் பக்கமோ?” என்றாள்.

16

முதலாவது மாடியில் ஒரு குடும்பம் புதிதாக வந்திருந்தது. இரண்டாவது மாடியில் யாரும் இல்லாததால் அன்றைய மாலையை இரண்டாவது மாடியில் கழித்துக்கொண்டிருந்தார்கள் துவாரகனும் வாசனும். பதினெட்டாம் நம்பரில் ஃபாசன் டீவி போய்க்கொண்டிருந்தது. சலிக்காமல் நடந்துகொண்டே இருந்தார்கள். சில மெல்லிய உயரமான பெண்கள் வரும்போதுதான் கொஞ்சம் டீவியை உற்றுப் பார்த்தார்கள். மிகவும் மெலிந்து போயிருந்த அந்த பெண்களின் மார்புகள் பரிதாபமாக தொங்குவது போல கிடந்தது. அவர்கள் சட்டைத் தெறிகளை பூட்டாமல் காற்றில் பறக்கவிட்டு நடந்ததால் பஞ்சு மரத்தின்காய்கள் காற்றில் இலைகளைத் தாண்டி எட்டிப்பார்ப்பது போல அவை மறைவதும் தெரிவதுமாக இருந்தன.

வாசனுக்குதுவாரகன் மேல் அன்றைக்கு பலத்த சந்தேகம் ஒன்று தோன்றி இருந்தது. துவாரகனைத் திரும்பிப் பார்தது "ஊஹூம் இருக்காது" என்று சொல்லிக்கொண்டான்.

"சரி இன்றைக்குப் பார்க்கலாம். அப்ப நம்புவாய் தானே" என்றான் துவாரகன்.

ஃபாசன் டீவியை நிறுத்திவிட்டு துவாரகன் பக்கம் திரும்பி, "அவ, உனக்கு, ஹாய் சொன்னா? இதை நான் நம்போணும்.

படத்தைப் பாரு கனடா போனதும் எதைப் பார்க்கிறியோ இல்லியோ. இவளூவைய மறந்திடாமா போய்ப் பாரு" சொல்லி முடித்து வாசன் மறுபடியும் டீவியைப் போட்டான்.

இவர்கள் பார்க்காவிட்டாலும் நடப்போம் என்பது போல விறுவிறுப்பாக நடந்துகொண்டிருந்தார்கள் அவர்கள்.

எந்த நடமாட்டமும் அந்தத் தெருவில் இருக்கவில்லை. அளவான வெயிலில் பஞ்சு மரத்தின் இலைகள் சற்று சோர்வாகத் தொங்கிக்கொண்டு கிடந்தன. காய்கள் கொஞ்சம் பருத்திருப்பது போலத் தெரிந்தன. துவாரகன்மொட்டைமாடிக்கு செல்லும் இரண்டாவது மாடியின் முதலாவது படியில் இருந்தான். அவன் காலில் மாலைச்சூரிய ஒளி விழுந்துகொண்டிருந்தது. கையில் இருந்த சோனி எரிக்சன் ஃபோனைஅவனுடைய விரல்கள் அதன் போக்கில் வருடிக்கொண்டிருந்தன.

கோபாலபுரத்தில் இருந்து வர்சாவின் பள்ளிவாகனம் கலைஞர் கருணாநிதி நகர் இரண்டாவது தெருவின் முனையில் வந்து நின்றது. எப்போதும் அவளது பள்ளிவாகனம் தெருவின் முனையிலேயே நின்றுவிடும். அதில் இருந்து அவள் வீடு வந்துசேரக் குறைந்தது எட்டில் இருந்து பத்து நிமிடங்கள் எடுத்துக்கொள்வாள். இத்தனைக்கும் அவள் வீட்டுக்கும் தெருமுனைக்கும் இடையில் பத்துவீடுகள் தான்இருக்கும். தெருவில் கிடக்கும் கற்களை தனது வெள்ளை நிறச் சப்பாத்துக்காலால் தட்டியபடியே வருவாள். சிலவேளைகளில் இளைஞர்கள் யாராவது அப்போது சிக்கினால் அவர்கள் அவளை எதிர்பார்த்து நிற்கும் அளவுக்கும் உரையாடியபடி வருவாள். அவர்கள்தான் பயந்து நெளிவார்கள். அவள் வீட்டுவாசல்வரை உரையாடிக்கொண்டே வந்து "பாய் பாய்" சொல்லி அனுப்புவாள். அப்போதுஅவளுடைய வீட்டில் எப்போதும் அவளை வம்பிழுக்கும் அவளின் பாட்டியைத் தவிர வேறொருவரும் இருக்கவே மாட்டார்கள். சிலவேளைகளில் அவளது தம்பியின் பள்ளிவாகனம் வேகமாக வந்தால் அவன் வந்த உடனேயே போய் படுத்துவிடுவான். அவளைக் கண்காணிப்பது பாட்டியின் வேலைதான். எப்போதும் மாலை

ஐந்தரைமணிக்கு மேலாகவே வீடு வரும் வாய்ப்பைப் பெற்ற அவளது பெற்றோர் அரசு அலுவலகங்களில் பணிபுரிகிறார்கள்.

அவளது வீடு முதல் மாடியில் இருக்கிறது. கீழே அவளது பாட்டி தனியாகவே இருக்கிறாள். எப்போதாவது யாராவது உறவினர்கள் வந்து பாட்டியுடன் தங்கிச் சென்றுகொண்டே இருப்பார்கள். பள்ளியிலிருந்து வந்ததும் மொட்டைமாடிக்குச் செல்லும் படிக்கட்டில் சில நிமிடங்கள் இருந்து காற்று வாங்குவாள் வர்சா. பின், தனது வெள்ளை நிற சப்பாத்துகளை மிக மெதுவாகக் கழற்றி பால்கனியில் இருக்கும் கட்டைச்சுவரில் ஒவ்வொன்றாக அருகருகே வைப்பாள். சற்று இடைவெளி விட்டு சாக்ஸ்களைக் கழற்றுவாள். அதற்கென்று இருக்கும் சிறியபெட்டி ஒன்றில் அதை எறிவாள். அவளுக்கு சற்றுத் தூரத்தில் இருக்கும் அந்தப் பெட்டியில் சாக்ஸ்களை குறிபார்த்து எறிவதில்அவளுக்கு ஒரு திரில் இருந்தது. ஒருவேளை அது தவறி வெளியே விழுந்தால் அதை எடுத்து வந்து மறுபடியும் மாடிப்படிக்கட்டில் அமர்ந்து குறிபார்த்து அந்தப் பெட்டிக்குள் எறிவாள். இந்த இடைவெளியில் பாட்டி இரண்டு மூன்று முறை “வர்சா... வர்சா...” என்று தன்குரலின் உச்ச அளவில் அழைத்திருப்பாள். அவளின் மூடைப் பொறுத்து கீழே போவாள் அல்லது பேசாமல் அப்படியே இருப்பாள். மிகவும் வயதான அவள் பாட்டி ஒவ்வொரு படியாக மேலேறி வந்து ஒரு கிளாஸ் ஜூஸை அவளிடம் கொடுத்துவிட்டு ஒவ்வொரு படியாக புறுபுறுத்தபடி இறங்கிப் போவாள். பெரும்பாலும் சாத்துக்குடி ஜூஸ்தான்.

இப்போதும் அவள் கையில் ஒரு ஜீஸ் கிளாஸ் இருந்தது. துவாரகன் சோனிஎரிக்சன் போனை இடது கைக்கு மாற்றிவிட்டு தனது வலது கையைத் தூக்கி அவளை நோக்கி “ஹாய்” என்று ஆட்டினான். அவள் இரண்டு கையில் அழுத்திப் பிடித்திருந்த ஜூஸ் கிளாசை வலது கையால் அழுத்தமாக பிடித்துக்கொண்டு “ஹாய்” என்றபடி உள்ளே எழுந்து போனாள். துவாரகனை நேரடியாகப் பார்க்க முடியாவிட்டாலும், வாசன் ஜன்னலின் திரைச்சீலை வழியாக வர்சாவை நீண்டநேரம்

ஆழ்ந்து கவனித்துக்கொண்டே இருந்தான். அவன் பார்வை இப்போது மறுபடியும் ஃபாசன் டீவியில் விழுந்து கிடந்தது. ரிமோட்டை ஒரு கையால் தூக்கிப்போட்டு ஏந்திக்கொண்டே இருந்தான். துவாரகன் பேசாமல் வந்து நான்கு அடி தள்ளி இருந்த சோபாவில் இருந்தான். சில நிமிட அமைதிக்குப் பின் வாசன் ரிமோட்டை அடிப்பது போல துவாரகனை நோக்கி எறிந்தான்.

17

வானம் மேகம் ஏறிப்போய் கிடந்தது. ஷீட் போட்ட கமலின் அறையில் ஓர் அடர் வெக்கை சூழ்ந்து கிடந்ததால் வாசன் மொட்டைமாடியில் நின்று அக்கம்பக்கம் நோட்டம் விட்டான். டாட்டா உடுப்பி ஹோட்டலின் மொட்டைமாடியில் ஒரு வாளித் தண்ணீரை வைத்து ஒரு வடநாட்டுக்காரன் குந்தி இருந்து குளித்தபடி இருந்தான். முன் வீட்டில் இருக்கும் சிறுமி ஒருத்தி வாசலில் கோலம் போட்டபடி அதைச் சுற்றிச் சுற்றி வந்து ரசித்து விளையாடினாள். கொன்றைப் பூக்கள் ஒரு கால இடைவெளியில் ஒவ்வொரு பூவாக உதிர்ந்து கோலத்தின் மேல் விழுந்தது.

நேற்றைய நாளை நினைவு கூருவதற்கு பலமுறை முயன்றும் முடியாமல், அஜந்தா பேருந்து நிறுத்தத்திலிருந்து எம்.ஜி.ஆர் மார்க்கெட் வழியே நீளும் சாலையை வெறித்துப் பார்த்தான். உள்ளே, நிமல் இன்னும் போதைத் தெளியாமல் உருள்வது போலவே இருந்தது. நேற்று, நிமலின் பிறந்த நாள் சரியாகக் காலை எட்டுமணிக்குத் தொடங்கியது. அஜந்தா பேருந்து நிறுத்தத்திற்கு இடதுபக்கமாக உள்ளே போனால் ஒரு கோயில் இருந்தது. வாசன் அன்றைக்குத்தான் முதல்முறை அந்தக் கோயிலுக்குப் போயிருந்தான். அந்தக் கோயில் பழமையான சாயலைக் கொண்டிருந்தது. நேற்று முளைத்த கோயில்களில் அந்தப் பகுதியில் கூட்டம் அலைமோதக் கண்டிருந்த

அவனுக்கு அங்கு கண்ட காட்சி விசித்திரமாக இருந்தது. அங்கு பிச்சைக்காரர் கூட ஒருவர்தான் இருந்தார். அவரிடமும் ஆர்வமில்லை. அவர் அங்கிருந்த ஒரே ஒரு பூக்காரக் கிழவியிடம் ஏதோ பேசிச் சிரித்துக்கொண்டு இருந்தார். அவரருகில் ஒரே ஒரு சோடி செருப்புத்தான் புதியதாகக் கிடந்தது. அது கமலுடையது. பெண்களின் நான்கைந்து காலணிகளும் திருடக்கூட லாயக்கற்று அங்கே கிடந்தன. வாசன் கமலை எதிர்ப்பார்த்து பத்து நிமிடம் நின்றிருப்பான். ஐயர் ஒவ்வொருவருக்கும் தனித்தனியாகப் பெயரைக் கேட்டு மணி அடித்து பூசை செய்வதை அவரின் தனித்த மணியோசைகள் அவ்வப்போது உணர்த்தியது.

பத்தரை மணிக்குத்தான் துவாரகன் அஜந்தா பேருந்து நிறுத்தத்திற்கு வந்து சேர்ந்தான். நிமிர்த்திவிட்ட அவனுடைய டீசர்ட் கழுத்தில் வியர்வை வடிந்து கொண்டிருந்தது. மதி அண்ணா மட்டும் வந்துவிட்டால் பிறந்த நாளைக் கொண்டாடிவிடலாம். மதி அண்ணா எந்த வழியாக எப்படி வருவார் என்றே தெரியாது. நினைத்தது போலவே யாரோ ஒரு பருத்த கறுத்த பெண்ணின் ஸ்கூட்டியில் வந்து இறங்கினார். மதி அண்ணா இறங்கும்போதே அவளின் முருங்கைக்காய் போலத் தடித்து முறுகிக் கிடந்த பின்னலின் உச்சியில் குவிந்து கிடந்த மல்லிகையில் ஓர் உறிஞ்சு உறிஞ்சியபடியே இறங்கினார். அவள் அவரைத் திரும்பிப் பார்த்து ஒரு வெகுளியான சிரிப்பை உதிர்த்து விட்டுப் போனாள். அவளும் மதி அண்ணாவும் ஒரே உயரம்தான் இருப்பார்கள். சிறி அண்ணா கொஞ்சம் வெளுப்பான நிறம். தோசையைப் போல முகம் முழுவதும் துவாரங்கள் இருக்கும். சுருண்ட தலைமுடி இருண்ட காடு போலவே இருக்கும். ஐம்பதைத் தொட்டுவிட்டாலும் ஒரு மயிர் தலையில் இருந்து விழுந்ததாகத் தெரியவில்லை. பலநிறக் கோடுகள் நிரம்பிய டீசர்ட்டை தள்ளிக்கொண்டு வயிறு வெளியே தொங்கியது.

மதி அண்ணா எம்.ஜி.ஆர் சிலையை நின்று கும்பிட்டார். அப்போது செருப்பைக் கழற்றி பத்திரமாக கால்களால் மிதித்திருந்தார். சிலர் அவரை வேடிக்கை பார்க்க, எம்.

ஜி.ஆரின் பின்னே இருக்கும் வைன்ஷாப்பில் அவசரமாக கமல் நுழைந்தான். அஜந்தா பேருந்து நிறுத்தத்தின் அருகில் எம்.ஜி.ஆரின் வெற்றிப் புன்னகையின் பின்னே இருக்கும் வைன்ஷாப் அந்தப் பகுதியில் மிக பிரபல்யமான வைன்ஷாப். அதன் மாடியில் மூங்கில் கொட்டில் இருந்தது. முழுவதுமே மூங்கிலினால் வேயப்பட்டு அதன் மேல் தென்னை ஓலையால் மூடி இருந்தது. கீழே கடை. அதன் ஓரத்தில் அவசரமாகக் குடிப்போர் நிற்க ஓர் இடம் இருக்கும். மாடியில்தான் பலரும் கூடுவார்கள். பத்து மேசைக்கு மேல் இருக்கும். நான்கு மின்விசிறிகள் தாராள வேகத்துடன் ஓடியபடியே இருக்கும். பகலில் மின்விளக்கு தேவைப்படாது. இருந்தாலும் ஒவ்வொரு மேசைக்கு மேலும் ஒரு குமிழி பல்ப் தொங்கும். போதிய இடைவெளியும் காற்றோட்டமும் இருப்பதால் அதைப் பலரும் விரும்பி வந்தார்கள்.

அவர்கள் நான்கு பேருக்கும் ஆளுக்கு ஒரு பியர் சொன்னார்கள். “என்ர பிறந்த நாள் மதி அண்ணே. ஒரு குறையும் இருக்கப்பிடாது”. கழுத்தில் மின்னிய தங்கச் சங்கிலியை ஒருமுறை இழுத்து விட்டுக்கொண்டான் கமல். மதி அண்ணா ஓர் அமைதியான புன்னகையுடன் பியரை அவசரமாக பல்லால் கடித்துத் திறந்தார். மூவரும் அவரைப் பார்க்க மேல் உதட்டையும் கீழ் உதட்டையும் பிரித்து வலது கை விரலால் பற்களைச் சுண்டிக் காட்டினார்.

“ஒரு மயிர் கொட்டேல்ல பாரும். காலையில வெந்தையம் வெறுந்தண்ணியில ஊறப்போட்டு விழுங்கோணும்”

மதி அண்ணே தொடர்ந்து சொல்லிக்கொண்டே போனார். அடுத்து ஆர்ம்சை பிடித்துக் காட்டினார். பலரும் இவர்களையே பார்த்தனர். கமலை துவாரகன் முறைக்க “அண்ணே பியரை முடியுங்க” என்று தப்பித்தான் கமல். பாதி பியர் முடியும்போதே பதற்றமாக மேசையில் இருந்த ஒவ்வொரு பொருளையும் விலத்தி வைத்து எதையோ தேடினார். ஆளையாள் ஒன்றும் விளங்காமல் முழிக்க கமல் சிகரெட்டை நீட்டினான். அதைத் தட்டிவிட்டு மதி அண்ணா எழும்பி நின்றார். சனி மதி அண்ணா ரூபத்தில் பிறந்த நாளுக்கு வந்திருப்பதாகவே அனைவரும் உணர்ந்தனர்.

“அந்தச் சனியன் பிடிப்பான கூப்பிடு. எங்கப்பா இங்க இருந்த மாங்காய்?”

மதி அண்ணா பதற்றத்துடன் இன்னும் அப்படியே நின்றார். மாங்காய் மேசைக்கு வந்ததாகவே ஒருவருக்கும் ஞாபகம் இல்லை. மதி அண்ணா “இல்லை வந்தது” என்று மேசையில் பலமாக அடித்துச் சொன்னார். அவர் துவாரகனையும் வாசனையும் கள்ளப் பார்வை பார்த்தார்.

கமல் நிலமையை உணர்ந்து “மதி அண்ணே மாங்காய் வரேல்ல. அவன் மறந்திருப்பான். இருங்க வரட்டும் சொல்லுறேன்” என்று அவரைத் தோளில் அழுத்தி அமர வைத்தான். மதி அண்ணனுக்கு முகமே சரியில்லை. டீசர்ட் அரைக்கையை மேலே இழுத்துவிட்டு கையை முறுக்கினார். கமலுக்கே ‘மாங்காய் வந்திருக்குமோ’ என்று இப்போது சந்தேகமாக இருந்தது. பலத்த யோசனையுடன் கையில் எடுத்த பியரை கீழே வைக்காமல் ஒரே வாயாக குடித்து முடித்தான். இன்னும் மதி அண்ணா சமாதானமாகி இருக்கவில்லை. குரலைத் தாழ்த்தி கொஞ்சம் மேசையோடு முன்னோக்கி குனிந்து “கவனமா இருக்கோணும் கமல். நம்மளுக்குத்தான் வாய்க்க வைக்கப் பார்ப்பாங்கள்” என்றார்.

“கமல் சாப்பாடு என்ன மாதிரி?” இரண்டாவது பியரில் பயணிக்கத் தொடங்கி இருந்தவர்களை திசை திருப்பியது வாசனின் ஏவெறிக் குரல். ஒன்றரைப் போத்தலே வாசனின் கணக்கு என்றபடியால் அதை நெருங்கும்போதே வாசன் ஏதாவது கதையை ஆரம்பித்து விடுவான்.

“பிரியாணிதாண்டா. எங்க போவம்?”

“நான் சொல்லுறேன்” அவசரமாக இரண்டு கையை நீட்டி வாசன் சொல்ல வந்ததைத் தடுத்தார் மதி அண்ணா. அனைவரும் ஆவலாகப் பார்த்திருக்க, அவருடைய மாங்காய் வந்து சேர்ந்தது.

மூன்று கடைகளையே அப்போது ஈழத்தமிழர்கள் நம்பி

இருந்தனர். முதலாவது யாழ் வரதன் உணவகம். அதை ஈழத்தமிழர் ஒருவரே நடத்தி வந்தார். பொதுவாக புட்டு, இடியப்பம், அப்பம், றோள் இவைகள் அங்கு கிடைக்கும். மாலையில் பாணும் அங்கு விற்பனைக்கு இருக்கும். பகலில் சோறு, கோழிக்கறி, மீன்கறி இருக்கும். இருந்தாலும் அங்கு இரவு ஏழு மணிக்குத்தான் கூட்டம் கூடும். அது கொத்து றொட்டிக்கு. சிக்கன் / பீப் இரண்டும் கிடைக்கும். ஆனாலும் சிக்கன் சிறப்பாக இருக்கும். அதன் காரம் அடித்துக்கொள்ள முடியாத கொள்ளை ருசியாக இருக்கும். அங்கு ஆர்ம் கட் பெனியனுடன் கொத்து றொட்டி கொத்துகிறவரை ஒரு கதாநாயகன் போல எட்டி எட்டிப் பார்ப்பார்கள் அங்கு வரும் பெடியன்கள். அவருடைய தலையில் இருந்து வடிந்து வரும் வியர்வைத் துளிகள் கன்னத்தில் உருண்டு கழுத்து வழியாகப் பயணித்து இரண்டு கை வழியாகவும் வடியும். அது முட்டுக்கையை எட்டும் முதல் அடிக்கடி ஒரு மஞ்சள் துண்டால் ஒற்றித் துடைப்பார். அவருடைய முன்தலையில் விழுந்த வழுக்கைக்குத் தப்பித்த முடிகள் பின்மண்டையில் குவிந்து கிடக்கும். அது, பின்கழுத்தை மறைத்து பாதி முதுகை நோக்கிக் கிடந்து உருளும்.

எம்.ஜி.ஆர் நகர் காவல் நிலையத்துக்கு முன் இருக்கும் பீஃப் பிரியாணிக்கடை மிகவும் சின்னக்கடை. அந்த பாய் ஓர் அளவுக்குத்தான் எப்போதும் பிரியாணி விற்பார். பெரும்பாலும் அவர் வியாபாரத்தைத் தொடங்கி ஒருமணி நேரத்திலேயே விற்றுத் தீர்ந்துவிடும். அவருக்கான வாடிக்கையாளர்களில் முக்கால்வாசிப் பேர் அவருடைய பிரியாணிக் கடையில் இருந்து ஓர் இருபதடி தூரத்தில் இருக்கும் எம்.ஜி.ஆர் நகர் வைன் ஷாப்பிலேயேதான் இருப்பார்கள். ஒருமணி நேரத்துக்கு மேல் அவர் வியாபாரம் பார்த்த வரலாறே இல்லை. பலர் பிரியாணி கிடைக்காத வருத்தத்தில் அவரிடம் உரிமையாகக் கோபித்துக்கொள்வார்கள். அவர் அவர்கள் பேசுவதை எல்லாம் அமைதி நிறைந்த கண்களுடன் பார்த்தபடி நிற்பார். வைன்ஷாப்பில் இருந்து வரும் பலர் கெட்ட வார்த்தைகளை உதிர்ப்பார்கள். அவர் அதற்கும் எதிர்வினை புரியமாட்டார்.

சில போலீஸ்காரர்கள் கூட அவருடன் நின்று அந்தக் கூத்தை ரசிப்பார்கள்.

ஆழ்வார் திருநகரில் மெயின்ரோட்டில் இருக்கும் புறம்போக்கு நிலத்தில் நிற்கும் தள்ளுவண்டிக்கடை மட்டன் பிரியாணிக்கு சரியான கடை. கே.கே.நகர், விருகம்பாக்கம் தொடங்கி வடபழனியில் இருந்தெல்லாம் பலர் அந்த வண்டிக்கடையைத் தேடி வருவதுண்டு. சோறும் ஆட்டின் சதையும் ஒன்றாகக் குழைந்து ஒரு பதமாக இருக்கும் பிரியாணியை யாரும் வெறுக்க முடியாது. வாழையிலை போட்ட ரப்பர் தட்டுகளில் கொஞ்சம் நிறையவே அள்ளிப் போட்டுத் தருவார்கள். வயிறு முட்டுவது போல இருந்தாலும் ருசியாக இருப்பதால் யாரும் ஒரு பருக்கையைக்கூட மிச்சம் வைப்பதில்லை.

மதி அண்ணனுக்குத் தெரியும். எப்படியும் குடி முடிய நேரமாகலாம். எம்.ஜி.ஆர் நகர் பாய்கடை பீஃப் கிடைக்கிறது கஷ்டம். யாழ்.வரதனிடம் போறதும் சரிவராது. தூரம். ஆழ்வார் திருநகர்தான் சரிப்பட்டு வரும். “கமல், மட்டன். நம்மட ஆழ்வார்திருநகர் கடைதான் உன்ர பிறந்த நாளுக்கு”. கமலின் தலை அதுவாகவே ஆடியது. இனிமேல் என்ன சொன்னாலும் அவன் தலை ஆடும். மூன்றாவது பியரை முடித்து நான்காவதைத் திறந்திருந்தான். மாங்காய்த் தட்டு அப்படியே இருந்தது. அதில் ஐந்து துண்டுகளைப் பரப்பி நடுவில் மாங்காய் கொட்டையை வைத்து அதில் உப்பும் தூளும் கொட்டி இருந்தார்கள். மதி அண்ணா நிமிர்ந்து எல்லோர் முகத்தையும் பார்த்தார். எலோரின் தலைகளும் அரைவாசிக்குத் தொங்கியே கிடந்தது. யாரும் அவரை நிமிர்ந்து பார்க்கவில்லை. மதி அண்ணா தனது டீசர்ட்டின் இடதுபக்க அரைக்கையை கொஞ்சம் மேலே இழுத்துவிட்டு ஆர்ம்சை வலது கையால் தட்டினார்.

எங்கிருந்தோ ஒரு நாய் மாடிப் படியேறி கமலருகில் வந்தது. அது எப்போதும் உள்ளே வரும் நாய்தான். எல்லோருடைய மேசையின் கீழும் ஏதாவது தேடும். பலர் எலும்புத் துண்டுகளை கீழேதான் வீசி இருப்பார்கள். அவைகளை முடிந்தவரை

கடித்துப் பார்த்துவிட்டு அதுவே கீழிறங்கிப் போய்விடும். ஒருவேளை கமலுக்கு இன்றைக்குப் பிறந்தநாள் என்று அதற்குத் தெரியுமோ என்னவோ அவன் காலையே சுற்றிச் சுற்றி வந்து முகர்ந்தது. நான்காவது அரை பியர் போதையில் இருந்த கமல் திடீரென்று பதறி நாயை மிதித்தான். அது அவனையும்விட மிரண்டுபோய் பாய்ந்து குதித்துப் பக்கத்து டேபிளை சாய்த்து அதில் இருந்தவர்களின் கால்களிடையே புகுந்து கீழே ஓடியது. ஒரு வெள்ளை வேட்டிக்காரரின் உடை முழுவதும் பியரில் நனைந்து அவர் உடலில் இருந்து பியர் துளித்துளியாக வடிந்து ஓடியது. அப்போதும் அவர் தான் இருந்த கதிரையில் இருந்து ஓர் இஞ்ச் கூட நகரவில்லை. அங்கிருந்தே இவர்களை முறைத்தார். பயத்தில் கமலின் கையில் இருந்த பியர் போத்தல் நடுங்கியது. மதி அண்ணா எழும்பி கமலின் தலையில் தட்டிவிட்டு அந்த வெள்ளை வேட்டிக்காரரை நெருங்கிப்போய் நிமிர்ந்து நின்றார். கொஞ்சம் தன்னை நிலைப்படுத்திக்கொண்டு குனிந்து அந்த வெள்ளைச் சட்டைக்காரரின் கண்களை நேருக்கு நேராகப் பார்த்து.

“நாங்க அகதி சரியோ. என்ன, சொல்லுறது விளக்குதோ நாங்க அகதி...”

பல கைகள் பட்ட அடையாளத்துடன், இறுகிய முகமாக வந்து கதிரையில் குந்தினார் மதி அண்ணா. “கமல் வா போவம்” வாசன் பலவந்தமாக கமலைத் தூக்கி நிறுத்தி தள்ளிக்கொண்டு கீழே இறங்கினான். மதி அண்ணா எம்.ஜி.ஆர் சிலையில் ஒரு கையை ஊன்றிக்கொண்டு சத்தம் வராமல் அழுதார். கண்ணீர் கொட்ட அவர் வாய் முக்கோணமாக வளைந்து நெளிந்தது. அந்த நாயும் எம்.ஜி.ஆர் சிலையின் பின்னேதான் படுத்துக் கிடந்தது.

கமல் பாயைத் தேய்த்து உருளும் சத்தம் உள்ளே கேட்டது. வாசன் உள்ளே வந்தபோது கமல் ஜட்டியுடன் எழும்பிக் குந்தி இருந்தான். இவனைப் பார்த்ததும்...

“ஹாப்பி பெர்த் டே வாசா” என்றான்.

18

பஞ்சு மரத்தின் அடியில் நின்ற வாசனை அவசரமாக மொட்டைமாடிக்குக் கூட்டிக்கொண்டு வந்தான் துவாரகன். மாடிக்கு ஏறி வரும்போதே இரண்டு ரோஸ் நிற லேடிஸ் சைக்கிள்கள் வர்சாவின் வீட்டு கேட்டில் நின்றதை வாசன் கவனிக்கத் தவறவில்லை. மொட்டைமாடி அறைக்குள் அவசரமாக போய் வந்தான் துவாரகன். கையில் ஒரு சிறிய கல்யாணப் பை இருந்தது. திருமணத்திற்கு வருவோருக்கு பழம், பாக்கு, வெற்றிலை, ஆப்பிள் அளவில் ஒரு தேங்காய் எல்லாம் அதிலே போட்டுக் கொடுப்பார்கள். அதில் மணமக்களின் பெயரும் இருக்கும். 'தங்கள் வருகைக்கு நன்றி' என்று கொட்டை எழுத்தில் எழுதி இருக்கும். அதை ஏன் இவன் வைத்துக்கொண்டு வெட்கப்படுகிறான் என்ற யோசனையுடன் அதை வாங்கினான் வாசன். சேகுவேரா இன்றைக்கு நன்றாகக்காற்று வாங்கட்டும் என்று மூன்று தெறிகளை திறந்துவிட்டிருந்தான். பையில் ஒரு லெமன் பப் பிஸ்கட் பாக்கெட் சுற்றி இருந்தது. இலங்கையில் இருந்து வரும் இரண்டு பிரபலமான பிஸ்கட்களில் லெமன் பப் முதன்மையானது. இரண்டாவது மாரி பிஸ்கட்.

துவாரகனை எதுவும் கேட்காமல் வர்சா வீட்டு மாடியைப் பார்த்தான் வாசன். மாடியில் இரண்டு உருவங்கள். ஓர் உருவம் நடுவில் கையைக் கட்டிக்கொண்டு நிற்க மற்றோர் உருவம்

அதைச் சுற்றிச் சுற்றி வந்தது. ஒரு நொடி குணா பட கமல் வந்து போனார். வர்சா ஒரு புத்தகத்தை இரு கைகளாலும் பிடித்தபடி வாசித்துக்கொண்டே மொட்டைமாடியைச் சுற்றிக்கொண்டு வந்தாள். கீர்த்தனா கையை கட்டிக்கொண்டு திரும்பி நின்றாள். வர்சா ஏதோ சொன்னதும் கீர்த்தனா தலையைத் திருப்பிப் பார்த்துவிட்டு அவசரமாக மறுபடியும் முதுகைக்காட்டி திரும்பி நின்றுகொண்டாள். இருவரும் குசுகுசுப்பதை பார்க்க முடிந்தது.

"கீத்து வந்திருக்கு சொல்லவே இல்லை. அவ்வளவு லவ்வு" என்று வாசன் சொன்னதும் துவாரகன் தலையில் அடித்துக்கொண்டான்.

"சரி உயரம் குறைவு. வயசை விடு. நீ கவலைப்படாத. நான் என் பிரச்சனையை பார்த்துக்கொள்ளுறேன். இது யாருக்கு?"

துவாரகன் எதுவும் சொல்லவில்லை.

"தூக்கி எறியலாம்" என்றபடி வாசன் லெமன் பப் பாக்கெட்டை மேலே தூக்கிப்போட்டுப் பிடித்தான். இப்போது துவாரகன் எறியலாமா என்பது போலவே தான் பார்த்தான். அவசரமாக கீழே எட்டி சைக்கிளைப் பார்த்தான் வாசன். வர்சாவின் பாட்டி வந்து குந்தியிருப்பது தெரிந்தது. வரும்போது பாட்டி அங்கு இல்லை. அப்போது சைக்கிளில் வைத்திருந்தாலும் பாட்டியே எடுத்துப் பார்த்திருக்கலாம். "பொறுமை... பொறுமை" துவாரகனை பின்னுக்குத் தள்ளினான் வாசன்.

"கிழவி பார்த்திடப் போகுது பின்னுக்குத் தள்ளுடா"

வர்சா இப்போது அவர்களைப் பார்த்தபடி புத்தகத்தை நெஞ்சோடு அணைத்திருந்தாள். இவர்களும் அசராமல் பார்த்தனர். கொஞ்ச நேரத்தில் கீத்துவும் திரும்பினாள். ஆனால், பார்வை வேறெங்கோ இருந்தது. வாசன் கல்யாணப் பையை விட்டு லெமன்பப்பை வெளியே எடுத்து மேலே தூக்கி ஆட்டிக் காட்டினான். வர்சா "எறி" என்பது போல ஒரு கையை ஆட்டினாள். வாசனுக்கு அது அவ்வளவு தூரம் போகுமா என்று சந்தேகமாக இருந்தது. துவாரகனைத் திரும்பிப்

பார்த்துக் கேட்டான்.

“எறிவமா... நொறுக்கித்தானே திம்பாளவே...”

“என்னமோ செய்” என்றபடி துவாரகன் அறைக்குள் போய் குந்தினான்.

“கான்ஃபிடண்ட் இல்லாத பாய்ஸ்” என்று வர்சா கத்திச் சொன்னது தெளிவாகக் கேட்டது. கீத்து அவளை மெதுவாக அடித்துவிட்டுச் சிரித்தாள்.

துவாரகனை இரண்டாவது மாடிக்குத் தள்ளிக்கொண்டு வந்தான் வாசன். அப்போது இருட்டத் தொடங்கி இருந்தது. வர்சா வீட்டின் பால்கனியிலும் மின்விளக்கு ஒளிர்ந்தது. கல்யாணப்பை வாசனின் முதுகுக்குப் பின்னால் இருந்தது. கொஞ்சம் வியர்வை கையில் இருந்து வருவதை உணர்ந்து கையை அடிக்கடி ஜீன்சில் துடைத்தான். கீழே வர்சா வீட்டுப் பாட்டி உள்ளே போவதும் வருவதுமாக இருந்தாள். வாசன் படியிறங்கிப் போய் பஞ்சு மரத்தடியில் நின்றுகொண்டான். துவாரகன் இரண்டாம் மாடி பால்கனியில் நின்று வர்சாவைப் பார்த்துத் கீழே வாசனை சுட்டிக் காட்டினான்.

வர்சா உடனடியாகக் கீழே வந்து வாசன் கையில் இருந்தப் பையை பிடுங்கிக்கொண்டு போனாள்.

வாசனுக்கு உடலே வியர்த்திருந்தது. யாராவது பார்த்துவிட்டார்களா என்று தெரு முழுவதும் பயத்துடன் நோட்டம் விட்டான். வர்சா உள்ளே போகவும் பாட்டி புறுபுறுத்தபடி அவளைக் கடந்து வெளியே வந்தாள். வாசன் மாடிப்படியேறி இரண்டாவது மாடிக்கு ஓடினான். துவாரகன் வீட்டுக்குள் நின்று வர்சாவின் வீட்டு பால்கனியைப் பார்த்தான். வாசன் மாடிக்கு வர முதலே அங்கு லெமன் பப் பிய்க்கப்பட்டு, வர்சா ஒவ்வொரு பிஸ்கட்டாக அப்படியே வாயில் வைத்தாள். கீத்து பெயருக்கு ஒன்றை வாங்கிக் கடித்தபடி இவர்களைப் பார்க்காது முதுகைக்காட்டி திரும்பி நின்றாள். துவாரகனின் சந்தோஷம் முகத்தில் தெரிந்தது.

இடையிடையே வர்சாவின் வீட்டு பால்கனியைப் பார்த்தான். வாசன் இன்னும் இயல்புநிலைக்கு வராமல் ஃபாசன் டீவிக்கும் வாசலுக்கும் நடந்துகொண்டிருந்தான். சேகுவேரா வியர்வையில் குளித்திருந்தார். மின்விசிறியை இன்னும் ஒரு பொயின்ட் கூட்டி வைத்தான் வாசன்.

பால்கனிக்கு வந்த தம்பியிடம் வர்சா ஒரு பிஸ்கட்டை எடுத்து நீட்டினாள். அவன் அதை கையில் வாங்காமல் ஒரு சுற்று தலையால் பிஸ்கட்டை சுற்றிவிட்டு உள்ளே போனான். அவன் உள்ளே இருந்து ஏதோ சொல்ல, “மவனே உடம்பில உயிரிருக்காது” என்று சத்தமாகவே வர்சா சொன்னாள். பாட்டியின் காதில் இது விழுந்திருக்க வேண்டும். அவளும் ஏதோ சொல்லிக்கொண்டே மாடிக்கு ஏறிப் போனாள்.

துவாரகன் கதவை இறுக்கி மூடினான்.

19

இந்தியாவின் முதலாவது அல்லது இரண்டாவது காஸ் சிலிண்டர் அதுவாகத்தான் இருக்கும். அதைத் தமிழகத்துக்கு தள்ளிவிட்டிருப்பார்கள். முதலாவது சிலிண்டரை இனிமேல் பயன்பாட்டுக்கு உட்படுத்துவது சட்டவிரோதம் என்று அறிவிக்கப்பட்டிருக்கலாம். ஆதலால், அது இரண்டாவது சிலிண்டர் தான். வாசன் வீட்டு சமையல் அறையில் முற்றிலும் எடை இழந்து இருந்தது அந்த சிலிண்டர். காலையில் தேத்தண்ணியுடன் அம்மா அறிவித்தாள் “தம்பி காஸ் முடிஞ்சுது”. எதற்கும் ஒருமுறை பரிசோதித்து விடலாம் என்று சிலிண்டரை நெருங்கினான் வாசன். மிகவும் பரிதாபகரமான நிலையில் அது இருந்தது. மேல் கைப்பிடி வளையம், கீழ் வளைவு எல்லாமே அடிவாங்கி நெளிந்திருந்தது. சிகப்பு பெயிண்ட் பாதி உரிந்து பழையச் சுவரில் இருக்கும் கட்சிப்பெயர் போல அதன் கம்பெனிப் பெயர் தெரிந்தது.

சென்னையில் காஸ் முன் பதிவு செய்தால் அது வருவதற்கு அப்போது குறைந்தது ஒரு வாரம் அல்லது பத்து நாளாவது ஆகும். ஈழத் தமிழர்களுக்கு அதிகபட்சம் இரண்டு நாள். பலர் ஒரே நாளில் எடுத்துவிடுவார்கள் என்பதுதான் உண்மை. பழைய வீட்டில் இருக்கும்போது வாங்கி வைத்த காஸ் சிலிண்டர் போடுகிறவனின் நம்பரை அம்மா டயரியில் பெரிய எழுத்தாக முதல் பக்கத்திலேயே எழுதி வைத்திருந்தாள். வாசன் போனில் அழைத்ததும் அவன் அழைப்பை ஏற்கவில்லை. ‘ஏற்கவில்லை

என்றால் அவன் கூப்பிடுவான்' என்று வாசனுக்கு விளங்கிவிடும்.

நினைத்தது போலவே "யாரு..?" எனக் குரல் இழுவையாகப் போனது.

"வாசன் கதைக்கிறன் அண்ணா. கன்னியம்மன் கோயிலடியில இருந்தமே..."

சிறிய அமைதிக்குப் பிறகு "சிலோன்கார தம்பியா. என்னப்பா கூப்பிடவே இல்லை. அப்பா எப்பிடி இருக்காரு?"

வாசன் அப்பாவின் அறையைத் திரும்பி ஒருமுறை பார்த்துக்கொண்டான்.

"இருக்கார்ணா. அண்ணா காஸ் சிலிண்டர் முடிஞ்சு போச்சு. இன்னும் டீ கூட போடல. கொஞ்சம் சீக்கிரம் கொண்டு வாங்கண்ணா."

மறுபடியும் ஓர் அமைதி நிலவியது. யாரோ ஒரு ஆட்டோக்காரனின் ஆட்டோ சத்தம் கேட்டது. அதைத் தொடர்ந்து "போன் பேசிட்டே போறான் பாரு தே... டய" என்ற வார்த்தைகள் ஃபோன் வழியாக வந்து விழுந்தன.

"சரி தம்பி, வையுங்க நான் கூப்பிடுறேன்..."

வாசன் "ஹலோ ஹலோ" என்று பேச முயன்றான். இணைப்பு துண்டிக்கப்பட்டிருந்தது. அப்பாவின் அறையில் இருந்து எட்டிப் பார்த்த அம்மாவைப் பார்த்து "வந்திடுவான். நான் போய் இட்லி வாங்கி வாறன்'. அப்பா "பேப்பர்" என்று பலவீனமான குரலில் சொல்லிக் கேட்டது. அப்பாவுக்கு சாப்பிடுவதில் சில பிரச்சினைகள் தோன்றுவதை கவனிக்க முடிந்தது. சத்துமாவு களி போன்றவைகளை மட்டுமே கொஞ்சம் சாப்பிட்டார். எழும்பி இருப்பதை அவர் தொடர்ந்து புறக்கணித்தார். வலுக்கட்டாயமாக எழும்பி இருக்க வைத்தாலும் அவரால் முடியவில்லை. தொடர்ந்து படுக்கையில் கிடந்தார். சளி அடிக்கடி நெஞ்சில் அடைப்பதாக அம்மா சொல்லிக்கொண்டிருந்தாள்.

வாசன் வரசக்திவிநாயகர் கோயிலுக்கு பக்கத்தில் இருக்கும் சந்தியில் நின்றான். கையில் இருந்த பையில், நான்கு இட்லியும் இரண்டு பூரிகளும் மற்றும் சாம்பார் சட்னி இருந்தது. வாசனுக்கு தோசை இட்லி போன்றவை ஒருநாளும் பிடிப்பதில்லை. அவன் விருப்பம் எப்போதும் புட்டு, ரொட்டி, இடியப்பம் தான். இல்லையென்றால் பாண். அம்மன் கோயில் பக்கம் போனால் அவனே பாண் வாங்கி வந்துவிடுவான். சிலநேரம் இலங்கை பாண் கொண்டு வரும் ‘இலங்கை’ ஒரு பாண்காரர். அவர் வளசரவாக்கத்தில் இருந்தது பாண் மற்றும் மரக்கறி பணிஸ் விற்பனைக்குக் கொண்டு வருவார். பழமையான டீவிஎஸ் பைக்கில் ஓர் அளவான இரும்புப்பெட்டியைக் கட்டி அதில்தான் கொண்டு வருவார். நெசப்பாக்கத்தில் இரண்டு வீடுகள், கே.கே.நகரில் நான்கைந்து வீடுகள். வாசனுக்குத் தெரிந்து ஈழத்தமிழர்கள் அந்தப்பக்கம் மிகக் குறைவாகவே இருந்தனர். மேலும் அவர்கள் பல்வேறு ஊர்களைச் சேர்ந்தவர்கள் என்பதால் பெரிய ஒட்டு உறவைப் பேணுவதில்லை. வளசரவாக்கதில் பலரும் மிக நெருக்கமாக இருப்பதுண்டு. அதிக அளவான ஈழத்தமிழர்கள் வளசரவாக்கத்தில்தான் வசித்தார்கள். அதற்கு அடுத்து மடிப்பாக்கதில் வசித்தார்கள். வளசரவாக்கம், மடிப்பாக்கம் போன்ற பகுதிகளில் தனியாக இலங்கைப் பொருட்களுக்கு கடைகள் இருந்தன. அங்கர், மீன்டின் தொடங்கி நெத்திலிக் கருவாடு புழுக்கொடியல் வரை அங்கு கிடைக்கும். அடிக்கடி வந்துபோகும் தமிழர்கள் கடைகளுக்கு சிலப் பொருட்களைக் கொண்டு வந்து கொடுப்பார்கள். அதைவிட மண்ணடிக்கு வந்துபோகும் சிங்களவர்கள் அள்ளிக்கொண்டு வந்து போடுவார்கள். லாபம் கருதி பலரும் மண்ணடியில் இருந்தே பொருட்களை வாங்கி விற்று வந்தார்கள். சிங்களவர்கள் மண்ணடியில் இருந்து மொத்தமாக பல்வேறு சிறிய பொருட்களை இலங்கைக்கு எடுத்துப் போவார்கள். அவர்கள் பெருத்த லாபத்தையும் எதிர்பார்ப்பதில்லை. தொடர்ந்து வந்துபோவதால் கொண்டுவந்த பொருட்களை கிடைக்கும் லாபத்துக்கு தள்ளிவிடுவார்கள். சிங்கள சில்லறை வியாபாரிகளுக்கும் தமிழ் சில்லறை வியாபாரிகளுக்குமான

உறவை மண்ணடியில் இருக்கும் சில முஸ்லீம் கடைகள் கவனித்துக் கொண்டன.

அந்த வழியாக எப்படியும் காஸ் சிலிண்டர்காரன் தினமும் வந்துபோவதுண்டு. எப்படியும் அவன் வீடு தேடி வருவான் என்பதால் வாசன் திரும்பி வீட்டுவாசலில் வந்து நின்றுகொண்டான். காஸ் விலை அறுநூற்று ஐம்பது என்றால் காஸ்காரன் எப்படியும் இருநூறு ரூபாய் அதிகமாகவே கேட்பான். சிலநேரம் “இத பாருப்பா உடனே கொண்டு வந்திருக்கேன். இப்ப நான் மேல பதில் சொல்லோணும். அவனுங்க வேற கேட்பாங்க” என்று ஆரம்பித்து மொத்தமாக ஆயிரம் ரூபாய் வாங்காமல் போகமாட்டார். இதற்காகவே அம்மா ஐநூறு ரூபாயை சில்லறையாக மாற்றி தொள்ளாயிரம் ரூபாய் தனியாக எடுத்து வைத்திருப்பாள். வாசன் சிலநேரம் காசை விட்டுக்கொடுத்துவிடுவான் என்பதால் அம்மா இதில் கொஞ்சம் கவனம் எடுப்பாள். வாசன் காஸ்காரன் ஆட்டோக்காரன் எல்லோருக்கும் பலசமயம் பரிந்து பேசுவான். அவர்கள் முன்னே எதுவும் சொல்லாவிட்டாலும் வீட்டில் வந்து அம்மா அவனைப் பேசுவாள். அவன் காதில் வாங்காதது போல இருந்துவிடுவான்.

சேற்றுக் காலுடன் காஸ் சிலிண்டரை தோளில் சுமந்தபடி உள்ளே வந்த காஸ்காரன் அம்மாவைப் பின்தொடர்ந்து சமையல் அறைக்கு ஓடினான். அவனே பழைய சிலிண்டரில் இருந்து வயரைக் கழற்றி புது சிலிண்டரில் பொருத்தினான். அடுப்பைப் பற்ற வைத்து அதை அணைத்துவிட்டு வாசலில் வந்து நின்றுகொண்டான். தோளில் கிடந்த சிறிய துண்டால் முகத்தை அழுந்த தேய்த்துத் துடைத்தான். பலநாள் கவனிக்காத தாடி மயிர்கள் அவன் தாடை முழுவதும் நிரம்பிக் கிடந்தது. வாசன் எண்ணூறை நீட்டினான். அவசரமாக எண்ணியவன் கையை நீட்டி ஏதோ சொல்ல முயல, வாசன் தன்னுடைய மேல் பாக்கெட்டில் இருந்து மேலும் ஒரு நூறுரூபாயை எடுத்து நீட்டினான்.

அவன் சிரித்தபடி “வரம்மா” என்று ஒரு குரலைக் கொடுத்தபடி படியிறங்கி கேட்டைத் தாண்டி ஓடினான்.

20

பாண் விற்கும் 'நாதன்', வாசனின் வீட்டுக்கு வந்திருந்தார். அவர் பாண்காரார் மட்டுமில்லை பல ஈழத்தமிழர்களின் உறவினரும் கூட. வாசன் வீட்டுக்கு வந்தால் அவரை உள்ளே கூப்பிட்டு கொஞ்சநேரமாவது கதைக்காமல் அனுப்பமாட்டார்கள். மிகவும் காய்ந்து கறுத்து ஒல்லியாக இருப்பார். ஃபுல்கை சர்ட்டை முழங்கை வரை மடித்திருப்பார். கைகள் பலமாக இருந்தாலும் மிக மெல்லிய வறிய கைகளாகவே இருக்கும். "அப்ப நான் வரட்டா" என்று கேட்டுக்கொண்டுதான் போவார். அம்மா பாண் காசைத் தவிர ஐம்பதோ நூறோ அவ்வப்போது கொடுக்காமல் விடுவதில்லை. அப்பா சிலநேரம் இதைக் கண்டால் பேசிவிடுவார் என்பதால் வாசனின் அப்பாவிடம் 'நாதனு'க்கு ஒரு பயம் இருந்தது. நாதன், வரும்போதே சிலநேரம் மலிவான சாராய வாடை அடிக்கும். "குடிச்சு அழிக்கிறவனுக்கு ஏன் காசைக் குடுத்து கெடுக்கிற" என்பதே அப்பாவின் வாதமாக இருந்தது. இலங்கை குடிப்பதால் மட்டுமே அப்படி இல்லை. அவர் ஒரு முகாமில் வாழும் ஈழத்தமிழர்.

'நாதன்' அடிக்கடி காணாமல் போய்விடுவார் என்பதால் அவரை யாரும் நம்புவதில்லை. பலநேரங்களில் அவர் கடன் கேட்டால்கூட பலர் கொடுப்பதில்லை. சிலரிடம் கடன் வாங்கிய சிலநாட்கள் காணாமலும் போயிருக்கிறார். முகாம்

வாழ்க்கை அவரை மிகவும் உருக்கி இருந்தது. சிலநேரங்களில் மாலை வரை பாண் விற்றுவிட்டு “காலையில் நான் காம்பில.. முகாமில நிக்கோணும் அக்கா” என்றபடி ஓடுவார்.

வெளிநாடுகளில் இருப்பவர்கள் சென்னை வரும்போதெல்லாம் பழைய உடுப்புகள் என்று அள்ளிக் கட்டிக்கொண்டு வருவதுண்டு. பெரும்பாலும் அவை புதிதாகவே இருக்கும். பல உடுப்புகளில், அவர்கள் போட்ட அடையாளமே இருக்காது. வாசன் வீட்டுக்கும் பல வீடுகளுக்கும் இப்படியான உடுப்புகள் வருவதுண்டு. பலர் அதில் பெரும்பாலானதை நாதனிடம் கொடுப்பதுண்டு. “யாரோ போடட்டும் கொண்டு போய் குடுங்க” என்று பலரும் நாதன் வழியாக முகாமுக்கு உடுப்புகளைக் கொடுத்து அனுப்புவார்கள். வாசனின் அம்மாவுக்கு அது ஒரு தயக்கமான விடயமாகவே இருந்தது. நேரடியாக ஏதும் சொல்லாமல். “எதாவது பயன்படும் என்றால் எடுத்தண்டு போங்க” என்றுதான் சொல்லுவாள். பழசைக் கொடுக்கிறது சரியில்லை என்று அவள் நினைப்பாள். எவ்வளவு சிறந்த உடுப்பு என்றாலும் வாசன் இவற்றைத் தொடுவதே இல்லை.

“நான் நூற்றியம்பது ரூபாய்க்கு எம்.ஜி.ஆர் மார்க்கெட்டல் கூட வாங்கி போடுறேன். ஆனா, இதுகளை என்ர தலையில கட்டாதீங்க...”

இப்படி வெளிப்படையாகவே சொல்லிவிடுவான். அது ஒரு கவுரவப் பிரச்சனை என்றே அவன் கருதினான்.

‘நாதன்’, கடல் வழியாக இந்தியா வந்திருந்தாலும் ஆரம்பத்தில் வெளிநாட்டில் இருந்த அவருடைய சொந்தக்காரர் உதவி புரிந்ததால் பொருளாதாரச் சிக்கல் அவருக்கு இருக்கவில்லை. அவருக்கும் அப்போது வேறு பிழைப்புகள் இல்லாததால் அவரும் வாங்கிப் பழகிவிட்டார். ஒரு கட்டத்தில் அவர் சொந்தக்காரர்கள் பலரிடம் பொய் சொல்லி கொஞ்சம் அதிகமாகவே பணம் புரட்டினார். இவருடன் இருந்த ஒருவன் அவுஸ்திரேலியா போய்ச் சேர்ந்திருந்தான். அவன் அடிக்கடி அங்கிருந்து இவருடன் பேசுவதுண்டு. அவன் சொன்ன

திட்டப்படி இவர் பல சொந்தங்களிடம் பணத்தைத் திரட்டி ஆந்திராவில் திருமணம் முடித்து இருக்கும் ஓர் ஈழத்தமிழர் உதவியுடன் அவுஸ்திரேலியா போக முயன்றார். 'நாதன்' தான் சேர்த்த காசில் பாதியை அவனிடம் கொடுத்திருந்தார். மிச்சத்தை அவுஸ்திரேலியாவில் இருக்கும் நண்பனிடம் கைமாற்றி இருந்தார். அடுத்த சிலநாட்களில் கேரளாவில் கள்ளமாகப் படகில் போக இருந்த ஓர் அகதிகள் கூட்டம் பிடிபட்டது. 'நாதன்'தன் பணத்தைக் கொடுத்து வைத்திருந்தவனும் அந்தப் பிரச்சனையில் இருந்தான். அவன் இன்னும் சிறையில்தான் இருக்கிறான். அவனிடம் காசைத் திரும்பக் கேட்கக்கூடிய சூழலும் நாதனுக்கு இல்லை. நாதன் இருக்கும் முகாமுக்கே வந்து அதிகாரிகள் விசாரித்துப் போனதில் எல்லோரும் பயந்திருந்தார்கள். இந்த விவகாரம் வெளியே தெரிந்தால் நாதனுக்கே பிரச்சினை வரலாம் என்று நண்பர்களும் ஆலோசனை சொன்னார்கள். அவுஸ்திரேலியா நண்பன் அதற்குப் பிறகு நாதனின் போனை எடுக்கவில்லை.

நாதன் விவகாரம் ஒருவழியாக அவர் சொந்தபந்தங்களுக்குத் தெரியவர எல்லோரும் அவரை மிகக் கீழ்த்தரமாகப் பேசினார்கள். அதோடு அவர்களுடனான உறவும் நாதனுக்கு அறுந்து போனது. நாதனுக்கு இரண்டு மகள்கள் இருந்தனர். இருவரும் தையல் பழகி இருந்ததால் அவர்கள் அதே வேலையாக இருப்பார்கள். நாதன், முகாமுக்குப் போனாலும் அவரது மகள்கள் அவரை ஏறெடுத்துப் பார்ப்பதில்லை. அவர் எதையும் மனதில் வைத்துக்கொள்ளாமல் மகள்களைக் கரையேற்ற கடுமையாக முயன்று வந்தார். “ஒரு மகளை வெளியில கட்டி அனுப்பினால்” என்று அவரும் காணுகிறவர்களிடம் சொல்லத் தயங்கியதில்லை.

21

வர்சா பால்கனியில் இருந்து மாடிக்குப் போகும் படியில் இருந்து படித்துக்கொண்டு இருந்தாள். வெயில் ஏறிக்கொண்டிருந்தாலும் அவ்வளவு வெக்கை இல்லை. துவாரகனின் தலையிலும் வர்சாவின் காலிலும் ஒரே வெயில் விழுந்துகொண்டிருந்தது. துவாரகன் மொட்டை மாடியில் இருந்து கீழே இறங்கும் படிக்கட்டில் நின்றான். தலையில் மட்டும் கொஞ்சம் வெயில் விழுந்தது. வர்சாவின் படிக்கட்டிலும் வெயில் மேலேறி வந்துகொண்டிருந்தது. வர்சாவின் அப்பா கீழே வந்து பைக்கை நிறுத்த அவளுடைய தம்பி ஓடிவந்து பால்கனியில் நின்று எட்டிக் கீழே பார்த்தான். அவர் மாடிக்கு ஏறி வரவும் துவாரகன் தன்னுடைய மொட்டைமாடி அறைக்குள் வந்துவிட்டான். வாசனும் ரூபன் அண்ணாவும் ஆளுக்கு ஒரு கிளாசை வைத்துக்கொண்டு இருந்தனர். இவர்கள் எப்போது வாங்கினார்கள் என்று துவாரகனுக்கே தெரியவில்லை. வாசன் நிறைய ஃபேண்டாவை ஊற்றிக் குடித்துக்கொண்டு இருந்தான். “தம்பி சைவ சாப்பாடுதான். பார்த்து... பார்த்து அளவா குடியுங்க” துவாரகன் கிண்டலாகச் சொன்னான். பாலன் வீட்டு மாடியில் இன்றைக்கு சாப்பாடு. மதி அண்ணா தலைமையில் சமையல் நடந்துகொண்டிருந்தது.

ஈசனின் அண்ணனின் உருவப்படத்தை ஒரு பிளாஸ்டிக் கதிரையில் வெள்ளைத்துண்டு விரித்து அதில் சாய்த்து

வைத்திருந்தனர். ஒரு மல்லிகைப் பூமாலை தொங்கியது. மூன்று செம்பருத்திப்பூவும் வெள்ளைத்துண்டில் கிடந்தது. ஓர் அடி முன்னே தள்ளி வெள்ளிக்குத்துவிளக்கு ஏற்றி வைத்திருந்தார்கள். அதிலும் ஒரு செம்பருத்திப்பூ வைக்கப்பட்டிருந்தது. அதன் இதழ்களில் ஒன்று வெக்கையில் கருகி சுருண்டிருந்தது. மதி அண்ணா சோற்றை முதலில் ஒரு வாழையிலையில் பரப்பிப் போட்டார். அதைத் தொடர்ந்து பருப்புக்கறி, வெண்டைக்காய் குழம்பு, வாழைக்காயும் கத்தரிக்காயும் போட்ட வெள்ளைக்கறி, பாயசம்-வடை, நான்கு வாழைப்பழம். எல்லாம் சரியாக இருக்கிறதா என்று ஒருதடவை சரிபார்த்தார். சாம்பிராணி குச்சிகளை வாங்கிப் பற்றவைத்து இரண்டுமுறை உதறி, தீயை அணைத்து படையலில் இருந்த வாழைப்பழத்தில் குத்தி வைத்தார். இப்போது எல்லாம் சரியாக இருப்பதை உணர்ந்தார். ஈசன், ரூபன், கமல், துவாரகன், வாசன், பாலனின் மனிசி மற்றும் சில பக்கத்து வீட்டுக்காரர்கள் வந்திருந்தனர். மொட்டைமாடி நிறைந்துதான் இருந்தது. பாலனை மட்டும் காணவில்லை. பாலனின் மனிசியையும், ஈசனையும் திரும்பித் திரும்பிப் பார்த்தார் மதி அண்ணா. நிலமையை உணர்ந்து..

“சாமி கும்பிடுவம். அவர் மெதுவா வரட்டும்” என்றார் பாலனின் மனிசி.

மதி அண்ணா ஒரு சிறிய வெள்ளித்தட்டில் நான்கு கற்பூரக் கட்டிகளைப் போட்டு பற்றவைத்து உயர்த்தி, குனிந்து நின்று கதிரையில் இருந்த உருவப்படத்துக்கு காட்டினார். அப்படியே கீழே படைத்திருந்த படையலுக்கும் காட்டினார். கற்பூரம் தட்டில் தீயாகி முடிய அதில் மேலும் இரண்டு கட்டிகளை ஈசன் போட்டான். அது சுடர்விட்டு எரிய அனைவரும் கண்களை மூடி இருந்தனர். ஈசன் மட்டும் அண்ணனின் உருவப்படத்தை வைத்த கண்மூடாமல் பார்த்தபடி நின்றான். கண்ணை மூடி இருந்த மதி அண்ணா கணீரென்ற குரலில் “வான்முகில் வளாது பெய்க” என்று தேவாரம் பாடத் தொடங்கினார். ஈசன் கண்களில் இருந்து கண்ணீர் வழியத் தொடங்க கண்களை இறுக மூடிக்கொண்டான். அவன் கண்களைத் திறந்தபோது

அனைவரின் கண்களும் கலங்கி இருப்பதைக் கவனித்தான். அவன் கண்களை நேராகப் பார்ப்பதை துவாரகனும் வாசனும்கூட கொஞ்சநேரம் தவிர்த்துக்கொண்டார்கள்.

மொட்டைமாடியில் இருந்து சிறிய மணிச்சத்தம் கேட்டது. பாலன் அப்போதுதான் எழும்பி வயர்க் கட்டிலில் குந்தி இருந்தார். அவர் எப்போதும் பத்துமணிக்கு மேல்தான் எழும்புவார். முன்போல அவரால பரபரப்பாக இயங்க முடிவதில்லை. இரவில் தவறாமல் குடிக்கும் மதுவும் அதற்கு ஒரு காரணம். ஈ.பி.ஆர்.எல்.எஃப் இயக்கத்தில் இருந்த காலத்தில் வீட்டை முழுமையாகவே மறந்து ஓடித் திரிவார். என்ன ஏது என்று கேட்காமலே வேலைகளை இழுத்துப் போட்டுச் செய்வார். காலம் மாறிவிட்டது. வெளிநாடுகளில் இருந்து அழைக்கும் பழைய நண்பர்களின் பேச்சிலும் ஒரு கிண்டல் இருப்பதை அவர் கவனித்திருக்கிறார். கிண்டல் அடிப்பது அவர்களைப் பொறுத்தவரை புத்திசாலித்தனமான விடயமாக மாறியிருந்தது.

ஈசனின் அண்ணாவும் பாலனுக்குத் தெரிந்தவர்தான். இருவரும் வேறு இயக்கங்களில் இருந்தாலும் ஆரம்பத்தில் சந்திக்கும்போது ஒரு மரியாதைக்கு சிரிப்பார்கள். இருவருக்கும் ஒரு வெட்கமும் அப்போது வந்துவிடும். சின்ன வயதில் இருந்து ஈசனின் அண்ணனைத் தெரியும் என்பதால் அவருக்கு மனதுக்குள் ஒரு கவலை இருந்தது. அது கவலையா என்று அவரைக் கேட்டால் “தெரியவில்லை” என்றுதான் சொல்லுவார். அவருக்குப் பெரிய சலிப்புதான் எல்லாவற்றிலும் இருந்தது. அவரிடம் கேட்டுத்தான் மதி அண்ணா மேலே ஏற்பாடுகளைச் செய்தார். ஈசனுக்கும் அது கொஞ்சம் ஆச்சரியமாகத்தான் இருந்தது. இருந்தாலும் அவன் “சரி” என்று ஒரு சிறிய யோசனைக்குப் பிறகு சொல்லிவிட்டான். டெல்லியில் கோர்ட் அவனுக்கு ஜாமீன் கொடுத்திருந்தது. தினமும் காவல் நிலையத்தில் கையெழுத்துப் போடவேண்டும் என்று சொல்லி அனுப்பி இருந்தார்கள். அவன் தினமும் காவல் நிலையம் போகத் தொடங்கியதும் அவனுடன் நெருங்கிப் பழகிய பலர் அவனைக்கண்டு விலகிப்போகத் தொடங்கி

இருந்தார்கள். அவன் மறுபடியும் தனித்தவன் ஆகி இருந்தான்.

சிவசிதம்பரம் மட்டும் அவனைத் தினமும் ஒருமுறை பார்த்து “சாப்பிட்டியா?” என்று மறக்காமல் கேட்பார். நிறை போதையில் கூட சிலநேரம் மாடிக்கு வந்து “சாப்பிட்டியா” என்று கேட்டிருக்கிறார். அவனால் அவரைப் பிரிய மனம் வரவில்லை. இவ்வளவு நடந்தும் அவன் முகத்துக்கு நேராக ஒரு வார்த்தை அவர் கோபப்பட்டுச் சொன்னதில்லை.

மாடிப்படி ஏறி பாலன் வரும்போதே ஊதுபத்தி வாசனை, படிவழியே கீழே வந்துகொண்டிருந்தது. பாலன் மாடிக்கு வரவும் அங்கிருந்த கலகலப்பு குறைந்தது. வாசனின் வாழையிலையில் சோறு குவிந்து மலை போல கிடந்தது.

“யார்றா இவ்வளவு சோத்தைப் போட்டது?” என்று பார்த்தபடி வந்து அவர் பக்கத்துக் கதிரையில் இருந்தார்.

‘வேண்டும் என்றே தன்னுடைய வாழையிலையில் இவ்வளவு சோற்றைப் போட்டார்கள்’ என்று சொல்ல முடியாமல் அனைவரின் முகத்தையும் கோபத்துடன் பார்த்தபடி இருந்தான் வாசன்.

அவனால் அப்போது அங்கு எதுவும் பேச முடியவில்லை.

“ஈசன் சாப்பிட்டாச்சோ...?”

அந்த நீண்ட கேள்வி பெரும் மவுனத்தைக் கொண்டு வந்தது மொட்டைமாடியில்.

“நீங்க சாப்பிடுங்க பாலாண்ணா” என்றபடி ஈசன் அவசரமாக சோற்று சட்டியை கையில் எடுத்துக்கொண்டு வந்தான். பாலன் கையை நீட்டி வாழையிலையில் போட வந்த சோற்றைத் தடுத்தார்.

“வா... வந்திரு”

சில நொடிகள் மறுபடி அமைதி. ஈசன் கதிரையில் இருந்து இரண்டு உள்ளங்கைகளாலும் ஒருமுறை முகத்தைத் துடைத்து

சமநிலைக்கு வந்தான். இரண்டு வாழையிலைகளிலும் சோறு போடப்பட அடக்க முடியாத அழுகையைத் தொண்டையில் இருந்து விடுவித்தான் ஈசன். வாசன் தொடங்கி எல்லோரின் கண்களும் கலங்கின. பாலன் அவனின் முதுகை இரண்டு முறை தட்டிவிட்டு கையைக் கட்டிக்கொண்டு முதுகைக் கதிரையில் சாய்த்து இருந்தார். கசந்த பழுத்த வேப்பம் இலைகள் எங்கிருந்தோ வந்த காற்றில் பொலபொலவென்று மொட்டைமாடியெங்கும் விழுந்தது. ஓரமாக ஒதுங்கி நின்று சிகரெட் பிடித்துக்கொண்டிருந்த ரூபன் அண்ணாந்து வேப்ப மரத்தைப் பார்த்தார். இலைகளின் இடையிடையே கொஞ்சம் நீலவானமும் அமைதியாகத் தெரிந்தது.

22

இரவுதான் ஒரு குடும்பம் கனடாவில் இருந்து வருவதாக துவாரகனுக்குச் சொன்னார் பாலன். இரண்டாவது மாடிவீடு இடையில் யாரும் பயன்படுத்தாமல் கிடந்தது. இடையிடையே வாசனும் துவாரகனும் வந்திருந்து எப்போதும் ஃபேஸன் டீவி பார்த்திருக்கிறார்கள். பல சமயம் வர்சாவையும் பார்த்திருக்கிறார்கள். சமையல் அறை, படுக்கை அறைகள் இரண்டையும் யாரும் பயன்படுத்தி இருக்கவில்லை. துவாரகனுக்கு சுத்தப்படுத்துவது சுலபமாக இருந்தது. கொஞ்சம் ரூம் ஸ்பிரேயும் அடித்துவிட்டான். கொஞ்சநேரம் கண்மூடி நின்றுகொண்டிருக்க மல்லிகை வாசம் அவனையும் சூழ்ந்துகொண்டது.

மீனம்பாக்கத்தில் விமானம் பதினைந்து நிமிடங்கள்தான் தாமதமாக வந்தடைந்தது. பாலனுக்கு அதில் ஒரு சின்ன நிம்மதி. எப்படியும் நம்மவர்கள் தான் செக்கிங் முடித்து கடைசியாக வருவார்கள். அதில் விமானமும் தாமதமாக வந்தால் ஒருமணி நேரத்துக்கு மேல் விமான நிலையத்தில் காத்திருக்க வேண்டி வந்துவிடும். “இன்றைக்கு நேரத்துக்கு நித்திரைக்கு போகலாம்” என்று சொல்வது போல அந்தக் கனடாக்கார குடும்பத் தலைவர் தூரத்தில் கண்ணாடிக்கு உள்ளிருந்தே பாலனுக்கு கை அசைத்துக்கொண்டு வந்தார்.

அவர் பெயர் வரதன். அவர் மனைவி தர்மினி. அவருக்கு இரண்டு மக்கள். அவர்கள் இருவரின் பெயர் பாலனுக்குத் தெரியாது. இரண்டு பேரும் ஒரே மாதிரியான தலைமுடி வெட்டுடன், ஒரே மாதிரியாக சிறிய பைகளைத் தோளில் போட்டு ஸ்டைலாக வரதனுக்கு பின்னே வந்தனர். வரதன் ஒரு ட்ராலி வண்டியை மூச்சுவாங்கத் தள்ளிக்கொண்டு வந்தார். தர்மினியின் ட்ராலி வண்டியிலும் இரண்டு பெரிய பெட்டியும் ஒரு சிறிய பெட்டியும் இருந்தது. அவர் உயரம் குறைவாக இருந்ததால் அவர் ட்ராலி வண்டியை தள்ளுவதைப் பார்க்க கொஞ்சம் வேடிக்கையாக இருந்தது. இருந்தாலும் புருசனும் பெண்டிலும் ஒரே அளவாகப் பெட்டிகளைப் பகிர்ந்து ட்ராலியில் தள்ளிக்கொண்டு வருவது பார்க்க நன்றாகவே இருந்தது. இரண்டு மகன்களும் இவர்களுடன் சம்பந்தம் இல்லாதது போல தங்களின் கைகளைப் பத்திரமாக ஜீன்ஸ் பாக்கெட்டுக்குள் உள்ளே ஆழமாகப் புதைத்திருந்தனர்.

பாலன் வழக்கமான புன்னகையைவிட உற்சாகமான புன்னகையுடன் தர்மினியின் கையில் இருந்த ட்ராலி வண்டியை வாங்கித் தள்ளிக்கொண்டு பொலிரோவை நோக்கி நடந்தார். "என்னட ட்ராலி வண்டியை வாங்கி இருக்கலாமே" என்ற பரிதாபப் பார்வை வரதனின் கண்களில் தெரிந்தது. அவருக்கு இன்னும் மூச்சு சரியாக விட வந்திருக்கவில்லை. ஒருவேளை இந்தியச் சூழல் அவரைத் திணற வந்திருக்கலாம். பொலிரோவின் டிக்கியில் பெட்டி ஒன்றைத் தூக்கி வைத்தார் பாலன். மிகக் கனமாக இருந்ததால் கொஞ்சம் திணறித்தான் தூக்க வேண்டி இருந்தது. வரதனுக்கு உடனே விளங்கிவிட்டது. அடுத்த பெட்டியைத் தூக்கும்போதே, பெட்டியின் ஒரு பக்கத்தை உடனே தாங்கிப் பிடித்துக்கொண்டார். தனது மகன்களைத் திரும்பிப் பார்த்தபோது வரதனுக்கு இன்னும் பலமாக மூச்சு வாங்கியது. பெட்டிகளை ஏற்றி முடித்தபோது அங்கு பாலனும் வரதனும் மட்டுமே நின்றார்கள். இருவருக்கும் இப்போது சமமாக மேல்மூச்சு வாங்கியது.

தர்மினி முன்சீட்டில் இருந்து, சீட் பெல்ட் போட்டிருந்தார்.

மகன்களும் அம்மாவுடன் பொலிரோவில் ஏற்கனவே ஏறி வசதியாக இருந்தனர். வரதன் பின்னால் மகன்களுடன் ஏறியதும் வேண்டாவெறுப்பாக கொஞ்சம் இடம் கொடுத்தனர். பாலன் மெதுவாக வண்டியை எடுத்து விமான நிலைய எல்லையைக் கடந்த பிறகு வேகத்தைக் கூட்டினார்.

“ஏசி இவ்வளவுதான் வருமா? கொஞ்சம் கூட்டேலாதா?”

முதல் கேள்வியே தர்மினியிடம் இருந்துதான் வந்தது. ஏசி ஏற்கனவே கூட்டித்தான் இருந்தது.

“கொஞ்ச நேரம் ஆகும். வந்திடும்” என்றார் பாலன்.

இப்படியான கேள்விகளைத் தவிர்க்க விமானநிலையம் வந்ததும் பாலன் ஏசியைப் போட்டுவிட்டுத்தான் இருப்பார். இது ஒன்றும் அவருக்கு புதிய கேள்வி இல்லை. வண்டியில் ஓர் அடையாளம் தெரியாத அமைதி இருந்தது. விமானத்தில் இருக்கும் அமைதி போலவே இருப்பதாக பாலன் உணர்ந்தார். அதுவும் மகிழ்ச்சிகரமானதே என்றும் நினைத்தார். ஒரு பத்து நிமிட இடைவெளியில் ஒரு சிறிய தேனீர்க் கடையைக் கண்டதும் அவசரமாக பாலனை வண்டியை நிறுத்தச் சொன்னார் வரதன். வண்டியை நிறுத்திய வேகத்திலேயே இறங்கி அத்தேனீர் கடைக்குப் போனார் அவர். தர்மினி ஏதோ முணுமுணுத்தார். மகன்களும் அம்மாவுடன் கூடச் சேர்ந்து ஆங்கிலத்தில் ஏதோ முணுமுணுத்தார்கள். பாலன் இப்போது இறங்கி வரதனைப் பின்தொடர்ந்து தேனீர்க் கடைக்குப் போனார்.

தேனீர் குடித்துக்கொண்டிருந்த அவர்கள் இருவரையும் ஓர் அருவருப்பான பார்வை பார்த்தார் தர்மினி. தேனீர் குடித்துமுடித்து வண்டியில் ஏறிய பிறகும் அந்தப் பார்வை பாலனின் கண்ணுக்கு முன்னே வந்து வந்து போனது. பாலன் அதைக் கடக்க நினைத்துக்கொண்டே இருட்டை நோக்கி முன்னேறினார். “அப்பா” தர்மினி திருப்ப முடியாத உடலில் இருந்து தலையை சில இஞ்ச் திருப்பி தனக்கு நேரே

பின்னால் இருந்த வரதனைப் பார்த்தார். கண்மூடி இருந்த வரதன் கண்ணைத் திறக்காமலே “காது கேட்கும்”என்றார். அப்போதும் அவர் கண்ணைத் திறக்கவில்லை.

“அப்பா... அம்மாள் சத்தியமா சொல்லிப் போட்டன். விஜய்ய பார்க்காம என்ர சவம்தான் டொரண்ரோவுக்குப் போகும். நான் சொன்னா சொன்னதுதான். தெரியும்தானே.”

தர்மினி இதைச் சொன்ன விதத்தை கடைக்கண்ணால் பார்த்த பாலனுக்குத்தான் கொஞ்சம் வெட்கமாக இருந்தது. வரதன் மிக அமைதியாக அனுபவப்பட்டவராக இருந்தார்.

“என்னப்பா, என்ன நான் சொன்னது கேட்டதோ. என்னை விசரியாக்கிப் போடலாம் எண்டு மட்டும் கனவிலையும் நினைக்காதீங்க. அது ஒருகாலும் நடக்காது.”

இப்போது வரதனின் கண்கள் திறந்தன. தனக்கு வலதுபக்கம் இருந்த ஒரு மகனைப் பார்த்து “அந்த வயரை ஒருக்க எடும்” என்றார். இரண்டு காதுகளிலும் ஹெட்ஃபோன் வயரை சொருகி இருந்த மகன், அவர் இரண்டாவது முறை எதோ சொல்வதை அவர் உதட்டு அசைவில் இருந்து தெரிந்துகொண்டு ஒரு காதில் இருந்து மட்டும் வயரை எடுத்துவிட்டு “வாட்?” என்று அவர் மேல் பாய்வது போலக் கேட்டான்.

ஒரு நிமிடம் திகைத்து பாலன் ஓரமாக பொலிரோவை நிறுத்தினார். பொலிரோ குலுங்கி நின்றது. “பொலிசுக்கு அடிப்பியோ நீ?” என்ற வரதன் முகம் மாறியிருந்தது. அடி வாங்கிய அதிர்ச்சியில் இருந்து அவர் மகன் இன்னும் மீளவில்லை.

“சொல்லடா... என்ன சொன்னனி? பொலிசுக்கு அடிப்பியோ?”

பாலனுக்கு மட்டும் இல்லை, அவர் மகனுக்கோ மனிசிக்கோ கூட எதுவும் விளங்கியிருக்கவில்லை.

“சொறிச் சேட்டையள் விடூறது. பெத்த தகப்பன் கேள்வி கேட்டால், பொலிசுக்கு அடிப்பியள்” என்றபடி, படபடவென்று

மகனின் முகம் தலை என்று பாராமல் வரதன் விளாசினார்.

“அண்ணா... ரோட்டில நிக்கிறம்” பாலன் வரதனின் கோபத்தை விளங்கிக்கொண்டு இந்த வார்த்தையை நிதானமாகவே சொன்னார்.

“இல்லை பாலன். நாலு வருசம், நாலுவருசமா அடக்கிக்கொண்டு இருந்தனான் எல்லாத்தையும். இந்த விசர் வேசையும் மக்களும் ச்சீ... மெரீனா பீச்சில போய் கடல்ல விழுந்து செத்தாலும் பரவாயில்லை. என்ன வாழ்க்கையப்பா...”

தனக்கு முன் சீட்டில் தலை சாய்த்து இருந்த மனைவியை நோக்கி ஓர் அடி அடித்தார். பாதி அடி சீட்டிலும் பாதி அடி தர்மினியின் கன்னத்திலும் விழுந்தது. பாலன் தலையைக் குனிந்துகொண்டார். வரதனின் பெருமூச்சு மட்டும் பொலிரோவை நிறைத்திருந்தது. மற்ற மகனார் உடலைக் குறுக்கிக் கொண்டிருந்தான். அவன் கைகள் குறண்டிக்கொண்டு கால்களிடையே ஒளித்திருந்தது.

ஏசி திடீரென்று கூடியது போல குளிர் நிறைந்தது பொலிரோவில்.

23

கே.கே. நகர் சிவன் பார்க்கில் இருள் சூழத் தொடங்கிய நேரம். இலைகளின் இடையில் மின்விளக்குகளின் மஞ்சள் பொன் ஒளிகள் ஒளிரத் தொடங்கின. சிவன் சிலையின் முன்னே கொஞ்சம் குள்ளமாக நின்ற ஜீவலட்சுமியை வாசன் அதிசயமாகத்தான் பார்த்தான். வர்சாவின் வெள்ளைத்தான் அவளும். அவளைவிடவும் கொஞ்சம் கட்டையாக இருந்தாள். கண்ணாடி போட்ட முகம். நெற்றியில் ஒரு சிகப்புப் பொட்டு கீறியது போல இருந்தது. அந்தப் பொட்டை அதற்கு முதல் எங்கோ தெளிவாகப் பார்த்திருக்கிறான். ஓம், அது ஜெ.ஜெயலலிதா நெற்றியில் கண்டதுதான். வர்சா முகம் போல இல்லை ஜீவாவின் முகம். இது கொஞ்சம் உருண்டை மாம்பழம். கண்ணாடிக்கு மேலாலும் சிலநேரம் பார்த்தாள். வாசன் பார்க்கும்போது கண்ணாடிக்கு கீழாலும் பார்த்தாள். முதல்முறை அவளைப் பார்த்து மூன்றுமணிநேரம் இருக்கும். அப்படி நம்ப முடியாமல்தான் வாசனும் அவளருகில் நின்றான்.

வர்சாதான் “வாசன் உனக்கு கீத்து எல்லாம் சரிவராது” என்று சொல்லிக்கொண்டு இருந்தாள், துவாரகனுடன் காணும்போதெல்லாம். இடையில் யாகூ மெசஞ்சர் ஒன்றை வாசன் திறந்திருந்தான். எல்லாம் துவாரகன் உருவாக்கிய பழக்கம்தான். அதில் முதலில் வர்சாவுடன்தான் வாசனும் பேசினான். இடையில் கீத்துவும் அதில் வந்தாள். ஆனால்,

அவள் வர்சா போல பேசுவதில்லை. சில நிமிடங்களில் ஓடிவிடுவாள். பேசினாலும் அவள் பள்ளியும், செவின் சீக்கிரெட் போன்ற புத்தகங்களுமே அதில் வரும். வாசனுக்கு எதுவும் விளங்குவதில்லை. ஆனாலும் பேசுவான். தினமும் பத்து ரூபாய் நெட் கட்டணமாகிக்கொண்டு இருந்தது.

ஒரு நாள் வர்சா, "ஆர்ட்குட்ல இருக்கியா?" என்று கேட்டாள். அதில் வர்சா காட்டிய "சென்னை நிலா" தான் ஜீவலட்சுமி என்கிற ஜீவா.

ஜீவலட்சுமியும் வர்சா படிக்கும் பள்ளியில்தான் படித்தாள். வீடு கோபாலபுரத்திலேயே இருந்தது. வீட்டுக்கு நடந்தே போவாள். அவள் தமிழா மலையாளியா என்று சொல்ல முடியாது. பேச்சில் கொஞ்சம் பிராமண வாடை அடிக்கும். வர்சாவின் பேச்சில் பிராமண வாடை அடித்ததே இல்லை. சென்னை வாடைதான் அடிக்கும். சென்னை நிலாவின் ஆர்ட்குட், வாசனை ஏதாவது கிறுக்க வைத்தது. ஏதாவது பாடல் வரிகளை போடுக்கொண்டே இருப்பான். ஒருநாள் மாலை சென்னை நிலா ஜீவலட்சுமியாக வீட்டிற்கு வருவதாக வர்சா சொன்னாள். அடுத்து அவள் சொன்ன வார்த்தைதான் முக்கியமானது.

"நல்ல கட்டை வாசு"

ஜீவலட்சுமி ஜீவாவாகி வந்திருந்தாள்.

சிவன் பார்க் முன் இருக்கும் பேருந்து நிறுத்தத்தில் இருந்து இருவரும் நடந்து வந்தனர். "இது வாசன்" என்பதைத் தவிர வர்சா எதுவும் சொல்லவில்லை. அவளும் ஒரு "ஹாய்" தான் சொன்னாள். இருவரும் நடக்கத் தொடங்க வாசன் அவர்களைத் தொடர்ந்து நடந்தான். கே.கே.நகர் காவல் நிலையம் அருகில் உள்ளதால் காவலர்கள் சிலர் அந்தப் பக்கம் நடமாடிக்கொண்டே இருந்தனர். வாசனை அப்போது கவனித்தால் கள்ளன் என்று முடிவே கட்டிவிடுவார்கள். இல்லை, அவனே ஒப்புக்கொண்டும் விடுவான். நிலைமை அப்படித்தான் இருந்தது. ஜீவலட்சுமி அவ்வப்போது திரும்பிப்

பார்த்தபடி நடந்தாள். அவள் திரும்பிப் பார்த்தால் உடனே வர்சாவும் அவளையடுத்து திரும்பிப் பார்ப்பாள். அவனைப் பார்க்கும்போதெல்லாம் வர்சாவின் கண்ணில் ஒரு நக்கல் சிரிப்பு பொங்கி வழிந்தது. கீத்துவை அடிக்கடி காணும் ஆவின் பால் பூத்தைக் கடந்தபோது ரோட்டுக்கு மறுபக்கம் தாண்டி நடந்தான். நடந்து நடந்து வர்சா வீடும் வந்துவிட்டது. வாசன் இன்னும் சில அடி தள்ளியே வந்துகொண்டிருந்தான். ஜீவலட்சுமி மாடிப்படி ஏறும்வரை தயங்கித் தயங்கி பார்த்துக்கொண்டே போனாள்.

பஞ்சு மரத்தில் சாய்ந்து நின்றான் வாசன். ஜீவலட்சுமி வர்சாவின் வீட்டு பால்கனியில் நின்றும் வாசனையே பார்த்தாள். வர்சா கைகளை விரித்து கண்கள் உருள ஏதோ கதைகளைச் சொல்வது போல இருந்தது. ஓர் ஆட்டோ பஞ்சு மரத்தை நோக்கி வருவதைக் கண்டு மொட்டைமாடிக்கு ஏறி ஓடிப் போனான் வாசன். அவன் ஓடிப்போவதை கண்களால் துரத்துவது போல உருட்டினாள் ஜீவலட்சுமி. அவள் விழிகள் கண்ணாடியின் மேலும் கீழுமாக மாறி மாறி பார்ப்பது போல இருந்தது. மொட்டைமாடிக்கு போய்தான் வாசன் கீழே எட்டிப் பார்த்தான்.

தலையில் பச்சைநிற வட்டப் பெரிய தொப்பியுடன் வரதன்தான் ஆட்டோவில் இருந்து இறங்கினார். இறங்கிய வேகத்தில் இரண்டு ரூபாய் நோட்டுகளை நீட்டினார். பின்னால் இறங்கிய அவர் மனிசி தர்மினி இன்னும் ஒரு நோட்டை அவர் பர்சில் இருந்து பிடுங்கி ஆட்டோக்காரரிடம் நீட்டினாள். வரதன் அவசரமாக பர்சை இடுப்பில் தொங்கிய பையில் போட்டு ஜிப்பை இழுத்து மூடி இறுக்கமாகப் பிடித்துக்கொண்டார். லட்சிய வேட்கை நிறைவேறிய முகமாக ஒளிர்ந்தது தர்மினியின் முகம்.

“அப்பா... நான் விஜயை பார்த்திட்டேன். என்னால நம்பவே முடியேலையப்பா. அது விஜய்தானே”

கெஸ்ட் கவுஸ் இரும்பு கேட்டை இறுக்கிப் பிடித்தபடி

அப்படியே நின்றாள் தர்மினி. வரதன் பச்சைத் தொப்பியை கழற்றி வியர்த்திருந்த வெறும் மண்டையைத் துடைத்தார். மிக மெதுவாகச் சொன்னார்.

“விசரி மாதிரி இருக்காதையப்பா. பெரிய மகன் ரெண்டு இருக்கு நமக்கு. உள்ள வா...”

“உங்களுக்கும் விஜய் பிடிக்கும் தானே அப்பா. இனிமேல் உங்களோட பேச்சில்லை” என்றபடி மாடிப்படியில் நின்ற வரதனின் கையைத் தட்டிவிட்டு மாடிக்கு ஏறிப்போனாள் தர்மினி. கொஞ்சநேரத்தில் இரண்டாம் மாடி வீட்டின் கதவு அடித்துச் சாத்தப்பட்டது. வரதன் குரல் உயர்ந்தும் அடங்கியும் கேட்கத் தொடங்கியது.

துவாரகன் வரும்வரை பதற்றமாகவே நின்றான் வாசன். துவாரகனும் வாசனும் பின்தொடர வர்சாவும் ஜீவலட்சுமியும் சிவன் பார்க் வந்தனர். வரும்போது வழியில் ஒரு பிள்ளையார் கோயில் சிவன் பார்க் அருகே வந்துவிட அங்கும் ஜீவலட்சுமி நின்று கன்னத்தில் போட்டுக்கொண்டு தன்னுடைய வலது கையின் பின்புறத்தை தானே முத்தமிட்டுக்கொண்டாள். போலிஸ்காரர்கள் கண்டதும் அதே வழக்கமான பதற்றம் வாசனிடம். துவாரகன் இல்லை என்றால் ஓடிவிடுவான் போல அவன் கால்கள் தடுமாறின. சிவன் பார்க்கின் உள்ளே சிவன் சிலையைக் கண்டதும் ஜீவலட்சுமி நின்றுவிட்டாள். வர்சா சலிப்புடன் துவாரகனின் முதுகில் இரண்டு கையாலும் அழுத்தித் தள்ளிக்கொண்டு போனாள்.

எவ்வளவு நேரம் இப்படியே நிற்பாளோ என்று வாசனுக்குப் பயம் வந்துவிட்டது. அந்தப் பக்கம் வருகிறவர்கள் ஒரு நொடி இவர்களைப் பார்த்துவிட்டே போனார்கள். வாசன் முதுகில் யாரோ அடித்தார்கள். பாதி அடி காற்றில் விழுந்தது போல ஓர் அடி. வர்சாவின் கைதான் அது.

“செம கட்டை” என்றாள் வர்சா.

“சாமி கும்பிடு வாசா” என்று துவாரகனும் தன் பங்குக்கு

சொன்னான். குழந்தைகள் அதிகமாக சத்தம் போடடு விளையாடி குரல் எழுப்பி சிவனின் தியானத்தை கலைக்க தீவிரமாக முயன்றார்கள். சிவன் கல்லாக அசைந்து கொடுக்கவில்லை சிவன் பார்க்கில்.

இன்னும் இருட்டவில்லை என்று வாசனுக்கு மட்டும்தான் நெஞ்சு அடித்துக்கொண்டது. தன் மடியில் பிடித்து வைத்திருந்த வாசனின் கையை இன்னும் ஆழம் நோக்கி அழுத்திக்கொண்டே கண்களைக் கூர்ந்து பார்த்தாள் ஜீவலட்சுமி. இப்போதே அது கள்ளக் கண்கள்தான். கண்ணாடியால் மறைக்க முடியாமல் அது அப்படியே தெரிந்தது. அதில் ஆழம் போய் கண்டுபிடிக்க என்ன இருக்கப் போகிறது. வாசன் திரும்பி துவாரகனைப் பார்த்தான். வர்சா அவனை எட்டி எட்டி அடித்தபடி, தன் கால்மேல் கால் போட்டுப் பேசிக்கொண்டு இருந்தாள். இரண்டு வயதானவர்கள் இவர்களைக் கடந்து போக ஜீவலட்சுமி ஆங்கிலத்தில் ஏதோ பேச ஆரம்பித்தாள். அது இன்னும் குழப்பியது வாசனை. அவன் தொடையில் அடித்தவள், இரண்டுமுறை கைத்தவறி பட்டதுபோல, படாத இடங்களிலும் அடித்தாள். வாசனும் இப்போது வர்சா போல கால் மேல் கால் போட்டுக்கொண்டான். திடீரென்று வர்சாவைத் திரும்பிப் பார்த்து “இருக்காது” என்று தனக்குத்தானே சொல்லிக்கொண்டான். கடைசியில் அந்த முத்தத்தை ஜீவலட்சுமி எதிர்பார்க்கவில்லை, ஒரு நொடி திணறினாள். கண் வியர்த்தது போலவும், முகம் முழுவதும் சிவந்தது போலவும் அவள் பேருந்தில் ஏறி இருந்து திரும்பிப் பார்த்தபோது இருந்தது. அவள் அந்த வயதானவர்கள் தங்களை கடந்து போனபோது சொன்னதைத் திடீரென்று ஞாபகத்துக் கொண்டு வந்தான். அதில் “ஃபக்” என்பது மட்டும் கொஞ்சம் புரிந்தது போல இருந்தது.

அன்றிரவுதான் முதல்முறை அவனின் ஆணுடல் பெண்ணுடலாகி வியர்த்தது. மூச்சு முட்டியபோது அது ஜீவலட்சுமியா வர்சாவா என்றே தெரியவில்லை அவனுக்கு. ஒருவேளை அது கீத்துவாகவும் இருக்கும்.

24

கமல் ஏன் திடீரென்று அழைக்கிறான். ஒன்று ஏதாவது வெறிக்குட்டி வேலை பார்த்து பிரச்சனை எதிலாவது மாட்டுப்பட்டிருப்பான். அல்லது வெளிநாட்டில் இருந்து ஏதாவது சரக்கு வந்திருக்கும். இவைகளைத் தவிர எதுவும் துவாரகனுக்கு மண்டையில் ஓடவில்லை. வாசனுக்கும் அதைத்தாண்டி கமல் எதுவும் செய்யமாட்டான் என்று நம்பிக்கை இருந்தது.

கமல் மாடியில் இருந்து இரண்டு பெட்டிகளை இறக்கி ரோட்டில் வைத்திருந்தான். அதற்குப் பக்கத்தில் நின்று பிளாக் சிகரெட் ஒன்றை ஸ்டைலாக ஊதிக்கொண்டு நின்றான். அவன் ஷாட்சுடன் நின்ற காட்சி எதையோ குறிப்பால் உணர்த்த, கொஞ்சம் வேகமாகப் போய் கமலை சிகரெட்டில் இருந்து செருப்புப் போட்ட கட்டைப்பாதம் வரை பார்த்தான் துவாரகன்.

“பேப் புண்ட வீட்டைக் காலி பண்ணச் சொல்லீட்டான்டா. புண்டைய வீடு.”

சிலர் திரும்பிப் பார்க்கும் அளவுக்கு சத்தமாகவே கமல் இதைச் சொன்னான். யாரையும் அவன் கணக்கே எடுக்கவில்லை.

“அம்மன் கோயிலடிக்கு ஆட்டோ பிடியடா” என்று கமல் சொன்ன பிறகுதான் துவாரகனுக்கும் வாசனுக்கும் ஒரு நிம்மதி வந்தது. கமலின் மொட்டைமாடி உரிமையாளருடன் கமலுக்கு கொஞ்சநாட்களாக பிரச்சனை இருந்து வந்திருந்தது. அதிலும் யாராவது பெடியள் வந்து போனால் தன் சொத்து வீணாவதாக வீட்டின் உரிமையாளர் பார்ப்பதாக கமலே பலமுறை சொல்லியிருந்தான். எல்லாம் ஒரு முடிவுக்கு வந்திருந்தது. கடைசியில் மொட்டைமாடி அறையின் உரிமையாளரின் மகனுடன் தண்ணி அடித்து தானே அதற்கு ஒரு முடிவுரையை எழுதியிருந்தான் கமல். அட்வான்ஸ் காசு முப்பதாயிரத்தில் இருந்து ஐந்தாயிரத்தை கழித்துக்கொண்டுதான் மீதி காசைக் கொடுத்திருந்தான். அவனிடம் விளக்கம் கேட்டால் மறுபடியும் மாடியில் தண்ணி அடிக்க வேண்டும் என்று கமலே தவிர்த்துவிட்டான்.

கமலின் புதிய வீடு நன்றாகவே இருந்தது. அந்தத் தெருவில் இரண்டு பக்கமும் இருந்த வீடுகளின் நடுவே எட்டு அடி இடைவெளிதான் இருந்தது. இரண்டு பக்கமும் நின்ற பைக்குகள் அதிலும் பாதியை நிரப்பி இருந்தது. கமலுக்கு ஒரு நிம்மதி “நிலத்தில வாந்தி எடுக்கலாம்”. ஒரு டீவியும் நான்கு கதிரைகளும் சில தட்டுமுட்டு சாமான்களும் மட்டுமே அங்கு இருந்தன. எல்லாம் யாரோ ஒரு சினிமா இயக்குனருக்கு சொந்தமானது. முதல்முறையாக ஒரு வெளி ஆளுடன் கமல் அறையைப் பகிர்ந்து கொண்டான். அதற்கான பார்ட்டியை கமல் ஏற்கனவே முடிவு செய்து வைத்திருந்தான் போல, வந்த முதல்நாளே “பாஸ்” என்று மேலே இருக்கும் ஒருவரிடம் பைக்கை வாங்கி கமல் வளசரவாக்கம் விரையும்போது இரவு மணி ஏழு.

வளசரவாக்கம் யாழ்.வரதன் கொத்துக்கடையில் பைக்கை நிறுத்திவிட்டு, துவாரகனையும் வாசனையும் அருகில் இருந்த ஒரு வைன் ஷாப்புக்கு தள்ளிக்கொண்டு போனான். பைக்கின் கடைசி நுனியில் தொங்கிக்கொண்டு இருந்து வந்ததால் துவாரகன் ஒரு காலைக் கொஞ்சம் இழுத்திழுத்து நடந்தான். அந்த ரோடு முழுவதுமே ஒரே குடிகாரக் கூட்டமாக இருந்தது.

பலரும் சாறத்தைத் தொடைக்கு ஏற்றிக்கட்டிக்கொண்டே போவதும் வருவதுமாக இருந்தார்கள். கமல் இன்னும் பழைய மொட்டைமாடி அறையின் நினைவில் இருப்பதை அவன் குடி உறுதிப்படுத்தியது. துவாரகன் அவனைக் கண்டுகொள்ளாமல் ஒரு பியரை இயல்பாகக் குடித்துக்கொண்டு இருந்தான். வாசனுக்கு நேரத்துக்கு வீடு போவோமா என்ற கவலை முகத்தில் ஓடிக்கொண்டிருந்தது. கமலுக்கும் தெரியும் அளவுக்குத்தான் அது ஓடியது.

“புண்ட சாப்பிட்டு போவன். போனடிச்சு சொல்லன்டா வீட்ட” என்றான் கமல்.

கமல் என்ன சொன்னாலும் இப்போது கேட்காத மாதிரி இருப்பதே நல்லது என்ற முடிவில்தான் வாசன் இருந்தான். அடுத்த ஐந்து நிமிடத்தில் “நாலு றோலை கட்டியண்டு போவண்டா வீட்டை” என்று வெறிச் சிரிப்பு சிரித்தான் கமல்.

‘இப்ப இவனைக் கொத்துக்கடைக்கு யார் தள்ளுறது’ என்பது போல பார்த்தான் வாசன்.

கமலை சமாதானப்படுத்தி பிளாக் சிகரெட் வாங்கிக்கொடுத்து தள்ளிக்கொண்டு யாழ்.வரதன் உணவகத்துக்கு வந்தபோது அந்த இடமே மாறியிருந்தது. இவ்வளவு பெடியள் எங்க இருந்து வந்திருக்கும் என்று கொத்து றொட்டி போடும் மாஸ்டரை ஏக்கமாக பார்த்தான் கமல். எல்லோரும் பதினெட்டில் இருந்து முப்பதுக்குள் இருந்தனர். எல்லோரின் கழுத்திலும் போட்டியாக நாலு ஐந்து தங்கச் சங்கிலிகள் உருண்டன. கைகளில் கழுத்துச் சங்கிலியை தோற்கடிக்கும் கைச்செயின்கள் தொங்கின. பலரும் ஃபங் குடுமி வைத்திருந்தனர். பலரின் சட்டைகளில் ஏன் தெறி என்பது போல உபயோகப்படாமல் தொங்கியது. சிலரின் வயிறுகூட எட்டிப் பார்க்கத் தெரிந்தது. சிலர் கடை வாசலில் இருந்து ஸ்டூலை தள்ளிக்கொண்டு ரோட்டுக்கே வந்திருந்தனர். சில பெடியள் ஒரு கையில் செல்போனுடன் விதவிதமாக கத்திக்கொண்டார்கள். சிலர் இடையிடையே அதிர்ந்து சிரித்து மற்றவர்களை ஆவலாகத் திரும்பிப் பார்த்தனர்.

“மாஸ்டர் மூன்று சிக்கன் கொத்து” கமலின் குரல் பரிதாபமாகக் கேட்டது. மாஸ்டரை பலர் சூழ்ந்து நின்றனர். அந்தக் கூட்டத்தில்இருந்து கொத்து றொட்டியுடன் தப்பித்து வந்த ஒருவர் “இவங்கள எல்லாம் அள்ளி இயக்கத்தில போட்டிருந்தா சண்டை ஒரு நாளும் நம்மட கைய விட்டுப் போயிருக்காது” என்று முணுமுணுத்தபடி போனார்.

கமலை கூட்டதில் இருந்து பின்னால் இழுத்துவிட்டு துவாரகன் உள்ளே போனான். அவன், “மாஸ்டர்” என்று கத்துவது ரோட்டில் நின்ற அனைவருக்கும் கேட்டது. மாஸ்டர் “கேட்குது தம்பி. இருங்க..” என்றார். அவ்வளவுதான் அவரால் முடிந்தது அந்தக் கூட்டத்தில். ரொட்டிகள் சுடு குழம்பில் துடிக்க இரண்டு தட்டுகளால் கொடூரமான வேகத்துடன் குத்தித்தள்ளினார் மாஸ்டர். சிலர் “மாஸ்டர்... மாஸ்டர்” என்று கூப்பிடுவதை இன்னும் சிலர் வேறு மாதிரியும் பார்த்தனர். “கோதாரியில போவார்” என்றபடி ரோட்டைக் கடந்துபோய் நின்று கமல் மூத்திரம் பெய்ய ஆரம்பித்தான். வாசன் பின்னால் ஓடிப்போய் அவனை மறைப்பது போல நின்றுகொண்டான். ஜீன்ஸ் ஜிப்பை மூடாமலே திரும்பி “புண்டைய பியர் மச்சான். ஒரே மூத்திரம்” என்றான். வாசன் மறுபடியும் திரும்பி அவனை மறைப்பது போல நின்று “ஜிப்பை இழு பு...’ என்றான். அவன் “பு” என்றதில் கமலுக்கு ஏதோ ஏறியது போல இருந்தது. கமலுக்கு “பு” என்பது இயல்பான வார்த்தை. எடுத்ததற்கெலாம் அது அவனுக்கு வாயில் வரும். அவனை யாராவது அப்படிச் சொன்னால் அவனுக்கு அது இயல்பாகத் தெரிவதில்லை.

ஏதோ முணுமுணுத்துக்கொண்டு போன கமல் ரோட்டில் நின்ற யாரோ ஒருவரிடம் ஏறினான். துவாரகன் அவனைப் பிடிக்க ஓடும்போதே அவர் கமலை அறைந்திருந்தார். கமல் “புண்ட” என்று கத்திய கத்து யாழ்.வரதன் உணவகத்தில் நின்ற அனைவருக்கும் தெளிவாகக் கேட்டது. துவாரகன் நிமலை இழுத்துக்கொண்டு அந்த ஆளைப் பிடித்துத் தள்ளிவிட்டான். அடுத்த நொடி அங்கு அனைவருக்கும் அடி விழ ஆரம்பித்தது. கொத்து றொட்டி வாங்கும் ஆவலில்

திரும்பியும் பார்க்காமல் நின்றவர்களுக்கெல்லாம் கண்மண் தெரியாமல் அடி விழுந்தது. நான்கைந்து பேர் அடித்துத் துரத்தினார்கள். மாஸ்டர் கொத்திக்கொண்டிருந்த கொத்து ரொட்டியில் இருந்து கையெடுக்கவில்லை. அதற்குள் எல்லோரும் சிதறி ஓடிவிட்டார்கள். கடையில் இருந்த வயசானவரிடம் போய் நின்று பேசும்போதுதான் அவர்கள் காவல்துறையினர் என்பதும் சாதாரண உடையில் அங்கு வந்து நின்று கண்காணித்துக்கொண்டு நின்றவர்கள் என்பதும் தெரியவந்தது. கமலுக்கு இடது கண்ணுக்குக் கீழே கறுத்திருந்தது. வாசன் ஒரு ரூபாய் ஐஸ் தண்ணீர பாக்கெட் ஒன்றை வாங்கி அவன் முகத்தில் வைத்தான். இரண்டுமுறை தட்டிவிட்ட கமல் பிறகு பேசாமல் அமைதியாக முகத்தைக் காட்டிக்கொண்டு இருந்தான்.

அரைமணி நேரம் அங்கேயே நின்று பார்த்தார்கள். ஓடிப்போன பலர் திரும்பி வரவே இல்லை. துவாரகன் ஏதோ ஒரு துணிச்சலில் போய் பைக்கை எடுத்துக்கொண்டு வந்தான். கமலின் வாயில் இருந்து பல “பு...” வந்து போனது. பாதி தூரத்துக்கு மேல் துவாரகனுக்கும் வாசனுக்கும் சிரிப்பாக இருந்தது.

துவாரகனின் முதுகில் சாய்ந்து படுத்துக் கிடந்தபடியே வந்த கமல், “என்ன புண்டைய சிரிப்பு” என்றான்.

25

ரூபன் அண்ணாவின் பல்சர் பைக்கில் கோபாலபுரம் நோக்கி வாசனும் துவாரகனும் போகும்போது மணி பன்னிரெண்டு இருக்கும். மவுண்ட்ரோட் தர்காவின் வாசலில் மல்லிகைப் பூக்களில் நீர் தெளித்து உயிரூட்டிக் கொண்டிருந்தார் ஓர் அம்மா. புறாக்கள் கூட்டம் கூட்டமாக மேலே பறப்பதும் பிறகு இரண்டு இரண்டாகக் கீழே இறங்குவதுமாக இருந்தன. ஓர் இசைக் குறிப்பு போல அவை மறுபடியும் மூன்று மூன்றாக உயரே எழும்பி மறுபடியும் ஒரே சீராக மணலில் இறங்கின. மனிதர்களைக் கணக்கே எடுக்காத ஒரு நிலையில் அந்த இடம் இந்தப் பூமியில் வேறுபட்டு இருந்தது. அந்த வெயிலிலும் அமெரிக்கன் தூதரக வாசலில் பலநூறு பேர் லைனில் நின்றார்கள்.

கோபாலபுரத்தை நெருங்கியதும் ஒரு புதிய அவஸ்தையில் சிக்கிய நிலையை இருவரும் உணர்ந்தனர். சென்னையில் மிக முக்கியமான இடம் என்பதால் அடிக்கடி காவல்துறை வாகனங்களும், விலை உயர்ந்த கார்களும் வலம் வந்துகொண்டே இருந்தன. பல்சரை ஒரு சூப்பர் மார்க்கெட்டின் முன்னே நிறுத்திவிட்டு எந்தப் பக்கம் போவது என்ற குழப்பத்தில்தான் இருவரும் நின்றனர். அவர்கள் அந்தப் பள்ளிக்குப் போவது அதுதான் முதல்முறை. அந்தப் பள்ளியின் வாசல் எந்தப்பக்கம்.

பள்ளி அருகே போகலாமா என்பது குறித்தெல்லாம் எந்த முடிவுக்கும் வரமுடியாமல் நின்றனர்.

அவர்களுக்கு நேரே இருக்கும் சாலையில் வடக்குப் பக்கம் இருந்து அதே வர்சாவின் சீருடை மாணவிகள் வருவது தெரிந்தது. கொஞ்சம் முன்னே சென்று நின்றபோதும் பல்சரை திரும்பிப் பார்த்துக்கொண்டார்கள். பள்ளியின் சீருடை அணிந்த மாணவிகளின் எண்ணிக்கை அந்த வீதியில் நிறைந்து அலைபோல பரவியது. இப்போது ஒரு மதில் சுவரின் ஓரமாக நின்று வேடிக்கை பார்த்தனர். அந்தக் கூட்டத்தில் பெரும்பாலான மாணவிகள் வர்சாவைப் போலவே இருந்தனர். அனைவரும் வெள்ளையும் அதே குதிரை வால்களுமாகவே இருந்தனர். இன்னொரு பக்கம் மாணவர்கள் வரத் தொடங்கினார்கள். அந்தத் தெருவில் வேறு வண்ண உடைகளுடன் இவர்கள் இருவர் மட்டுமே நிற்பது போல இருந்தது. துவாரகன் கறுப்பு டீசர்ட் காலரை அவ்வப்போது நிமிர்த்திவிட்டான்.

திடீரென்று வர்சாவும் ஜீவலட்சுமியும் இவர்கள் முன் நின்றார்கள். அவர்களில் துளியும் பதற்றம் இல்லை. வர்சாதலையைத் திருப்பி, வலது கையை நீட்டி, இரண்டு விரல்களை நீட்டி இரண்டு விரல்களை மடக்கி, துவக்குப் போல பிடித்து தனது பள்ளியை நோக்கி சுட்டுக் காட்டினாள்.

“இதான் என் ஸ்கூல்!”

வர்சா மாணவிகள் கூட்டத்தில் நடக்கத் தொடங்க ஜீவலட்சுமியும் இவர்களைத் திரும்பிப் பார்த்துக்கொண்டே பின்னால் போனாள். அவள் கையில் ஒரு சிறிய வெள்ளி டப்பா இருந்தது. இவர்கள் இருவரும் அப்படியே சுவர் ஓரம் நின்றுகொண்டார்கள்.

“ஹேற வா..” என்று வர்சா கூப்பிட்ட பிறகுதான் இறங்கி மாணவிகளுடன் நடந்தார்கள். அந்த வீதியில் மாணவிகளின் பள்ளிச்சீருடைகளின் நடுவே இவர்கள் மட்டும் கடும்நிற ஆடைகளுடன் அசைந்து அசைந்து போனார்கள். வயதிலும் இவர்களை அவர்கள் யாரும் எட்டியும் பிடிக்க முடியாது.

இவர்களின் தலையும் சருமமும் கூட அதை உணர்த்தியது. அங்கு இவர்களை வர்சாவும் ஜீவலட்சுமியும் தவிர வேறு யாரும் கணக்கே எடுக்கவில்லை. அந்தக் கூட்டத்தில் இவர்கள் அசைந்தசைந்து போகவே சில நிமிடங்கள் பிடித்தன.

இப்போது மாணவிகள் ஆளுக்கு ஒரு பக்கமாகப் போனார்கள். சிலர் சூப்பர் மார்க்கெட்டின் உள்ளே போய் கூல் டிரிங்ஸ் குடித்தார்கள். பலர் அந்த சூப்பர் மார்க்கெட்டை ஒட்டிய சந்து ஒன்றில் இருந்த ஜூஸ் கடை ஒன்றினில் குழுமி நின்றார்கள். அங்கே சில இளைஞர்கள் தங்களுக்குத் தெரிந்த மாணவிகளுடன் கைகோர்த்தார்கள். அந்தக் கடை இருக்கும் சந்தே ஒரு பாதுகாப்பான மறைவாக இருந்தது. சந்தில் இருந்தும் ஒரு நீளத்தெரு உள்ளே நீண்டு போனது. சூப்பர் மார்க்கெட்டின் முன் இருந்த பைக்கில் ஒரு காலைத் தூக்கி வைத்து, கையை மட்டும் கட்டிக்கொண்டு நின்றாள் வர்சா. அவள் வீட்டின் பால்கனியில் பார்க்கும் பெண் போலவே இருந்தாலும் ஏதோ ஒரு மாற்றம் பார்வையில் இருந்தது. வாசனைக் கூட்டிக்கொண்டு ஜூஸ் கடையருகே போனாள் ஜீவலட்சுமி. அங்கிருந்து இருவரும் கொஞ்சம் நெருக்கமாக நடக்கத் தொடங்கினார்கள். அவள் தன் கையில் இருந்த வெள்ளி டப்பாவைத் திறந்தாள். அதில் ஓர் இட்லியும் ஓர் ஆப்பிள் துண்டும் இருந்தது. அவள் ஆப்பிளை அவனிடம் நீட்டிவிட்டு,அவன் கையில் வாங்க முதலே ஒரு கடி கடித்தாள். மறுபடியும் அவள் நீட்ட அவன் வாங்கவே இல்லை. அவன் கையைப் பிடித்து உள்ளங்கையில் வைத்தாள். அங்கே இருந்த வேம்பு ஒன்றின் அடியில் ஒரு நாய் படுத்திருந்தது, அதைப் பார்க்கவே பரிதாபமாக இருந்தது. அதைப் பார்த்துக்கொண்டு ஆப்பிளைக் கடிக்க கொஞ்சம் அருவருப்பாக இருந்தது வாசனுக்கு. திரும்பி நின்றுகொண்டான். அவள் அந்த நாய்க்கு இட்லியை ஒரு பழைய பேப்பர் துண்டின் மேல் வைத்துவிட்டு, அதை அது சாப்பிடும்வரை கீழே குனிந்து பார்த்தாள். அதுவும் கண்ணைத் தூக்கி அவளைப் பார்த்து மூக்கில் மூச்சிழுத்துப் பார்த்தது.

அவன் கையில் இருந்த ஒரு கடி கடித்த ஆப்பிளை மறுபடியும் ஜீவலட்சுமி பிடுங்கிக் கொண்டாள். அது முழுசாக அப்படியே அவள் வாய்க்குள் விழுந்தது. அவர்கள் போன வழியே திரும்பி நடந்துவந்தார்கள். வினோதமாக இருந்த ஒரு மஞ்சள் நிற பைக்கில் சின்னக் கட்டைப் பெடியன் ஒருவன் அவர்களைக் கடந்து முறுக்கிக்கொண்டு போனான். அவன் தலையின் முடிகள் செப்புக் கம்பி போல இருந்தது. அவனுடைய பைக் விட்டுச் சென்ற கரும்புகை அங்கிருந்து கலைந்துசெல்ல சில நொடிகள் ஆனது.

“வாசன்.. ரெம்ப லவ் பண்ணினான் அவன் என்ன. பொறுக்கிப் பயல். இதில வச்சு செருப்பால அடிச்சேன்” என்று அவள் சொல்லிக்கொண்டே முன்னால் போக, ஜூஸ் கடையில் நின்ற இளைஞர்களை வாசன் இப்போது உற்றுப்பார்த்தான். பலரும் சிறுவர் சீர்திருத்தப் பள்ளியில் இருக்கும் குற்றவாளிகள் போலவே இருந்தார்கள். அவர்களின் ஆடைகளும், கழுத்து மற்றும் கையில் தொங்கிய இரும்புகளும் ஒரு மார்க்கமாகவே இருந்தது. எப்படிச் சேர்த்துப் பார்த்தாலும் அங்கு நின்ற மாணவிகள் பரிதாபமாகவே அப்போது தெரிந்தார்கள். “நாமளும் பொறுக்கி ஆகிறம் போல” என்று வாசன் சொன்னது இடைவெளி விட்டு வந்தாலும் ஜீவலட்சுமிக்கு கேட்டுவிட்டது. உடனே திரும்பி அவன் கன்னத்தில் அடிக்க முயன்றாள். கழுத்து வரைதான் அவளுக்கு எட்டியது. அவன் மார்பில் ஓர் அடி அடித்தாள்.

இப்போது துவாரகன் பைக்கில் இருக்க, வர்சா பல்சரின் முன் வீலை கவட்டுக்குள் வைத்துக்கொண்டு நின்றாள். அவக் அவக்கென்று குனிந்து அவன் முகத்தை நாக்கால் தொடப் பார்த்தாள். துவாரகன் ஒவ்வொரு முறையும் முகத்தை விலத்திக்கொண்டே இருந்தான். ஜீவலட்சுமியைக் கண்டதும் “தட்ஸ் கோ” என்று காலைச் சுழற்றிது வாரகனின் தலைக்கு மேலால் எடுக்க முயல, அவன் அவக்கென்று பின்னால் சாய்ந்து சீட்டில் கையை ஊன்றிவிட்டான். ஜீவலட்சுமி வாசனின் அடிவயிற்றில் அவக்கென்று அடித்து விட்டு ஓடிப்போய்

வர்சாவின் கையைப் பிடித்து இழுத்துக்கொண்டு ஓடினாள். வர்சா அப்போதும் ஒரு முத்தத்தை வலது கையில் பொத்தி எடுத்து துவாரகனுக்கு எறிந்துவிட்டுப் போனாள்.

ரூபன் அண்ணா கண் முழித்திருப்பாரா? இவ்வளவு நேரம் ஆனதற்கு என்ன பொய் சொல்லலாம் என்று யோசித்துக்கொண்டே மவுண்ட்ரோட்டில் பறந்தது பல்சர். துவாரகன் திடீரென்று வேகத்தைக் குறைத்து.. “வாசா கொஞ்சம் பின்னாலத் தள்ளி இரு. இந்தக் கைய எடு முதல்ல” என்று கையைத் தோளில் இருந்து தள்ளிவிட்டான். வாசன் எதுவும் விளங்காமல் அமெரிக்கன் எம்பசியையே பார்த்துக்கொண்டு போனான். இன்னும் அங்கு கூட்டம் குறைந்த மாதிரி தெரியவில்லை.

26

பஞ்சு மரத்தை நிமிர்ந்து பார்ப்பது போலவே அந்தத் தெருவுக்கு வந்ததும் வர்சாவின் பால்கனியைப் பார்ப்பது வாசனின் பழக்கமாகி இருந்தது. சிலர் வாசனையே இதில் சந்தேகப்படுவதாகப் பேச்சு அடிபடத் தொடங்கியது. கல்யாண எழுத்து முடிஞ்சு இருக்கும் துவாரகனை இவன் கெடுத்துவிடுவானோ என்றும் சிலர் யோசிக்கத் தொடங்கியிருந்தார்கள். இவ்வளவும் நடந்துகொண்டிருந்தாலும் யாரும் இவர்களிடம் நேரில் சொல்லவில்லை.

சாயம் போனது போல ஒரு பச்சை சர்ட்டை வாசன் புதிதாக வாங்கி இருந்தான். தி.நகர் ரங்கநாதன் தெருவுக்கு முன்னால் இருக்கும், அந்த சீடி / செல்போன் கடைகள் நிறைந்திருக்கும் நீளத் தாழ்வாரக் கடையில்தான் எடுத்திருந்தான். ஃபிடல் காஸ்ட்ரோ எப்போதும் போட்டுக்கொண்டு சுற்றும் ஆடை போன்றது அது. வலதும் இடதுமாக இரண்டு பாக்கெட்டுகள் கொண்ட சர்ட்டு. தோள்களில் இரண்டு பக்கமும் வெள்ளி நட்சத்திரங்கள் வைத்துத் தைத்திருந்தார்கள். போர்களிலோ போலிஸ் வேலையிலோ கிடைக்கக் கூடிய நட்சத்திரங்கள் தாழ்வாரக் கடையில் கிடைத்தது. அந்தச் சட்டைக்குள்ளும் சேகுவேரா வியர்வையில் நனைந்தார். கறுப்பு டீசர்ட்டில் இருப்பது சேகுவேரா என்பதைக் காட்ட இரவு வாசன் மேல்

சட்டையைக் கழற்றும்வரை உலகம் காத்திருக்க வேண்டி இருந்தது.

வர்சாவுக்கு அன்று கறுப்பு டீசர்ட் என்று எழுதப்பட்டிருந்தது. பெரும்பாலும் போத்தீசில் கூட அவள் வாங்கி இருக்கமாட்டாள். புதிதாக சென்னையில் முளைக்கும் நவீன ஆடை அணிகலக் கடையில்தான் வாங்கி இருப்பாள். தொட்டுத் தடவிப் பார்க்கும் பஞ்சு போன்ற கறுப்பு அது. அந்தக் கறுப்பு டீசர்டின் கைகள் அவள் கைகளில் உயரமாக ஏறி இருந்தது. அதன் நுனிகளை மடித்துவிட்டது போல இருந்தது. கை வெள்ளையை அவ்வளவு நேரம் பார்ப்பது வெட்கக்கேடாக இருந்தாலும் அதுதான் நடந்தது. பஞ்சு மரத்தையும் கடந்து மொட்டைமாடியில் இருந்து துவாரகனின் தலை தெரிகிறதா என்று மறுபடியும் ஒருமுறை பார்த்தான் வாசன். ஏன் இவ்வளவு கள்ளத்தனம் என்று வாசனுக்கும் விளங்கவில்லை.

பால்கனியில் இருந்து வர்சா இறங்கி வரும்வரை நின்றான் வாசன். அவள் அவனைக் கடந்து போகும்போது “ஹாய்” என்று ஒரு சிரிப்பு சிரித்துவிட்டு போனாள். கேசம் முழுமையாக அவிழ்ந்து கிடந்தது முதுகில். வர்சாவின் முதுகில் கேசம் பரவிக்கிடந்தால் அது முகத்திலும் அவள் தோற்றத்திலும் எதையோ மாற்றி இருந்தது. அவன் அங்கிருந்து அசையாமல் தலையைத் திருப்பி மறுபடியும் பார்த்தான். தலையில் இருந்து கால்வரை நீளும் கறுப்பு. முட்டுக்காலுக்குக் கொஞ்சம் மேலே திடீரென்று அது வெள்ளைப் பின்னங்காலில் ஊடுருவி மறைந்து போனது. வாசன் கொஞ்சம் கண்ணை மூடித் திறக்க, மாடிக்குப் போகும் படியில் கால் வைத்து பாலன் இறங்கி வந்து கொண்டிருந்தார். ஏதாவது சொல்லுவார் என்று எதிர்ப்பார்த்தான். அவர் கண்டிருப்பார் என்று தெரிந்தாலும் அவர் சொல்லட்டும் என்று எதிர்ப்பார்த்தான்.

“எங்க துவாரகன் ஆளைக் காணேல?” என்றபடி பதிலை எதிர்பார்க்காமல் அவசரமாக வர்சாவுக்கு எதிர்த்திசையில் நீளும் தெருவில் நடந்தார். அவர் கைபேசி காதில் போய் ஒட்டிக்கொண்டது.

அடுத்த அரைமணி நேரம் வாசன் காதிலும் அவனின் சோனி எரிக்சன் கைபேசி ஒட்டிக்கொண்டது. அவனின் ஒரே ஒரு சகோதரன் லண்டனில் இருந்து அழைத்திருந்தான். பெரும்பாலும் அவன் இவன் கைபேசிக்கு அழைப்பதில்லை. அம்மா வீட்டில் இருப்பார் என்பதால் அழைப்பு அங்கேதான் போகும். சிலநேரம் அம்மா போனை சரியாகக் கவனிக்காமல் இருந்துவிடுவார். அப்போது வாசனுக்கு அழைப்பு வரும். வீட்டு வாடகைக்கு சரியாகப்போகும் அளவுக்குப் பணம் மாதாமாதம் அனுப்புவது அவன்தான். அதற்காக அவனிடம் பேசுவது தார்மீகக் கடமையாக இருந்தது. அந்தப் பணம் வாடகைக்கே சரியாகிவிடும் என்பதை ஒருநாளும் அம்மா அவனுக்குச் சொன்னதில்லை. “பிள்ளை குளிரில ரத்தம் பிளிஞ்சு” என்று அம்மா பேசத் தொடங்கினால் யாரும் பதில் பேசிவிட முடியாது. அண்ணன் பேசும்போதும் யாரும் பதில் பேச முடியாது. ‘நல்ல பழங்களை வாங்கி சாப்பிடுங்க. நல்ல போர்வை வாங்கி பயன்படுத்து. அடிக்கடி அப்பாவை ஆஸ்பத்திரிக்கு கூட்டிப் போங்க. நல்ல விற்றமீன் குளுசைகளை வாங்கிக் குடு’ அண்ணனின் பேச்சு முழுவதும் இப்படியான ஆணைகள் தொடர்ந்து வந்துகொண்டே இருக்கும். “சரி” என்று சொல்ல முனையும்போது கூட, “நான் சொல்லுறத செய். குறுக்க பேசாத தம்பி” என்பதே பதிலாக வரும். ‘நான்’ சூடானாலும் பரவாயில்லை. ‘காது கவனம்’ என்று போனே வாசனிடம் ஒரு பக்கம் கதறி அழுதது. வாசன் இடையிடையே போனைத் தள்ளிப்பிடித்து சிலநொடி கடந்து “ஓம்” என்று சொல்லுவான். சிலநேரம் அவனே அரைமணி நேரத்தின் பின் இணைப்பைத் துண்டித்தும் விடுவதுண்டு. அதன் பிறகு அண்ணனும் எவ்வளவு நேரம் கால் உளைய உளைய அந்த ரெஸ்ரோரண்டில் நின்று வேலை செய்திருப்பான் என்றும் கண்மூடி யோசிப்பதுண்டு. கீழே ஒரு பைக்கின் சத்தம் அவனைத் தள்ளிக்கொண்டு போய் மொட்டைமாடி நுனியில் விட்டது. கைபேசி இணைப்பைத் துண்டித்தான். எப்போது எப்படி மாடிக்கு வந்தோம் என்பதே அவனுக்கு ஞாபகம் இல்லை.

பைக்கில் இருந்த கறுப்புச் சட்டை வர்சாவுடையது. அது வர்சாதான். 'அவள் வீட்டில் யாரும் பார்த்தால்' என்று வாசன்தான் அவள் வீட்டு பால்கனியைப் பார்த்தான். அங்கு யாரும் இல்லை. அவள் கால்களை எடுத்து வைத்த ஒவ்வோர் அடிக்கும் ஒருமுறை சுழன்று சுழன்று போனாள். அவள் கேசம் ஓர் இசைப் புயலை முழு வேகத்தில் நான்கு சுற்று வீசி ஓய்ந்தது. படியேறி பால்கனிக்கு வந்தும் கீழே விழுவது போல குனிந்து பார்த்துவிட்டு உள்ளே போனாள். அவிழ்ந்து விரிந்து கிடந்த அவள் குதிரைச்சடை கீழ்மேலாக பாய்ந்து சடை விரித்தாடியது. அதில் குதிரையின் வால் வீச்சு. துவாரகன் பைக்கில் இருந்து இறங்கவே இல்லை. வாசன் படியிறங்கி வந்து நின்ற பிறகும் அவன் அப்படியேதான் இருந்தான்.

“மனிசி போனடிச்சதோ. இல்லை... பேயடிச்ச மாதிரி இருக்கிற” என்று வாசன் சொன்ன பிறகுதான் அவன் முகம் பேயடிச்சதாக இருந்தது.

“ஆசை சிதப்பா உன்னைத் தேடினவர்” என்றவாறே அவனின் கண்களைக் கவனித்தான் வாசன். வர்சாவின் பால்கனியைப் பார்த்தவாறே “அவர் பைக்குக்கு தானே பெட்ரோல் போட்டுட்டு வாறன்” என்றான்.

“சித்தப்பா பைக்கிலையே போய்... இந்த மாமா...” வாசன் வார்த்தையை முடிக்காமல் அவசரமாக பைக்கில் ஏறினான். துவாரகன் வேண்டும் என்றே முறுக்கிக்கொண்டு பைக்கை விரட்டினான். பைக் வர்சா வீடு கடந்தும், கறுத்த புகைமூட்டம் அங்கு நின்று நிலைத்துக் கரைந்தது.

வாசன் வானத்தையே பார்த்திருந்தான். ஒரு வீட்டின் இரண்டாம் மாடியில் தொங்கிக்கொண்டிருந்த மூங்கில் ஊஞ்சலில் ஓர் உருவம் ஆடிக்கொண்டிருந்தது. அவன் அதை நம்பவில்லை, அது கீத்து. அதுவும் நைட்டியில் இருந்தாள். அவளைப் பள்ளிச்சீருடை தவிர வேறு உடைகளில் பார்ப்பது குறைவு. பால் வாங்க அந்த வெள்ளித் தூக்குச்சட்டியுடன் வரும்போதுகூட பள்ளிச்சீருடையில்தான் வருவாள். வர்சாவின்

வீட்டில் ஒருமுறை கண்டது மட்டுமே அவனுக்கு ஞாபகம் இருந்தது. அதுகூட சுடிதாரில்தான். முதல்முறை நைட்டி. இனி இங்கு ஒரு கடையைக் கண்டுபிடிக்க வேண்டும் என்ற எண்ணம் ஓடத்தொடங்கியது.

"பின்னால தள்ளி இரடா... இந்தக் கைய எடு. பறந்திடமாட்ட" என்ற துவாரகனின் வசனத்தைக் கேட்டதும் அதை ஏற்கனவே கேட்டது போல இருந்தது. இருந்தாலும் இரகசியம் போல மெதுவாகப் பின் நகர்ந்து, கையைப் பின் இரும்பொன்றில் இறுகப் பற்றிக்கொண்டான் வாசன்.

27

பஞ்சு மரத்தின் காய்கள் முத்தி இருந்தன. இலைகளும் கடும் பச்சையாக மாறி இருப்பதாகத் தெரிந்தது. அது பஞ்சு மரத்தின் பருவ மாற்றமாகவும் இருக்கலாம். அல்லது இந்த வெயில் ஒரு காரணமாக இருக்கலாம். மொட்டைமாடியில் பகலில் இருப்பது ஒரு கொடுமையாக மாறிக்கொண்டு வந்தது. கீழ்வீட்டில் இப்போது யாரும் இல்லாதது ஒரு பயனாகவும் இருந்தது. ஆனால், அங்கு பாலனும் ரூபனும் கூட வந்து போனதால் பலநேரம் பகலில் பஞ்சு மரத்தடியிலேயே துவாரகன் பொழுதைப் போக்கினான். வாசனுக்கு உள்ளே நிற்கவும் யோசனை, வெளியே நின்றாலும் அவன் கண் என்னவோ வர்சாவின் பால்கனிக்கே பாய்ந்தது.

துவாரகன் அப்போதுதான் ஒரு குண்டைத் தூக்கிப் போட்டான். "நான் என்ர மனிசிய பற்றி வர்சாட்ட சொல்லிப் போட்டன" வர்சாவின் பால்கனி வெறிச்சோடிக் கிடந்தது. கடும் வெய்யில் காய்ந்தது பஞ்சு மரத்தின் கீழும். துவாரகன் என்னவோ இயல்பாகத்தான் இருந்தான். வாசனுக்குத்தான் கால் நீண்டு சுழன்று வந்தது. அது வர்சா வீடுவரை கூட நீள்வது போல இருந்தது. பஞ்சு மரம் அசைவற்று நின்றது. தெருவின் நீளத்திலும் காற்று காணாமல் போனது போல இருந்தது.

வாசன் கீழ்வீட்டின் அறையில் இருந்த மரக்கட்டிலில் இருந்தான். மெத்தை இரண்டாவது மாடியில் இருந்த கட்டிலுக்கு மாறி இருந்தது. ரூபன் டீவியில் பழைய பாடல்களைத் தேடித்தேடிப் போட்டுக்கொண்டு இருந்தார். பாலன் சமையல் அறையில் மாட்டுக்கறி சமைத்துக்கொண்டு நின்றார். ரூபனுக்கு முன் இருந்த மேசையில் ஒரு சிக்னேச்சர் பச்சைக்காய் போல படுத்திருந்தது. கீழ்வீட்டில் இப்படி நடப்பதை வாசன் முன்பு பார்த்திருந்தாலும் உள்ளே இருப்பது இதுதான் முதல்முறை. பாலன் அண்ணாவைப் போய் எட்டிப்பார்த்தான்.

"என்ன சேகுவேரா எப்பிடிப் போகுது உங்கட ஊடறுப்புகள்?"

அவர் என்னமோ கறியில் கண் வைத்தபடி சாதாரணமாகத்தான் கேட்டார். வாசனுக்கு கழுத்து எலும்பில் இருந்து வியர்வை நேராகத் தொப்புள் வரை ஓடிக்கொண்டிருந்தது. சேகுவேரா கறுப்பு டீசர்டில் இருந்து வெளியேற முடியாமல் கடும் சிக்கலில் மூழ்கிக்கொண்டிருந்தார். மாட்டுக்கறி வாசம் மயக்கம் தரும் அளவுக்கு இருந்தது. விறாந்தையில் கதிரையில் இருந்து கழுத்தை ஒடித்து நீட்டிய ரூபன் கறி மணத்திலேயே சிக்னேச்சரின் கழுத்தை ஒடித்திருந்தார்.

ஒரு கிளாஸ் சிக்னேச்சர் சமையல் கட்டில் இருந்தது. கறி வெந்து காற்று முட்டைகள் வெடிக்கக் கறிவாசம் மூர்க்கமாக ஏறியது அடித்தொண்டையில். வாசனின் நாக்கில் ஒரு பிஞ்சு எலுமிச்சைத்துளி விழுந்து எச்சில் ஊறியது. கருவேப்பிலைகளை அவிய விடாமல் ஓர் அரைப்பதத்தில் அடுப்பை அணைத்தார் பாலன். குடிக்காமலே இருந்த சிக்னேச்சர் கிளாசை எடுத்து பக்கத்தில் இருந்த வெள்ளி டம்ளரில் பாதியை ஊற்றி வாசனுக்கு நீட்டினார். வாசன் அவக்கென்று பின்னால் போக, "பிடியப்பா" என்று சமையல்கட்டில் வைத்துவிட்டு மாட்டின் கட்டிக்கறியை அள்ளித் தட்டொன்றில் வைத்தார் பாலன். அந்த வெள்ளிக்குண்டு கரண்டியில் கட்டிக்கறி ஒட்டியபடி இறுகி இருந்தது. ஒவ்வொருமுறை அள்ளிய கறியிலும் கொஞ்சம் கரண்டியோடு சட்டிக்குப் போனது. பாலன் அந்த அரை கிளாஸ் சிக்னேச்சரை ஒரே முழுங்காகத் தொண்டைக்கு

அனுப்பிவிட்டு பெருவிரல் அளவில் ஒரு கறித்துண்டை சூட்டோடு நாக்கில் வைத்து வாயை மூடினார். அரைகுறைப் பகல் வெளிச்சமாக இருந்த அந்தச் சமையலறையில் ஏதோ அதிசயம் நேர்ந்தது போல வாசனும் ஒரே முறடில் சிக்னேச்சரை முழுங்கினான். அடிவயிற்றில் ஒரு நெருப்புத்துண்டு நேரடியாக விழுந்தது போல இருந்தது. எதையும் யோசிக்காமல் சூடான மாட்டிறைச்சித் துண்டு ஒன்றை வாய்க்குள் தள்ளினான். பாதி கட்டிக்கறி உதட்டில் ஒழுகியது. உறைப்பில் உள்தொண்டையும் வெந்தது போல இருந்தது.

விறாந்தையில் ரூபன் அண்ணா ரசித்துக் குடிக்கத் தொடங்கியிருந்தார். மூன்று தட்டில் இறைச்சித்துண்டுகள் கட்டிக்கறியில் ஊறி காய்ந்து கொண்டிருந்தது. துவாரகன், தான் தனியாக கையில் வைத்திருந்த சிறிய தட்டில் இருந்து இரண்டு விரலால் ஒவ்வொரு துண்டாக எடுத்து அண்ணாந்து வாயைத் திறந்து போட்டபடி இருந்தான். “ரெம்ப ஆச்சாரம்” என்று வாசன் முணுமுணுத்தான். ரூபன் மட்டும் அதைக் கேட்டது போல ஒரு புன்சிரிப்பை உதிர்த்தார். அவருக்கு விக்கலும் சிரிப்பும் சேர்ந்து வந்தது. “பாலாண்ணா... இறச்சி... சூப்பர்” என்று அவர் சொல்லி முடிப்பதற்குள் மூன்று விக்கல் வந்து போனது. சிரிப்பையும் விக்கலையும் அடக்க முடியாமல் இறைச்சித் துண்டை தூக்குவதும் தட்டில் திரும்பிப் போடுவதுமாக இருந்தார்.

“பருவமே புதிய பாடல் பாடு. இளமையின் பூந்தென்றல் ராகம்” ரூபனும் பாலனும் டீவியை பார்த்துக்கொண்டே ஓடுவது போலத் தலையை ஆட்டினார்கள். அவர்களின் ஷார்ட்ஸ் போட்ட கால்களின் அசைவை கால் மூட்டுகளில் இருந்தே காண முடிந்தது. துவாரகன் கறி எடுக்கப் போக ரூபன் ஒரு கிளாசை ஊற்றி “சும்மா அடியப்பா” என்று நீட்டினார். வாசன் அவக்கென்று வாங்கி அடிக்க குரக்கேறியது. ரூபனின் தடுமாறிய கை வாசனின் தலையிலும் முதுகிலும் தட்டியது. வாசனின் வாய்க்கு ஒரு இறைச்சித் துண்டை கறி ஒழுக ஒழுகக் கொண்டுவந்து ஊட்டினார். இடையில், “பார்த்து

ரூபன்” என்ற பாலனின் குரலில் ஓர் இறுக்கம் இருந்தது. “அது ஒண்டும் ஆகாது” என்ற அலட்சியமான உச்சரிப்புடன் அடுத்த துண்டு இறைச்சியைத் தன் வாயில் போட்டுக்கொண்டார் ரூபன். ஆள்காட்டி விரலில் இருந்த கட்டிக்கறியை அப்படியே வாய்க்குள் முழுவதும் விட்டு “உப்” என்ற சத்தத்துடன் உருவி எடுத்தார். “சூப்பர்... என்ன துவாரகன்” என்ற ரூபனின் குரலைக் கேட்டு அவசரமாக இரண்டு தட்டில் மாட்டுக்கறியுடன் வந்தான் துவாரகன். வாசனின் கண்ணில் எல்லாக் காரமும் ஏறிக் கொஞ்சம் சிவந்திருந்தது.

மரக்கட்டிலில் வாசன் சாய்ந்திருந்தான். ஓர் உயரமான தலையணையை மட்டும் தலைக்குக் கொடுத்திருந்தார்கள். சட்டையைக் கழற்றியதால் சேகுவேரா இப்போது கொஞ்சம் நிம்மதியாக இருந்தார். துவாரகன் கால்பக்கம் கட்டிலில் இருந்து சோனிஎரிக்சன் கைபேசியை நோண்டிக் கொண்டிருந்தான். பாலன் ஒரு தேசிக்காயை எடுத்து உள்ளங்கையில் அழுந்த உருட்டி, பின் வெட்டி ஒரு பாதியை எடுத்துக்கொண்டு வந்து வாசனின் தலைக்குப் பின் நின்றுகொண்டார். “சேகுவேரா வாயைத் திற. உடன இறங்கீரும்” என்றவரின் கையில் இருந்த தேசிக்காயின் முதல் துளி நாடியில் விழ அடுத்த துளி வாயில் விழுந்தது. வாசன் துப்பிக்கொண்டு எழும்பப் பார்த்தான். அவனை அப்படியே மரக்கட்டிலோடு தோளில் அமர்த்தி, மூக்கைப் பிடித்து, திறந்த வாயில் கனமான சாறைப் பிழிந்துவிட்டார். ஆடி அசைந்து உதைத்து மேலெழும்பிய கால்கள் இரண்டையும் ஒருகையால் அமத்திப் பிடித்திருந்தான் துவாரகன். அப்போதும் அவன் பார்வை சோனி எரிக்சன் கைபேசியில்தான் நீந்தியது. பாலன் தேசிக்காய் பிழிந்த கையை உதறிக்கொண்டு போன பிறகு, கண் பார்வையை சோனிஎரிக்சனில் இருந்து எடுக்காமலே “ஒரு சட்டி மாட்டுக்கறிக்கு விடுற அளவு தேசிக்காய வாயில விட்டிருக்கிறார்” என்றான் துவாரகன். அந்த வெறியிலும் மாட்டுக் கட்டிக்கறியின் உறைப்பு வாசனின் நாக்கில் ஊறிக்கொண்டேதான் இருந்தது.

28

அப்பா மருத்துவமனைக்குப் போவதைப் பிடிவாதமாக மறுத்துவிட்டார். இனிமேலும் இந்த உடம்புக்கு சக்தி இல்லை. மறுபடியும் உடம்பில் ஊசிகளைக் குத்துவதையும் நாள் முழுவதும் இரவும் பகலும் ஏதாவது ஊசிவழி உடம்பில் ஏறுவதையும் அவர் விரும்பவில்லை என்பது சரி என்றுதான் வாசனுக்கும் பட்டது. அப்பாவை வதைப்பதாக அவனுக்கு இதில் ஒரு குற்ற உணர்வே இருந்தது. கடந்த இரண்டு வருடமாக அவர் உடம்பு மருத்துவமனைக்குப் பரிசோதனைக்குக் கொடுத்த உடலாகத்தான் இருக்கிறது.

இந்திரன் சொன்னதுதான் சரியாக இருந்தது. அப்பாவை பலமுறை காட்டிய நெசப்பாக்கம் மலர் மருத்துவமனையில்தான் இந்திரன் வேலை செய்கிறார். அவர் இரத்தம் பரிசோதித்தால் மிகத் துல்லியமாக இருக்கும் என்று மருத்துவர்களே சொல்வார்கள். ஊரில் இருந்த கட்டைத்தமிழ் வாத்தியின் உயரம்தான் இந்திரனும். உச்சி வைத்து வாரியத் தலை. நன்றாக மேவி இழுப்பதால் நெற்றி கொஞ்சம் தாராளமாகவே இருக்கும். ஆனாலும் ஒரே ஒரு திருநீற்றுக்குறிதான் பூசி இருப்பார். கண்ணாடி போடாத துல்லியம் பார்வையில் இருக்கும். அரைக்கை சட்டைத்தான் எப்போதும். அதற்கு ஏற்றாற்போல பான்ட் போடுவார். கொஞ்சம் பழங்கால ஆள்

போல இருந்தாலும் சமகால நடைமுறை எல்லாம் தெளிவாகத் தெரிந்தவர்தான்.

மருத்துவமனையில் நோயாளிகள் விரும்பும் ஒருவராக அவர் இருப்பதில் அங்குள்ள சிலருக்கு எரிச்சல். அவருடைய வேலை மட்டும் என்றில்லாமல் எல்லாமே செய்வார். எல்லாம் பழகியும் இருப்பார். அவரின் பொறுமைக்கு யாரும் ஈடாக முடியாது. கண்டிப்பு இருந்தாலும் அவர் குரல் எப்போதும் உயராது. அவர் சொன்ன ஆலோசனையின் பேரில்தான் வீட்டில் இருக்கும் நோயாளிகளைப் பார்க்கும் மருத்துவர் அறிவழகன் அறிமுகமானார். அவர் ஒரு தாதியின் துணையுடன் இப்படியான நோயாளிகளை வீடுகளில் சென்று கவனித்து வந்தார். அவர்தான் அப்பாவின் கஷ்டத்தைக் கண்டு யூரின் பாக் பொருத்தி விட்டார். பலநேரங்களில் அப்பா உணர முதலே சிறுநீர் சாறத்தில் வடிந்துவிடுவது அப்பாவுக்கே பெரிய மனச்சிக்கலை உருவாக்கி இருந்தது. அவர் எப்பவும் சுத்தமாக இருக்க விரும்புகிறவர். அவருக்கு விரல் நகத்தில் கருப்பாக தெரிந்தாலே பிடிக்காது. யூரின் பாக் பொருத்தியதால் இரவில் நித்திரை குழம்புவதில் இருந்து அம்மாவுக்கும் ஒரு நிம்மதி கிடைத்தது. வாசன் அப்பாவின் விருப்பம் போல நடந்துகொள்வதில் தான் அக்கறையாக இருந்தான். மற்றவை அவன் காதில் விழவில்லை.

மருத்துவர் அறிவழகன் வருவதும் போவதும் தெரியாது. அப்பா நித்திரை கொண்டால் எழுப்ப வேண்டாம் என்பார். “இந்த வயசில நிம்மதியான நித்திரைத்தான் வேணும்”. அவர் மருத்துவராகச் சொல்லவில்லை. வாசனின் அப்பாவைப் பார்த்து ஒரு மகனைப் போலச் சொன்னார்.

ஒருமுறை நெசப்பாக்கம் மலர் மருத்துவமனையில் இருக்கும்போது... “பத்து மணிக்கு ஸ்கான் எடுக்கப் போவதால் தண்ணீர் குடிக்க வேண்டாம்” என்று ஒரு தாதி வந்து சொல்லிவிட்டுப் போனார். பதினொரு மணி கடந்தும் யாரும் வரவில்லை. கீழே ரிசப்ஷனில் கேட்டால் “தங்களின்

மருத்துவமனை ஆம்புலன்ஸ் இப்போது வந்துவிடும்” என்று சொன்னார்கள். அப்போதும் “நோயாளிக்குத் தண்ணீர் குடுக்க வேண்டாம்” என்று சொல்லிவிட்டார்கள். பதினொன்றே முக்காலுக்கு ஆம்புலன்ஸ் வந்தது. அதில் அப்பாவை ஏற்றிக்கொண்டு வாசனும் ஏறினான். அம்மா கொஞ்சம் ஓய்வாக மருத்துவமனையில் அப்பாவின் படுக்கையில் படுத்திருந்தார்.

வடபழனியில் இருந்த ஸ்கானிங் சென்ரருக்குப் போக வேண்டும். கே.கே. நகர் சிவன் பார்க் போகவே பத்துப் பதினைந்து நிமிடமானது. அது ஏனோ அங்கு திடீரென்று புதிய பள்ளங்களைத் தோண்டித் தோண்டி வைத்துவிடுவார்கள். அதனாலேயே வாகனங்கள் வரிசையில் போகும். ஸ்கானிங் சென்ரர் போய்ச்சேர முப்பது நிமிடமானது. ஸ்கானிங் சென்ரரின் உள்ளே பெரிய கூட்டம். சென்னையில் உளள பல்வேறு மருத்துவமனைகளில் இருந்தெல்லாம் நோயாளிகள் வந்திருந்தார்கள். அப்பாவின் ஸ்டெச்சரை ஒரு ஓரமாக உள்ளே விட்டுவிட்டு ஆம்புலன்ஸ் ட்ரைவர் அடுத்த வேலைக்குப் போய்விட்டார். அப்பாவை பார்த்துக்கொண்டே ரிசப்ஷனில் பெயர் பதிவுகளைச் செய்தான் வாசன். “காத்திருங்கள்” என்று சிரித்துக்கொண்டே சொல்லிவிட்டார்கள்.

அங்கு அரைமணி நேரத்துக்கும் மேலானது. அப்பா பலமுறை தண்ணீர் கேட்டுவிட்டார். அவர் தண்ணீர் கேட்கும் ஒவ்வொரு முறையும், “இப்போது கூப்பிடுவார்கள்” என்று அப்பாவை சமாதானம் செய்து, ஊசி ஏற்றி பிளாஸ்டர் போட்டு இருக்கும் கையில் வாசன் தடவி விடுவான். முக்கால்மணி நேரம் போனது அப்படியே. அவனுக்கே தாங்க முடியாமல் ஒரு தாகம் எட்டிப்பார்க்க வெறும் அரை டம்ளர் தண்ணீரை எடுத்துக்கொண்டு அப்பாவின் அருகில் போனான். இடது உள்ளங்கையால் அப்பாவின் தலையை எந்தி, சற்று உயர்த்தி வலது கையில் இருந்த டம்ளரின் தண்ணீரை ஒரு சிறுகோடு அளவில் மிகக் கவனமாக, உலர்ந்து உரிந்துபோன உதடுகளில் பட ஊற்றினான். ஒரு துளிதான் பட்டிருக்கும். அடுத்த ஒருமணி நேரம் அங்கு எல்லோரும் பார்க்க கேலிப் பொருளாக்கினார்கள்.

அப்பா அங்கிருந்து வரும்போது ஆஸ்பத்திரிக்குப் போகச் சொல்லவில்லை. “நேர வீட்ட போவம்” என்று சொன்னபோது அறுபத்தினாலு வயதில் அப்பா அழுவதைப் பார்க்கிற மகனாக இருந்தான் வாசன். அன்றைக்குத்தான் எல்லாவற்றிலும் தோற்ற மகனாக உணர்ந்தான். அப்பாவின் கைப்பிடி அவன் கையில் இறுகி இருந்தது.

29

வாசனின் அப்பாவுக்கு கிரிக்கெட் பிடிக்கும். அவர் கொழும்பில் இருந்த காலம் இலங்கை கிரிக்கெட்டின் பொற்காலம். இலங்கையில் கிரிக்கெட் அவ்வளவு பிரபலமாகக் காரணமான 1996 உலகக் கோப்பையை வென்றது முக்கியமான காரணம். அதில் இருந்து எங்கே கிரிக்கெட் நடந்தாலும் கிரிக்கெட் இலங்கையின் பேசுபொருளானது. வாசனும் அப்பாவும் இரவிரவாகக் கூட கிரிக்கெட் பார்ப்பதுண்டு. இரவு பதினொரு மணியளவில் தற்செயலாகக் கண்விழிக்கும் அம்மா இருவரையும் பேசிவிட்டு கழிவறைக்குப் போய் வருவாள். சத்தமே இல்லாமல் கிரிக்கெட் இரவு ஒருமணி வரை கூட நீளும்.

அப்பா கிரிக்கெட் பார்ப்பதை விட்டுவிட்டார். அதோடு வாசனுக்கும் அந்தப் பழக்கம் குறைந்திருந்தது. நீண்ட நாளின் பின் கமலோடு பார்க்க நேர்ந்தது. எப்போதும் இந்தியாவில், பாகிஸ்தானுடன் இந்தியா மோதும் போட்டிக்குத்தான் எதிர்பார்ப்பு இருக்கும். உலகக் கோப்பை போனாலும் பாகிஸ்தானை வென்றால் கன்னியாகுமரி வரை கொண்டாடுவார்கள். முதல்முறையாக கே.கே. நகரில் ஒரு மாற்றம். இந்திய இலங்கை அணிகள் மோதுவது முக்கிய போட்டியானது. அதற்கு கமலின் போதை ஒரு காரணம்.

மேல்வீட்டு பெடியளின் கிரிக்கெட் பற்று மற்றொரு காரணம்.

கமல் மாலையில் இருந்தே சரியில்லை. நான்கு பியர்களை வாங்கி உள்ளே அடுக்கி இருந்தான். பிறகும் இரண்டு வாங்கி தனியாக மறைத்து வைத்திருந்தான். வாசனைக் கூப்பிட்ட கையோடு துவாரகனையும் அன்றைக்குக் கூப்பிட்டிருந்தான். கமலுக்கு அவ்வளவு கிரிக்கெட் ஆர்வம் இருப்பதை அன்றைக்குத்தான் எல்லோரும் அறிவார்கள். கமலுக்கு போட்டியாக மேல்வீட்டு நால்வர் அணியில் ஐந்தாவது ஒருவர் இருந்தார். அவர் பெயர் மாறன். அறையில் கிரிக்கெட் பார்க்கவே அவர் இந்திய தேசியக்கொடியை கையில் ரப்பர் கயிறாகக் கட்டியும் கன்னத்தில் கலர் நிறமாகவும் மாலையிலேயே பூசிவிட்டார். அந்த வர்ணங்களுடன் அவர் வைன்சாப்புக்கும் போய் வந்தார். எல்லோரும் பார்க்கவேண்டும் என்பது போல பியரை காட்டிக்கொண்டு மாடிக்கு ஏறினார்.

மாலையில் கமல் கோழி பொரித்தான். கூடவே ஐயப்பன் கோயில் அருகில் இருக்கும் மரவள்ளி பொரிக்கும் கடையில் சீவலாகச் சூடான மரவள்ளித் துண்டுகளை தூளும் உப்பும் தூவி வாங்கி வந்தான். துவாரகனும் வாசனும் கதிரையில் விருந்தாளிகள் போல இருந்தார்கள். இன்றைக்கு பார்ட்டியா இல்லை கிரிக்கெட்டா என்று யாருக்கும் தெரியாது. மேல்வீட்டில் இன்னும் சில நண்பர்கள் மாறனைப் பார்க்க வந்திருந்தனர். அவர்களும் இந்திய தேசியக்கொடிகளை கன்னங்களில் பூசி இருந்தனர். கமலை என்ன செய்வது என்று யோசிக்காத வண்ணம் கோழி வறுவல் மணம் வாசல்வரை நீண்டது.

கிரிக்கெட் டாஸ் போட்டதும் நிமல் சுறுசுறுப்பாகிவிட்டான். அதுவும் முதலில் இலங்கை பாட்டிங். கமல் கதிரைகளைத் தள்ளி ஓரமாகப் போட்டுவிட்டு பாயை விரித்தான். பாயில் மூவரும் இருக்க வசதியாக்கிவிட்டு பியர்களைக் கொண்டு வந்து வைத்தான். அதன்பிறகு தட்டுகளில் கோழியும் மரவள்ளி சீவல் பொரியலும் வந்தது. நான்கு கருப்பு சிகரெட்டுகளையும் ஒரு தட்டில் வைத்து கூடவே லைட்டரை வைத்தான்.

அவன் மட்டும்தான் சிகரெட் பிடிப்பான் என்பது வேற சங்கதி. மூன்று பியரை ஆளுக்கு ஒன்றாக உதடுகளில் சூப்ப ஆரம்பிக்க கிரிக்கெட் ஆரம்பமானது. திடீரென்று உள்ளே போன கமல் மேலும் ஒரு பியரை எடுத்து வந்து கிரிக்கெட் ஓடும் டீவிக்கு நேராகக் கீழே வைத்தான். இவர்களைப் பார்த்து சிரித்துவிட்டு மறுபடியும் பியர் போத்தலில் வாயை வைத்து சூப்ப ஆரம்பித்தான். வாசன் மரவள்ளியிலும், துவாரகன் கோழி வறுவலிலும் கவனம் செலுத்த கமல் கிரிக்கெட்டில் கவனம் செலுத்தினான். அவன் கைக்குக் கோழி வறுவலில் வட்டமாக வெட்டிப் போட்டிருந்த வெங்காயம்தான் எட்டியது. அவனும் அதை வாயில் போட்டுவிட்டு பியரை சூப்பினான்.

இரண்டாவது பியரை உடைக்க, கிரிக்கெட்டில் கவனம் சிதறியது. இலங்கை அணியும் தடுப்பாட்டத்தில் கவனம் செலுத்தியது. கமல் வாசலுக்குப் போய்வர மேல் வீட்டில் இருந்த மாறனும் மற்றொருவரும் அந்த நேரத்தில் போய் வெடி வாங்கிக்கொண்டு வந்தனர். “லூசாயா நீ” என்று யாரோ குரலை உயர்த்துவது மேலே இருந்து கேட்டது. “அது மாறனை நோக்கித்தான் இருக்கும்” என்று கமலே சொன்னான்.

இந்தியா பாட்டிங்கை ஆரம்பிக்க முதல் மறுபடியும் கமல் கோழி வறுவலைத் தட்டில் அள்ளிப்போட்டுக் கொண்டு வந்தான். சாப்பாடு இல்லை என்று தெரிந்தது. “இன்னும் நாலு பியர் கிடக்குடா” என்று யாரும் கேட்காமலே அவனாகச் சொன்னான். கமல் புதிய பியரை உடைத்து ஒரு சூப்பு சூப்பிவிட்டு வைக்க, தொடக்க ஆட்டக்காரராக களம் இறங்கி இருந்த டெண்டுல்கர் எல்பிடபிள்யுவில் அவுட் ஆனார். மேலே மட்டும் இல்லாது பக்கத்து வீடுகளிலும் “நாட் அவுட்... நாட் அவுட்...” என்று பலரும் சத்தமாகக் கத்துவது தெளிவாகக் கேட்டது. மூன்றாவது அம்பையர் முடிவுக்கு அது போயிருந்தது. கமல் மட்டும் “அவுட்டுடா புண்ட” என்று கத்தினான். இன்னும் பலமாக மேலே இருந்து “நாட் அவுட்” என்று கத்திய சத்தம் வந்தது. அது மாறனின் குரல்தான். நிமல் மறுபடியும் “அவுட் பு...” என்று கத்த முயல துவாரகன்

அவன் வாயைப் பொத்தினான். கமல் அவன் கையை இழுத்து விட்டு. "ஹே அவுட்" என்று சாறத்தைத் தூக்கி தொடைக்கு மேல் கட்டிக்கொண்டு ஆட ஆரம்பித்தான். கையில் பியர் போத்தல் வெறுமையாக இருந்தது. வெறுமையான போத்தலை வாயில் வைத்து ஒட்ட உறிஞ்சினான். தேட் அம்பையர் டெண்டுல்கருக்கு அவுட் கொடுத்துவிட்டார். கமல் போத்தலைத் தூக்கி எறிந்தான். அது இரண்டு பாதியாக உடைந்து உள்ளே உருண்டு போனது. மேலே சுவர் அதிர "சாய்" என்றொரு சத்தம் கேட்டது. "மாறன் கையை உடச்சிட்டான்" என்று ஒரு குரல். அதைத் தொடர்ந்து பல குரல்கள் கேட்டன. மேலே இருந்து மாறனை இழுத்து வந்தார்கள். அவன் வலது உள்ளங்கையின் ஓரத்தில் இருந்து இரத்தம் வடிந்துகொண்டிருந்தது. மாறனை இழுத்துக்கொண்டு வந்தவன் பைக்கை எடுக்க மறுபடியும் மாறன் மாடிக்கு ஓடிவிட்டான். கமல் டீவி முன் இருந்த பியரை உடைத்து "சீயார்ஸ்" என்று கத்தினான். மாறனை யாரோ சிலர் மறுபடியும் கீழே இழுத்து வந்து பைக்கில் ஏற்றிப் போனார்கள். "லூசுப்பய குடிச்சு வேற இருக்கிறான்" என்று மேலே சொல்லிக் கேட்டது.

இந்திய அணி வெற்றி பெற்றது. எல்லாப் பக்கமும் வெடி கொளுத்தினார்கள். கமல் டீவிக்கு முன்னே காலை நீட்டி பாயில் படுத்திருந்தான். வெடியின் கந்தக மணம் எல்லாப் பக்கமும் இருந்து வந்தது. கமல் வாசலில் வந்து நிற்க அந்தக் குறுகிய தெருவில் இடைவிடாது வெடி விட்டார்கள். யாரோ விட்ட வெடி வாசலருகே வந்து விழுந்தது. ஏதோ ஒரு மேல்வீட்டில் இருந்துதான் விழுந்திருக்க வேண்டும். அது அவ்வளவு சத்தத்துடன் வெடித்தும் கமல் அங்கிருந்து அரக்கவில்லை. அந்தச் சரவெடி முடிந்த பிறகுதான் உள்ளே வந்தான். மாடிக்குப் போகும் படிக்கட்டில் ஒரு சரவெடி சுருளாக சுற்றி வைத்திருந்தார்கள். அது மாறன் கொண்டு வந்த வெடியாகத்தான் இருக்க வேண்டும். யாரும் அதை வெடிக்க வைக்கவில்லை.

மாறனின் கையில் கட்டு போட்டுக்கொண்டு வந்து மாடிக்குத் தள்ளிக்கொண்டு போனார்கள். துவாரகன் மேலே போய் எட்டிப் பார்த்துவிட்டு வந்தான். கமல் அதற்கு ஒன்றும் சொல்லவில்லை. வாசன் போத்தல்களை எடுக்க துவாரகன் தட்டுகளை எடுத்து உள்ளே கொண்டுபோனான். சில நிமிடங்களில் அதே பாயில் மூவரும் படுத்துக்கொண்டனர்.

அதிகாலை மூன்று மணிக்கு யாரோ ஒரு சரவெடியை கொளுத்தினார்கள். அது நீண்டநேரம் வெடித்துத் தள்ளியது. பக்கத்துவீட்டில் இருந்து "தேவடியா புள்ளக... மயிர் கிரிக்கெட்..." என்று சொல்லிக் கேட்டது. மேலேறும் படியில் இருந்த சரவெடிச் சுருளைக் காணவில்லை. கமல் குறட்டை விடும் அளவுக்கு ஆழமான நித்திரையில் கிடந்தான்.

30

பஞ்சு மரத்தில் ஒரு காய் காய்ந்து வெடித்திருந்தது. பல காய்கள் முற்றி தடித்துக் கிடந்தன. பஞ்சு மரத்தின் இலைகள் கருப்பு கொழும்பான் மாம்பழ மரத்தின் இலை போல கடுமையான பச்சைக்கு மாறி இருந்தன. அந்தத் தெருவில் எல்லோரும் சந்திக்க வாய்ப்பற்று இருப்பது போல கடும் அமைதி இருந்தது. யாரும் எதிர்பாராத முறையில் ரூபன் கல்யாணம் கட்டி இருந்தார்.

“அவசரமா எழுத்து முடிஞ்சுது” என்று சொன்னார்கள்.

இலங்கை எம்பஸிக்குக் போய் எழுதுவது என்பதால் யாரும் தலைகாட்டவில்லை. அங்கு பல்வேறு அதிகாரிகள் போவோர் வருவோரை எல்லாம் உள்ளேயே விசாரித்தார்கள். ஊரில் எந்த இடம்? எப்ப வந்தனீங்க? என்ன வருமானம் இந்தியாவில? போன்ற கேள்விகளுடன் சிலர் நிலையாக நின்றார்கள். வாசலில் மூவர் நின்றதாக மோகன் கூட ஒருமுறை வாசனுக்குச் சொன்னார்.

“ஆட்டோவில் கொண்டு போய் இருவரை இறக்கின என்னையே விசாரிச்சாங்க வாசா. நீங்க எவ்வளவு காலம் இந்தியாவில இருக்கிறீங்க? என்று கேட்டாங்க. கடுப்பாகிட்டேன். சரியான லூசுக் கூதியானுவ...”

முதல்மாடியில் ரூபனும் அவர் சுவிஸ் மனைவியும் இருந்தனர். இரண்டாவது மாடிக்கு ஜெர்மனியில் இருந்து யாரோ வருவதாக பாலன் தகவல் சொல்லி இருந்தார். ரூபனின் மனைவியின் சமையல் அடிக்கடி மொட்டைமாடி அறைக்கும் வந்தது. ரூபன் குடிப்பதை அடியோடு இடைநிறுத்தி இருந்தார். "சுகர் வேறா இருக்குதாமப்பா" என்று நொந்துகொண்டார்.

மொட்டைமாடியில் பாலனும் மதி அண்ணாவும் அன்றைக்கு மாலையில் உட்கார்ந்தார்கள். மெதுவாகப் பேசிக்கொண்டே தண்ணி அடித்தார்கள். முதல்மாடியில் இருந்து, சாப்பிட வாங்க என்று ரூபன் துவாரகனை அழைத்திருந்தார். கூடவே வாசனும் போயிருந்தான். முதல்மாடி பால்கனியில் நின்று வர்சா வீட்டைப் பார்ப்பது போல நில்லாமல் தங்களின் சோனிஎரிக்சனில் பார்வையைச் செலுத்தினார்கள்.

ரூபனுக்கு எல்லாம் தெரியும். அவர் ஒரு தட்டில் கறிைக் கொண்டு வந்து பால்கனியில் இவர்களுடன் நின்றுகொண்டார். "என்ன துவாரகன்... கறி குடுக்கலாம்... கீழ கிழவியப் பார்த்த ஐயர் போல கிடக்கு" என்றபடி ஜன்னலால் சமையல் அறையில் நின்ற மனிசியைப் பார்த்தார்.

"இந்தா வாறன்" என்று உள்ளே இருந்து குரல் வந்தது.

ரூபன் உடனே ஆட்டுக்கறி தட்டை வாசனிடம் கொடுத்துவிட்டு வர்சா வீட்டையே பார்ப்பது போல ஸ்டைலாக நின்றுகொண்டார். நெற்றியில் வழுக்கிக்கொண்டு வந்த கறுப்புக் கண்ணாடியை மறுபடியும் மேல் மண்டைக்குத் தள்ளிவிட்டார். அவருடைய இளம் மனைவி கொஞ்சம் முற்றின உடம்புடன் வந்து "தொம்" என்று முதுகில் அடித்தாள்.

"என்ன... என்னடி.... உன்னை ஆரு இப்பா வெளிய வரச் சொன்னது?" என்றபடி கோப முகம் காட்டினார். அவள் காலடிகளைப் பின்னோக்கி எடுத்து வைத்து வீட்டுக்குள் போனாள். இடையிடையே தன்னை நெருங்கி வரும் ரூபனை எட்டி அடிக்க கையை ஓங்கினாள்.

“ம் ஆரைக் கேட்டு வந்த நீர் வெளியா. தாலிய பிடுங்கினாதான் சரி வருவ” ரூபன் எட்டி எட்டித் தாலியைப் பிடிக்கப் பார்த்தார். “என்ர அம்மா”என்ற சத்தத்துக்குப் பிறகு உள்ளே இருவரும் கத்திக்கொண்டு ஓடுவது கேட்டது.

“அப்பாட்ட சொல்லுவன்”

“அவர் பெரிய லெப்ரின்ன் கேணல். கோணவாயன் பொண்ணு தானே நீ”

கதவு அடித்து சாத்தப்படும் சத்தம் கேட்டது. அதைத் தொடர்ந்து கதவை உள்ளங்கையால் தட்டும் சத்தம்.

“இன்னைக்கு எவ்வளவு நேரமானாலும் சரி. நான் கட்டின தாலிய பிடுங்காம விடமாட்டென்” என்ற ரூபனின் குரல் சிரிப்பும் விக்கலுமாகக் கேட்டது.

வெளியே வரும்போது இன்னொரு தட்டில் ஆட்டுக்கறியுடன் வந்தார் ரூபன்.

“வாசன் இது சூடா இருக்கு. ஆறினா கறியோட ருசியே போனா மாதிரி இருக்கப்பா.”

“ரூபன், டேய் ரூபன்..!” என்று மேலே இருந்து பாலனின் குரல் கேட்டது. அவர் டேய் என்றால் ஏதோ முடிந்து கனநேரம் ஆகி இருக்கும் என்று தெரிந்து கையில் இருந்த சூடான ஆட்டுக்கறியுடன் மேலே போனார்.

மதி அண்ணா எழும்பி நின்று கையைச்சுழற்றி, பின் குனிந்து நிமிர்ந்து உடலை வளைத்துவிட்டுக் குந்தினார்.

“உடம்பை நல்லா வச்சிருக்கோணும். ரூபனுக்கு சலரோகமாம். இங்க அதைச் சக்கர வியாதி என்று இனிப்பா சொல்லுறாங்கள். தலைவருக்கும் சலரோகம்தான். வயசாகுது தானே” என்றபடி ரூபனைப் பார்த்தார். ஓர் ஆட்டிறைச்சித் துண்டு வாயில் கிடந்து நாக்கில் புரண்டது.

“இப்ப சொல்லுறன் பாலன். உள்ள விட்டு அடிச்சப் போறாங்கள். பெரிய பிளானாத்தான் உள்ள விடுறாங்கள். உள்ள விட்டு அடிச்ச சிங்களவன் சிதறுவான்” என்று வீராவேசமாக முடித்தார் மதி அண்ணா.

பாலன் எதுவும் சொல்லாமல் அரை கிளாஸ் விஸ்கியை மெதுவாக வாய்க்குக் கொண்டு போனார். அவருடைய கையைப் பிடித்துக் கீழே இறக்கிய மதி அண்ணா, அடுத்த வார்த்தைக்கு இடையில் ஒரு ஏவெறியை விட்டார். ரூபன் இவர்களில் யார் பொறுமைசாலி என்பதை இன்றைக்குக் கண்டுபிடிக்கும் ஆவலுடன் பார்த்திருந்தார். இடையிடையே ஆட்டுக்கறியின் வெறும் குழம்பை மட்டும் ஆள்காட்டி விரலால் தொட்டு நாக்கால் நக்கினார்.

“முல்லத்தீவில எதைத் தொட்டாலும் வெடிக்குமப்பா. காடுகளுக்க போனால் சிங்களவன்ர புழுக்க கூட கிடைக்காது. உள்ள விட்டு வெளுப்பாங்கள் பாருமன். மொக்கு சிங்களவனுக்கு அப்ப விளங்கும் மதீர ட்ரெயினிங்” என்று மதி அண்ணா சொல்லி முடித்து, அவர் விஸ்கி கிளாசை கையில் எடுக்கும்வரை பாலனைக் குடிக்கவே விடவில்லை.

மதி என்கின்ற மதியாபரணம் ஒரு முன்னாள் ஈ.பி.டி.பி என்பதும், அவர் புலிக்குப் பயந்துதான் இன்னும் ஊருக்குப் போகவில்லை என்பதும் பாலனுக்கு மட்டுமில்லை ரூபனுக்கும் தெரியும். ஆனால் இதெல்லாம் இவர்களுக்குத் தெரியும் என்பது மதி அண்ணாவுக்கு இதுவரைக்கும் தெரியாது. மதி அண்ணா அதிகம் குடித்துத் தீர்ப்பதற்கு அதிகமான காரணங்கள் ஏதுமில்லை. புலியை நம்பிய அளவுக்கு தன்ரமனிசி தன்னை நம்பவில்லை என்ற ஒரேயொரு காரணம்தான் இருந்தது. உம்மை சுட்டுக்கொல்லுற அளவுக்கு புலிக்கு வேலையில்லாம இல்லை... என்று அவள் சொன்ன வார்த்தைகள் ஒவ்வொரு இரவும் அவரைச் சூழ்ந்து கொண்டு பாடாய்ப்படுத்தியது. சில வேளை ஈ.பி.டிபி போட்டு தள்ளிவிட்டு புலிதான் போட்டது எனறு சொல்லி விடவும் இலங்கையில் வாய்ப்புகள் இருக்கிறது.

மதி அண்ணா மொட்டைமாடியில் இருக்கும் கழிவறைக்குப் போய்விட்டு வெளியே வந்து ஜிப்பை பலமுறை இழுத்து ஒருவாறாக ஜீன்ஸை சரிசெய்தார். ஸ்டூலில் இருந்த பாலனின் கன்னத்தில் தட்டி "உள்ள விட்டு அடிப்பாங்கள்" என்று கட்டைக் காலைத் தூக்கி மொட்டைமாடியில் குத்தி ஊன்றினார்.

"ரூபன்... ஆளும் மண்டையும், இதில சலரோகம் வேற. சலரோகம் வந்த தலைவராகீருவாரோ பேப் புண்ட" என்றபடி மாடியில் இருந்து இறங்கி வந்தார்.

வர்சாவின் பால்கனியில் இருந்த மஞ்சள் விளக்கில் ஒரு நிழல் தெரிந்தது. அது வர்சாதான். அடுத்த நொடி இவர்களை நோக்கி அவள் கையை ஆட்டினாள். இவர்களை முந்திக்கொண்டு மாடியில் இருந்து இறங்கி வந்த மதி அண்ணா "டாட்டா டாட்டா" என்றபடி படியிறங்கிக் கீழே போனார். "கருமண்டா" என்று துவாரகன் வாசனைப் பார்த்து தலையில் அடித்துக்கொண்டான். வர்சாவின் பால்கனியில் இருந்த மின் விளக்குக் கூட அணைக்கப்பட்டிருந்தது. அது தெருவையே இருட்டாக்கியது போல இருந்தது.

31

இரண்டாவது மாடிக்கு வந்த முதல் நாளே மொட்டைமாடிக்கு இரண்டு கெனிக்கன் பியருடன் வந்தான் நகுலன். நகுலன் நோர்வேயில் இருந்து வந்திருந்தான். வெள்ளை என்று சொல்வதை விட வேறெந்த அடையாளமும் இல்லாத ஆளாக இருந்தான் நகுலன். பாதி முடி இல்லை, மொழுகியது போல ஒரு முகமும் உடலும். கல்யாணமாகி அவனுக்கு ஒரு மகனும் இருந்தான், யாழில் இருந்து அவனுடைய மனைவியும் வந்திருந்தாள். அவனுடைய தங்கைக்குக் கல்யாணம் என்பதால் மதனின் தங்கையுடன் அப்பா அம்மாவும் வந்திருந்தனர். இரண்டாம் மாடியே ஒரு கூட்டத்தால் நிறைந்திருந்தது போல ஒரே சத்தமாக இருந்தது. அடிக்கடி அவன் குழந்தை அழத் தொடங்கிவிடும். அதைச் சமதானப்படுத்தவும் எல்லோரும் சத்தம் போடுவார்கள். அது இன்னும் கூடுதலாக அழ ஆரம்பித்துவிடும். நகுலனின் தங்கை யாருடனும் பேசுவதில்லை போல இருந்தாள். காணும்போதெல்லம் நிலத்தில் தேடுவதுடோல கீழே பார்த்திருப்பாள்.

கெனிக்கன் பியர் டின்னுடன் வந்து சேர்ந்த நகுலன் எல்லாவற்றுக்கும் துவாரகனைப் பிடித்துக்கொண்டு திரிந்தான். போத்தீஸ் போகவும் துவாரகனே கூட்டிப் போனான். நகுலனும் துவாரகனும் வாசனும் ஒரு ஆட்டோவில் போனார்கள். அவனுடைய தங்கையும் மற்றவர்களும் வேறொரு ஆட்டோவில் முன்னே போனார்கள். இடையிடையே அவர்களை ஆட்டோ எங்காவது கடத்திவிடும் போல அடிக்கடி தலையை நீட்டியும் வெளியே எட்டியும் பார்த்த நகுலனிடம் “எல்லாம் தெரிஞ்ச ஆட்டோ தான்” என்று சொல்லி அமைதிப்படுத்தினான் துவாரகன். ஆட்டோ காசை ஆட்டோவிலேயே எண்ணி துவாரகனிடம் கொடுத்தான் நகுலன். கொடுத்த காசையும் திரும்பவும் ஒருமுறை வாங்கி எண்ணித்தான் கொடுத்தான்.

“இஞ்ச கள்ளராம் என்ன. எல்லாம் பெடியள் சொல்லி விட்டவங்கள்” என்றான்.

யாரும் நகுலனுக்கு “ம்” சொல்லவில்லை. ஆட்டோக்காரரின் காது உயர்ந்துவிட்டு இயல்புக்கு வந்தது போல இருந்தது. இறங்கும்போது நகுலன் துவாரகனிடம் அவசரமாக ஒரு பத்து ரூபாய்த் தாளைக் கசக்கிக் கொடுத்தான். “பாவங்கள்” என்று அவனே சொல்லிக்கொண்டான். “நான் திரும்பிப் போகவா” என்பது போல பார்த்த வாசனை முன்னே தள்ளிக்கொண்டு அவர்களைத் தொடர்ந்தான் துவாரகன்.

போத்தீஸ் உள்ளே ஏசிக்காற்று பட்டதும்தான் நகுலனின் முகம் மலர்ந்தது போல இருந்தது. “இங்க கண்ணனைத் தெரியுமா உமக்கு?” என்று துவாரகனைப் பார்த்து இரகசியம் போலக் கேட்டான் நகுலன். துவாரகன் வாசனைத் திரும்பிப் பார்த்துவிட்டு உதட்டை உள்ளே வளைத்து “இல்லை” என்று தலையை ஆட்டினான்.

“அவர்தான் நம்மட தமிழ் ஆக்களுக்கு சரியான ஆதரவாம் என்ன. மனுசன் தானே எல்லாம் கூட்டிக்கொண்டு போய் வாங்கிக் குடுக்குமாம். கடைசியா வாசல் வரைக்கும் கொண்டு வந்து விடுவாராம். பெடியள் எல்லாம் சொல்லிவிட்டவங்கள்”

என்று ஒரு சிரிப்புடன் கண்ணடித்துச் சொல்லி முடித்தான் நகுலன்.

அவனே காசுக் கவுண்டர் இடத்தைக் கண்டுபிடித்துப் போனான். எல்லோரும் பின்னே தொடர்ந்தனர். “இங்க கண்ணன் அண்ணாவை ஒருக்கா சந்திக்கலாமோ” என்றான். கவுண்டரில் இருந்த பளிச் விபூதி நெற்றிக்காரரர் மதனைக் கொஞ்சநேரம் நிமிர்ந்து பார்த்துவிட்டு திரும்பவும் காசை எண்ண ஆரம்பித்தார்.

“இவங்களுக்க போட்டிதானே. மேலெ போவம்” என்றான் நகுலன். யாரும் எதுவும் பதில் பேசாமல் மதனைப் பின் தொடர்ந்தனர்.

முதல் மாடியில் கண்ணனை அவனே கண்டுபிடித்தான். அவனே வரை அதிசயம் போல பார்த்து, தலையில் இருந்து செருப்புவரை பார்த்து “கண்ணன் அண்ணா” என்று இவர்களைத் திரும்பிப் பார்த்துச் சிரித்தான்.

“சுதா சொன்னவன், உங்களுக்கு நல்லா தெரியுமாம் அவனை. இங்க எல்லா உதவியும் நீங்கதான் என்று ஒரே சொல்லுவான் என்ன. நல்ல பெடியன்” என்று நகுலனே தொடர்ந்து பேசினான். கண்ணனை அவன் பேசவேவிடவில்லை.

“அட மறந்திட்டன் இது என்ர மனிசி, மகன். இது தங்கச்சி பார்க்க கொஞ்சம் வடிவாத்தான் இருப்பாள், ஆனா வாய். அப்பா அம்மா, அது என்ர பிரண்ஸ்” என்று நகுலன் மூச்சு விடாமல் சொல்லி முடித்தான். கண்ணன் “வாங்க வாங்க” என்று அழைத்துப் போனார். துவாரகனையும் வாசனையும் மட்டும் அவர் வேறு மாதிரித்தான் பார்த்தார். அவருக்கு ஏதோ விளங்கியிருக்க வேண்டும்.

முன்னே நிமிர்ந்த நடையில் போய்க்கொண்டு இருந்த கண்ணனைக் கையைப் பிடித்து நிறுத்திய நகுலன்..

“முதல்ல, சர்வ லட்சணங்களும் பொருந்திய... என்று ஏதோ

சாறி இருக்காமே. அதைப் பார்ப்பம்" என்று இரகசியம் போலச் சொல்லிவிட்டு மனிசியைப் பார்த்தான். அவள் வாயே திறக்காமல் சிரித்தாள். கண்கள் மட்டும் வெளியே வந்துவிட்டு உடனே உள்ளே போனது அவளுக்கு. எல்லோரும் கதிரைகளில் இருக்க துவாரகன் நடந்து திரிந்தான். நகுலனின் அம்மாவும் மனிசியும் அவன் தங்கையுடன் சேர்ந்து சீலைகளைப் பார்க்கத் தொடங்கினார்கள்.

"சார், காபியா கூல் ட்ரிங்சா?" கண்ணன் சிரித்த முகத்துடன் கேட்டார்.

"கிளீனா இருக்குமோ" என்று அப்பாவியாக நகுலன் கேட்டான்.

அவர் அதற்கும் சிரித்துவிட்டு "தம்பி கூல் ட்ரிங்ஸ்" என்று யாரையோ ஏவினார். வாசனின் பக்கம் தலையைத் திருப்பி "கனக்க வாங்கி குடியுங்கப்பா. பிறி தானே" என்று கண்ணடித்தான் நகுலன். வாசன் கைகள் இரண்டையும் கவட்டுக்குள் வைத்துக்கொண்டு துவாரகனைப் பார்த்தான். அவன் எதையோ படம் எடுத்துக்கொண்டு நின்றான். கூல் ட்ரிங்ஸ் வந்த கையோடு துவாரகனும் வந்தான். அவனின் சோனி எரிக்சன் கைபேசியில் சில சீலைகளின் படம் இருந்தது. "மனிசிக்கடா... இப்படி வரும்போது எடுத்து வச்சா உதவும். கடைக்குப் போனது எண்டால்... எனக்கு ஏதாவது சாறி பார்த்த நீங்களே எண்டுதான் கேட்பாள்" என்றான் துவாரகன். வாசன் ஒன்றுமே சொல்லவில்லை. நகுலனின் தங்கை அடிக்கடி தங்களையே பார்ப்பதாக அவனுக்குத் தோன்றியது. துவாரகனும் இதைக் கவனித்துக்கொண்டுதான் இருக்கிறானோ என்றுதான் அவனுக்கு சந்தேகமாக இருந்தது. கூல்ட்ரிங்ஸ் போத்திலை கீழே வைக்கும்போதும் சட்டென்று தலைதூக்குவதுபோல அவளைப் பார்த்தான். அவன் நினைத்தது சரிதான். இவர்களின் மேல் இருந்து அவள் தலையும் சட்டென்று திரும்பியது.

முதல்மாடியில் மட்டும் எண்பதாயிரம் பில் போட்டார்கள்.

"கண்ணன் அண்ணா, டொலர்ல கொண்டு வந்தனான்.

எவ்வளவு போகுது, நல்ல விலைக்குப் போனா மாத்துவம் என்ன துவாரகன்?" என்றான் நகுலன். நகுலனுக்குப் பின் நின்ற துவாரகனை கண்ணன் ஒருமுறை எட்டிப் பார்த்தார். "ஏன்டா" என்பது போல துவாரகன் சிரித்தான். வாசனைக் கையைப் பிடித்து கொஞ்சதூரம் தள்ளிக்கொண்டு போனான் நகுலன்.

"வாசன்.. வேற பக்கத்து கடையளில ஒருக்கா கேட்டுப் பாக்கிறியளோ. என்ன ரேட் போகுது டொலர் என்று. அநியாயக் காசுதானே."

"சரி" என்றுவிட்டு வாசன் உடனே கீழே ஓடிப் போனான். கண்ணன் வந்து கணக்குச் சொல்லி எல்லாம் கட்டி முடிந்ததும் வாசனைக் காணவில்லை. நகுலன் முகமே இப்போது சரியில்லை. "நடவனடி" என்று மனிசியைத் தள்ளிவிட்டான். கால் தடுமாறிய அவளை அவனுடைய தங்கை தாங்கிப் பிடித்துவிட்டாள். அவள் கையில் இருந்த குழந்தை ஏங்கி அழத் தொடங்கியது.

"குடிச்சுக் குடிச்சு சனியனுக்கு" என்று அவன் அம்மா கத்திவிட்டார். சனங்கள் ஒரு நொடி மட்டும் திரும்பிப் பார்த்தனர். "சார் வாங்க" என்று கண்ணன் நகுலனை இழுத்துக்கொண்டு போனார்.

இரண்டாவது மாடியிலும் எல்லாம் கண்ணனுடன் கலந்தாலோசித்தே வாங்கினான் நகுலன். எல்லோரும் கொஞ்சம் களைத்திருந்தனர். நகுலன் துவாரகனுடன் வந்து கதிரையில் இருந்தான்.

"என்ன களைச்சிட்டீர் போல. இப்பிடி என்றால் கனடாவில போய் என்ன செய்யப்போறீர்?" என்றபடி துவாரகனின் தொடையில் தட்டினான் நகுலன். துவாரகனுக்கு அது என்னவோ போல இருந்தது. கொஞ்சம் கால்களைச் சேர்த்துப் போட்டு ஒடுங்கி இருந்தான். நகுலன் கதிரையில் இருந்தபடியே உடலைச் சாய்த்து "தெரியுமா... போத்தீஸ் ஆரோடதெண்டு?" என்றான்.

அவனே தொடர்ந்து சொன்னான்... "இயக்கத்தோடதுதான். நம்மடையள் எல்லாம் அதுதான் இங்க வாறது. இயக்கம் எண்டா சும்மாவா... அவங்கள் பெரிய மண்டைக்காயள் என்ன. சிங்களவன் இந்தச் சண்டையோட இருக்கிற இடம் தெரியாம போகப்போறான்" தன் தொடையில் ஓங்கி அடித்தான் நகுலன். அவன் மனைவி மட்டும் திரும்பிப்பார்த்து தலையை சலிப்பாக ஆட்டிக்கொண்டாள். துவாரகன் அவளையும் அமைதியாகப் பார்த்து சிரித்தபடி இருந்தான். வாசனை அந்தப் பக்கமே காணவில்லை. துவாரகனும் அவனைத் தேடவில்லை.

இரண்டாவது மாடியில் இருந்து வரும்போது எட்டு போத்தீஸ் ட்ராவலிங் பாக்குகளில் உடுப்புகள் வந்தன. நகுலனின் அம்மா அவனுடைய குழந்தையை வைதிருந்தாள். மற்றவர்களின் கைகளில் பாக்குகள் இருந்தன. போத்தீஸ் வெளிவாசலில் நின்ற வாசன் நகுலனைப் பார்த்து சிரித்துவிட்டு ஒரு பாக்கை வாங்கிக்கொண்டான். இரண்டு ஆட்டோக்காரர்கள் இவர்களை "வெளியே விடமாட்டோம்" என்பது போல கைகளை நீட்டி ஆடுகளை வளைப்பது போல வளைத்து ஆட்டோ வாசலுக்கு வழிகாட்டினார்கள். துவாரகன் ஆட்டோக்காரனிடம் பேச வாய் எடுக்க நகுலன் அதைத் தடுத்து, துவாரகனை இழுத்துக்கொண்டு போனான். அதில் ஓர் ஆட்டோக்காரன் நகுலனின் கையைப் பிடிக்க பதறித் தட்டிவிட்டு "பொலிசுக்கு அடிப்பனா" என்று முழிந்தான் நகுலன். ஆட்டோக்காரன் சிரித்துக்கொண்டு பின்னே தள்ளிப் போனான். அவனால் சிரிப்பை கட்டுப்படுத்தவே முடியவில்லை. கூட நின்ற ஆட்டோக்காரனைப் பார்த்து "பொலிசுக்கு அடிப்பன்" என்று சொல்லிவிட்டு தனது ஆட்டோவில் சாய்ந்து பயங்கரமாகச் சிரித்தான்.

"குப்பைச் சனங்கள் என்ன. நாறுதப்பா பக்கத்தில போனா" என்று நகுலன் ஏதெதோ சொல்லிக்கொண்டுதான் நடந்து வந்தான். யாரும் பதில் பேசவில்லை. கண்ணன் இவர்களைப் பார்த்துக்கொண்டு ஒரு பலத்த ஏமாற்றத்துடன் போத்தீஸ் வாசலில் நின்றார். அங்கு நின்ற ஆட்டோக்காரர்களின்

மேல்தான் அவர் கோபம் பாய்ந்தது.

போத்தீசில் இருந்து கொஞ்சம் முன்னே நடந்து வந்து பஸ் ஸ்டாண்டில் ஆட்டோ பிடிக்கப் பார்த்தார்கள். வந்த ஆட்டோக்காரர்கள் எல்லோரும் “கே.கே. நகரா.. உள்ள போகணுமா... உள்ள போனா” என்றுவிட்டு போய்க்கொண்டு இருந்தார்கள். நகுலன் ஒருவருக்கும் பிடிகொடுக்கவில்லை.

“இஞ்ச பாரும் துவாரகன். கே.கே. நகருக்கு ஐம்போ ரூபாய் தான் ஆட்டோ. சும்மா நாம குடுத்து பழக்கக்கூடாது. எல்லாம் பெடியள் சொல்லித்தானப்பா விட்டவங்கள். இஞ்ச இருக்கிற நீங்க ஒண்டும் தெரியாம இருக்கிறியள்.”

அவனிடம் பெருத்த ஏமாற்றம் தென்பட்டது. அடுத்து வந்த ஆட்டோவை ஐம்பது ரூபாய்க்குப் பேசினான் நகுலன். அவன் இவர்களையும் எட்டு பாக்கையும் பார்த்து “சார் நூற்றியம்பது குடுசார். நையிட்டு வேற. உள்ள போகணும் சார்” என்றதும், ”போடா” என்று பதிலுக்குக் கத்தினான் நகுலன்.

“ஆக்களப் பாரன் எல்லாம் கள்ள நாயள்” என்று கோபம் அடங்காமல் மறுபடியும் சொன்னன். துவாரகன் அவன் அம்மாவைப் பார்க்க.. அவர் “தம்பி நீ ஓட்டோ பிடியடா நாம போவம். இவன் ரோட்டில வச்சு மானம் மரியாதையைக் கெடுக்கப் போறான் போல கிடக்கு” என்றார்.

பஸ் ஸ்டாண்டுக்குப் பின் இருந்த தகர மறைப்பு ஒன்றில், சீருடை வர்ணத் தொப்பியுடன் பிரபாகரனின் நெற்றிக்கு மேல்பகுதி மட்டும் இருந்தது. அதைப் போல பல சுவரொட்டிகளில் பிரபாகரனின் உடலின் பல பகுதிகள் அரைகுறையாகக் கிழித்துக் கிடந்தன. அந்தத் தகர மறைப்பில் மட்டும் நாலு போஸ்டர்கள் ஒட்டியிருந்ததன் அடையாளங்கள் இருந்தன.

ஆட்டோவில் நகுலன், மனைவி தங்கையுடன் எப்படிக் கத்திக்கொண்டு வந்தானோ தெரியவில்லை. அவன் அம்மா துவாரகனையும் வாசனையும் தன்னோடு ஆட்டோவில் கூட்டிக்கொண்டு வந்தார். ஆட்டோ கே.கே.நகர் கெஸ்ட்

அவுஸ் வாசலில் வந்து சேர்ந்து எல்லோரும் இரண்டாம் மாடிக்கு பெட்டிகளைத் தூக்கிக்கொண்டு போனார்கள். துவாரகனும் வாசனும் வாழ்க்கையை வெறுத்தவர்கள் போல மொட்டைமாடியில் உலாவினர். அன்றைக்கு அவர்கள் வர்சாவைக் கூட எட்டிப் பார்க்கவில்லை.

கீழே பஞ்சு மரத்தின் அடியில் கையில் ஒரு சிகரெட்டுடன் எட்டு அடிக்குள் வட்டமடித்தான் நகுலன். அவன் சிகரெட் புகையும் அவனையே சுற்றிக்கொண்டு நின்றது.

32

மொட்டைமாடிக்கு உடுப்பு காயப்போட வந்த நகுலனின் தங்கை ஒவ்வொரு உடுப்புக்கும் சில நிமிடம் செலவழித்தாள். குனிந்து ஒரு பாவாடையை எடுத்தாள். அதை மூன்று முறை உதறியபின் கொடியில் போட்டு நன்றாக விரித்துவிட்டாள். பிறகு குனிந்து அந்த வாளியில் நிறைந்திருந்த உடுப்புகளின் உள்ளே ஒளிந்து கிடந்த ஒரு கிளிப்பை எடுத்து பாவாடையில் ஒரு முனையில் போட்டாள். மறுபடியும் குனிந்து அடுத்த கிளிப்பை வாளியில் துழாவி எடுத்தாள். பாவாடை சுருங்கியதாக மறுபடியும் ஒரு முனையைப் பிடித்து இழுத்து கிளிப்பைப் போட்டாள். மொட்டைமாடி அறையை எட்டிப் பார்த்தாள். எட்டிப் பார்ப்பது முதல் முறையில்லை. அது அறையின் உள்ளே இருந்த இருவருக்கும் தெரியும். உடுப்புகளை உதறும்போது தண்ணீர்ச் சாரல் மொட்டைமாடி அறையின் வாசலில் வீச்சாக அடித்தது. கடைசியாக வாளியில் கிடந்த மஞ்சள் சாபத் தண்ணியை கால்சங்கிலி அணிந்த பாதங்களில் ஊற்றிவிட்டு நிலத்தோடு பாதங்களை ஒத்துவது போல நடந்து போனாள். மொட்டைமாடியில் வெய்யில் ஒன்றும் சூடாக இல்லை. அவள் பாதங்களின் ஈரம் அடையாளம் காய நீண்ட நேரமானது.

“பெம்பிளைக்கு கல்யாணத்தில விருப்பம் இல்ல போலா தெரியுதடா”

இப்படித்தான் துவாரகன் ஆரம்பித்தான். காலையில் அவன் கீழே போனபோதும் ஒரு சம்பவம் நடந்திருக்கிறது. இரண்டாவது மாடி பால்கனியில் நின்ற நகுலன் தன்னுடைய குழந்தையை இவனது கையில் கொடுத்தான். அதுவரை அழுதுகொண்டிருந்த குழந்தை அதிசயமாக அழுகையை நிறுத்தியது. எல்லோரும் அதை வந்து எட்டிப் பார்த்திருக்கிறார்கள். அதன் பிறகு தேனீர் கொடுக்க... மறுக்க முடியாமல் துவாரகன் குடித்தான். அப்போது அவன் கையில் இருந்து குழந்தையை நகுலனின் தங்கை வாங்கினாள். அவள் குழந்தையை இவனுடலில் ஒட்டி இருந்த பகுதியைப் பிரித்து எடுப்பது போல பார்த்திருக்கிறாள். அது நீடித்த நிமிடமாக இருந்தது. அவள் கண்ணை உடனே பிரியமுடியாமல் அவளிடம் இருந்த எதுவோ தடுத்தது. அது ஆழமாக கலங்கி குழம்பியது போல ஒரு கண். எப்படி நீர் கொட்டாமல் தேங்கி நின்றதென்று முழித்துவிட்டான் துவாரகன். எதுவும் மூழ்கியதாக அவன் சொல்லவில்லை. வாசன் அதை ஆழம் பார்க்கவும் இல்லை.

ஜெராக்ஸ் கடைக்கு வழி கேட்டு வந்த நகுலனுடன் வாசன்தான் போனான். துவாரகன் உடுப்புகளைத் தோய்க்க வேண்டி இருந்ததால் இவர்களை அனுப்பிவிட்டான். அதற்கு... ஏற்கனவே வாளியில் ஊறிக்கொண்டிருந்த துணிகளை அடையாளமும் காட்டினான். சரவணபவன் ஹோட்டலுக்கு அருகேதான் இருந்தது ஜெராக்ஸ் கடை. அங்கு சிம் கார்ட் விற்பனையும் ஜெராக்ஸூம் ஒரே கடையில் இருந்தது. பாஸ்போர்ட் கொப்பிகள்தான் அதிகம் அடித்தான் நகுலன். வாசன் எதுவும் கேட்டுக்கொள்ளவில்லை. கடமைக்கு சரவணபவனைப் பார்த்துக்கொண்டு நின்றான். ஒரு பாஸ்போர்ட்டில் ரெட்டைப் பின்னல் போட்ட ஒரு முகம். அந்த பாஸ்போர்ட் படத்தில் நல்ல நிறம் போல இருந்தது. சில கரும்புள்ளிகள் அதிலும் துல்லியமாகத் தெரிந்தன. ஆனால் அது அவள் முகத்தைப் பாதிக்கவில்லை. அது கூடுதல் கவனத்தைக் கொடுத்தது.

மஞ்சள் பூ மரத்தைக் கடந்து போகும்போது நகுலன் அண்ணாந்து அதைப் பார்த்தான். வாசனுக்கும் அந்த மரம்

மேல் ஒரு கவனம் இருக்கிறது. ஊரில் மஞ்சள் பூவை சாமிக்கு வைப்பார்கள். பூ மாலைகளில் கூட மஞ்சள் பூவை வைத்துக் கட்டி இருப்பார்கள். மஞ்சள் பூக்களை நெருக்கமாக வைத்துக் கட்டிய மாலைகள் ரோஜாப்பூ மாலைகளை விட ஈர்ப்பாக இருக்கும். ஆனால், சென்னையிலோ அல்லது இங்குள்ள கோயில்களிலோ வாசன் மஞ்சள் பூவையோ மஞ்சள் பூவில் கட்டிய ஈர்ப்பான மாலைகளையோ கண்டதில்லை. பாய்ந்து எட்டிப் பிடித்தபோது வாசன் கையில் இரண்டு மஞ்சள் பூக்கள் பிடிபட்டு கையோடு வந்தது. நகுலனும் ஒருமுறை துள்ளினான். எதுவும் எட்டவில்லை. "இன்னொருக்க எட்டிப் பாரும். அந்தக் கொப்பு பிடிபடும்" என்று வாசன் ஆர்வமாகச் சொன்னன். நகுலன் "நம்மால முடியாது" என்று கையை விரித்துக் காட்டிவிட்டு முன்னால் போனான்.

"முன் வீட்ட ஒரு வடிவான பெட்டை இருக்கிறாள். பார்த்திருப்பீங்கள்" என்று நகுலன் சொல்லி முடித்து திரும்பிப் பார்த்தான். சில அடி பின்னே வந்த வாசன் அப்படியே நின்றுவிட்டு வேகமாக முன்னே வந்து இடைவெளியை சமன் செய்தான். பதில் சொல்லவில்லை சிரித்தான்.

"நல்ல வடிவான பெட்டை. கண்டிருப்பீங்கள்"

நகுலன் பேச்சை மாற்றுவதாக இல்லை. வாசனும் முகத்தை மாற்றுவதாக இல்லை. கையில் இருந்த இரண்டு மஞ்சள் பூக்கள். ஈழச் சம்பலில் இருந்து தமிழக சட்டினியாகி இருந்தது.

"அந்தப் பெட்ட லிப் டு லிப் தந்தவள் காலம்பிற"

இதைச் சொல்லி முடித்தபோது நகுலனின் தலை குனிந்திருந்தது. கண்கள் நிறைய வெட்கம் பாய்ந்திருந்தது. இரண்டாவது மாடியில் நின்று அவன் மனைவி குழந்தைக்கு வேடிக்கை காட்டிக்கொண்டு நின்றாள். இவர்களை நோக்கி குழந்தையின் கையை "டாட்டா" என்று ஆட்டிக் காட்டினாள். அப்போதும் அவன் குழந்தை சிரிக்கவில்லை. கண்கள் உள்ளே போய் முழித்தபடியே இருந்தது. அதன் கை மட்டும் அம்மாவின்

கையுடன் சேர்ந்து ஆடியது. நகுலன் இப்போது இரண்டு கைகளையும் தூக்கி மகனை நோக்கி “டாட்டா” காட்டி வேடிக்கை காட்டினான்.

“ஆருக்கும் சொல்லிப் போடாதீரும்” என்று வாசனின் முதுகில் தட்டிவிட்டு மாடிப்படியில் ஏறிப்போய் மனைவி குழந்தையுடன் வீட்டுக்கு உள்ளே போனான் நகுலன்.

மொட்டைமாடிக்கு வந்து வர்சாவின் பால்கனியைப் பார்த்துவிட்டு துவாரகனைத் தேடினான் வாசன். வர்சா பால்கனியில்தான் இருந்தாள். மாடிக்குப் போகும் படியில் இருந்து கையில் ஏதோ ஒரு நீலநிற அட்டைப் புத்தகம் இருந்தது. வெறும் மேலோடு சாறத்தைக் கட்டிக்கொண்டு துவாரகன் உடுப்புகளை உதறிப் போட்டுக்கொண்டு நின்றான். உடலில் இருந்து தண்ணீரும் வியர்வையும் கலந்து ஓடிக்கொண்டு இருந்தது.

“உனக்கு வர்சா லிப் டு லிப் குடுத்திருக்கிறாளா?”

வாசனின் திடீர் கேள்விக்கு ஒரு முறைப்புக் காட்டினான் துவாரகன். சாறம் ஒன்றில் இருந்து நீலச்சாயம் தெறித்து விழுந்தது.

“தம்பி காதலர்கள் என்றால் எல்லாம் இருக்கும். எனக்கு தராமா” என்று தலையை ஓர் ஆட்டு ஆட்டினான் துவாரகன்.

“உனக்கு மட்டும் இல்ல தம்பி கீழ ஒருத்தனுக்கும் குடுத்திருக்கிறாங்க மாமி. இன்னும் ஆராரோ... லிஸ்ட் போட்டாத்தான் தெரியும். நானுந்தான்”

பேச்சை நிறுத்தியும் நிறுத்தாமலும் அறைக்குள் ஓடிப்போய் ஃபானைப் போட்டான் வாசன். மொட்டைமாடியிலும் தெருவிலும் வெய்யில் கொதிக்கத் தொடங்கி இருந்தது.

துவாரகன் மொட்டைமாடியில் இருந்து கீழே பார்த்துவிட்டு கொஞ்சம்நேரம் கழித்து வர்சாவுக்கு கைகாட்டினான்.

இரண்டாம் மாடியிலோ பஞ்சு மரத்தின் கீழோ ஒருவரையும் காணவில்லை. "போன் போன்" என்று துவாரகன் கையைக் காட்டி இருப்பான் போல. அவன் வாயில் இருந்து வந்த சத்தம் உள்ளே அறைக்குள் காற்றாகக் கேட்டது. அவசரமாக உள்ளே வந்து கட்டில் அருகில் குந்தியபடி சோனிஎரிக்சன் கைபேசியைக் கையில் எடுத்தான்.

"உங்களுக்கெல்லாம்.. கண்ணுக்கு முன்னால வச்சு கிஸ் அடிக்கோணுமடா" என்றபடி துவாரகனின் விரல்கள் அவசரமாக கைபேசியில் ஓடி வர்சாவில் நின்றது. இரண்டாவது ரிங்கிலேயே அவள் போனை எடுத்துவிட்டாள்.

"சொல்லுடா...?"

"சாப்பிட்டியா...?"

"ஆமா ரெண்டு கோழி நாலு ஆடு!"

"அது காணும். எனக்கு லிப் டு லிப் குடுப்பியா..?"

"எரும... கொரங்கு நேற்றுத்தானே குடுத்தனான். ஆமா உம் பொண்டாட்டி குடுத்தாளா..?"

துவாரகன் கட்டிலில் வாசனில் இருந்து அரக்கி உட்கார்ந்தான். வாசனின் முகத்தைக் குனிந்து குனிந்து பார்த்தான்.

"அதில்ல... யாருக்கோ நீ லிப் டு லிப்..." இழுத்தான்.

"அந்த செக்கண்ட் புளோர் ஆளுக்கு குடுத்தனான்."

"என்ன... நகுலனா?"

"அவன் பெயர் நகுலனா? லூசு போல இருக்கான். ஊருக்கு போறேன் ஏதாவது மறக்க முடியாத கிஃப்ட் தருவியான்னு கேட்டான்பா. என்ன வேணும்னு கேட்டேன். கிஸ் கேட்டான். அதான் குடுத்தேன். ஷாக் ஆகிட்டான் பய. அவன் பேபி செம கியூட்ல...?"

துவாரகன் கைபேசியை அப்படியே வைத்துவிட்டு கைகள் இரண்டையும் பின்னால் ஊன்றி முதுகை சாய்த்து இருந்தான். போன் இரண்டு ஹலோ ஹலோவுடன் ஓய்ந்தது.

"மிஸ்டர் இதுக்காக அவன் தங்கச்சிக்கு லிப் டு லிப் அடிச்ச யோசிக்காதீங்க. நம்மப் போல ஒரு விசரன்தான் அவளுக்கும் தாலி கட்ட போறான்" என்றபடி நாடியைத் தடவினான் வாசன்.

"மீனாட்சி மீனாட்சி... அண்ணன் காதல் என்னாச்சு...? காத்திருந்து நாளாச்சு" வாசனின் சோனிஎரிக்சனில் ஒலித்தது.

33

அதிகாலை ஐந்தரை மணி இருக்கும். வாசன் எழும்பி பார்க்கும்போதே ஏதோ டீவியில் ஓடிக்கொண்டிருந்தது. அவன் அம்மாதான் நித்திரை வராமல் எழும்பி இருந்தாள். ஜெயா டீவியில் ஏதோ ஒரு கோயிலைக் காட்டிக்கொண்டிருந்தார்கள். எந்த மின் விளக்கும் போடாமல் டீவியின் முன் அம்மா. சுவரில் வேறு வேறு நிழல்கள் பரவி ஓடிக்கொண்டிருந்தன. கொஞ்சநேரம் நித்திரைப் பாயில் எழும்பி இருந்தான் வாசன். பிறகு அப்பாவினுடைய அறையின் மின்விளக்கைப் போட்டான். மூத்திரப்பை நிரம்பி இருந்தது. அதை அவ்வப்போது அம்மாவும் வாசனும் கவனித்தே வந்தார்கள். அதை ஒரு பழைய போத்தலில் நிறைத்துக்கொண்டு போய் கழிவறையில் ஊற்றுவார்கள். அதில் ஓர் அசூயையான துர்நாற்றம் வீசும். எப்போதும் முகத்தில் ஏதாவது ஒரு துணியைக் கட்டிக்கொண்டுதான் செய்வார்கள். அப்போது அப்பாவின் கண்களைச் சந்திக்க விவரிக்க முடியாத தயக்கம் வந்துவிடும். அப்போது அவரும் மின் விசிறியையே ஆழமாகப் பார்த்திருப்பார்.

வாசல் கதவைத் திறந்து வெளியே பார்த்தான் வாசன். இன்னும் கொஞ்சம் வெளிச்சம் வந்தால் தெரு நடமாட்டம் தொடங்கிவிடும். குளிர்வது போல காற்று பனியுடன் இருந்தது. பகலில் வெயில் போல இருந்தாலும் விடியும்வரை பனி

இருந்தது. கழிவறையில் ஓரமாக இருந்த பழைய போத்தலை எடுத்துக்கொண்டு வந்து மூத்திரப்பையின் மேல் இருந்த நீல மூடியைத் திறந்து போத்தலில் ஊற்றினான். சாறத்தின் முனையால் மூக்கை மூடி பிடித்தபடியே ஊற்றி முடித்தான். அப்பாவிடம் எந்த அசைவும் இல்லை. போத்தலை கையில் பிடித்தபோதுதான் கொஞ்சம் நிறம் மாறி இரத்தம் கலந்திருப்பது போல இருந்தது. மருத்துவர் அறிவழகன் இதைச் சொல்லித்தான் இருந்தார். கல்லீரல் போன்றவைகளில் கசிவுகள் இருந்தன. அம்மாவைக் கடந்து அவசரமாக போத்தலைக் கொண்டு போனான். டீவியில் ஏதோ ஒரு கோயிலில் உயரமான பல அடுக்குகளைக் கொண்ட தீபத்தை உயர்த்திக் காட்டிக்கொண்டிருந்தார்கள். அம்மாவின் கை அதுவாகவே நெஞ்சில் கூடியது நெருக்கமாக.

வெளிக் கேட்டில் சத்தம் கேட்கவே உடனே போய் அதில் தொங்கிய நீலப் பையில் இருந்து பாலை எடுத்துக்கொண்டு தெருவைப் பார்த்தான். பால் போடும் சைக்கிள் பெடியன் அதற்குள் தெருமுனைக்குப் போயிருந்தான். சில வீடுகளின் முன்னே இரவு நையிட்டியுடன் சிலர் குந்தி இருந்து கோலம் போட்டார்கள். அம்மாவும் விருப்பப்பட்டு கோலமாவு வாங்கி ஒரு ஹார்லிக்ஸ் போத்தலில் வைத்திருந்தாள். எப்போதாவது வீட்டின் சொந்தக்கார அம்மா வெளியூர் போனால் அம்மாவிடம் இரவே சொல்லிவிடுவார். அடுத்தநாள் காலையில் வீடே ஐந்து மணிக்கு எழுந்துவிடும். அம்மாவுக்கு ஒரு வாளி தண்ணீரைத் தூக்க முடியாது. ஒரு வாளி தண்ணீர் அவசியமில்லை என்றாலும் அம்மா அப்படித்தான் செய்ய விரும்புவாள். வாளித் தண்ணீரைக் கொண்டுபோய் வைக்க வாசன் எழும்ப வேண்டும். தண்ணீரைக் கேட்டின் முன்னே நன்றாகத் தெளிப்பார். வீட்டம்மாவும் அதையேதான் செய்வார். ஒரு வாளி தண்ணீரும் கேட்டின் முன் உள்ளத் தெருவை மட்டும் இல்லாமல் உள்ளே சிமெண்டிலும் ஊற்றிக்கழுவி விடுவாள். அம்மாவுக்கு கோலம் எல்லாம் போட அவ்வளவு பழக்கம் இல்லை. மிக மெதுவாக கோலம் போடுவாள். கணக்காகப் புள்ளிகள் வைத்து கோலம் போடுவதை உள்ளே கதிரையில்

இரண்டு கால்களையும் தூக்கி வைத்துக் கைகளை சாறத்தில் புதைத்துக்கொண்டு வாசன் பார்த்திருப்பான். அதுவரை ஒருத்தருக்கும் தேநீர் கிடைக்காது. ஏதாவது கேட்டால் அப்பாவுக்கும் பேச்சு விழும்.

அன்றைக்கு கோலத்தைப் பாதுகாப்பதுதான் பெரிய கதையாக இருக்கும். சிலநேரம் அவசரமாக வரும் பால் பாக்கெட் போடும் பெடியன் சைக்கிளை வைத்து ஒரு பெரிய அட்டை வரியைப் போட்டுவிடுவான். காலையில் பேப்பர் வாங்க கடைக்குப் போகும் வாசன் கவனமாகக் கடந்து போனாலும், வரும்போது பல சமயம் ஏதோ ஒரு ஞாபகத்தில் கோலத்தை மிதித்து விடுவதுண்டு. இது பலமுறை நடந்திருக்கிறது. பலமுறை அம்மா கவனிக்காமல் இருந்தது அவன் நல்ல நேரம். ஓர் ஒன்பது மணி போல அம்மா வந்து கோலத்தை ஒருமுறை பார்ப்பாள். அப்போது கோலத்தில் சில முருங்கைப் பூக்கள் கிடக்கும். சில பழுத்த இலைகளும் கிடக்கும். முருங்கையை ஊரில் வீட்டின் பின்னேதான் நட்டு வைத்திருப்பார்கள். சென்னையில் பல வீடுகளில் வீட்டின் முன்னேதான் முருங்கை மரத்தை நட்டு வைத்திருப்பார்கள். சிலர் மறக்காமல் பழைய பிய்ந்த செருப்புகளை அதில் கொழுவி வைத்திருப்பார்கள். இதெல்லாம் பார்ப்பதோடு சரி. இதுவரை வாடகைக்கு இருந்த எந்த வீட்டிலும் இதை எல்லாம் ஏன் என்று கேட்க கூடிய அளவு நேச உறவு அமையவில்லை.

ஊரில் பலருக்கும் சொந்த வீடுதான். வாசனின் அம்மாவுக்கும் சொந்த வீடு. மூன்று அண்ணன்களும் தங்கச்சிக்கே எல்லாம் என்று மூன்று நிலங்களைப் பிரிக்காமலே தங்கைக்குக் கொடுத்துவிட்டார்கள். முதல் நிலத்தில் தென்னைகளும் ஒரு கிணறும் இருந்தது. இரண்டாவது நிலம் கொஞ்சம் கல் நிறைந்த மண். எதையும் நட்டு வளர்ப்பது அதில் சரிவராது. தெரிந்துதானோ என்னவோ அவர்களின் அப்பா அதில் வீட்டைக் கட்டினார். இரண்டு அடி உயரத்திற்கு அஸ்திவாரம் போட்ட வீடு. இரண்டு அறைதான். ஒன்று சாமியறை. பெயர்தான் சாமி அறை. சாமி, அரிசி, நகை, பணம்

எல்லாம் அந்த அறையில்தான் தங்கியது. குளிக்காமல் அந்த அறைக்குள் அவள் கூட போக மாட்டாள். வாசன்தான் சாமி போல எல்லா சேட்டையும். சாமி அறையில் அவனுக்கான சுதந்திரத்தை அவனே எடுத்துக்கொண்டான். மூன்றாவது நிலத்தில் சீமேக்கிளுவையும் தென்னைகளும். அது கொஞ்சம் பசுந்தான நிலம். நிறைய புல்களை அந்தக் கருமையான நிலத்தில் காணலாம். எப்போதும் ஈரப் பதமுள்ள நிலமாக இருக்கும். அதில்தான் நல்ல தண்ணீர் கிணறு இருந்தது. ஆடுகளும் அந்த சீமேக்கிளுவையில்தான் கட்டிக் கிடக்கும். இரவில் என்ன பசி வருமோ சில மரங்களைத் தோல் இல்லாத கைபோல சீவி வைத்திரும் ஆடுகள்.

தினமும் ஓர் இடத்தையாவது கூட்டினால்தான் அவளுக்கு நிம்மதி. கொஞ்சம் குப்பை சேர்ந்திருந்தால் அப்படியே நெருப்பு வைத்து கொளுத்தியும் விடுவாள். குப்பைக்கு எப்போதும் குறைவும் இருக்காது. மரங்களோடு சில நேரம் பேசுவாள். மரங்கள் எல்லாம் கேட்டுக்கொள்ளும். அவைகளுடன் அவள்தான் பேச முடியும். அவளைத் தேடி வருகிறவர்களை “அம்மா வளவு கூட்டுறா, பின்னால போய் பாருங்க” என்றுதான் அடிக்கடி வாசன் சொல்லுவான். தேங்காய் பிடுங்க ஒரு பெடியன் இருந்தான். ஊரில் இருந்தான். அவன் வந்தால் ஐம்பதுக்கு மேல் பிடுங்கி ஒரு தண்ணீர் தொட்டியில் போட்டுவிடுவாள். அந்த வீடு கட்டும்போது அந்தத் தண்ணீர்த் தொட்டியையும் சுவரோடு சேர்த்து கட்டிவிட்டார்கள். அதில் ஒரு நாளும் தண்ணீர் பிடித்ததில்லை. கடைசியில் அது தேங்காய் தொட்டியாகவே ஆகிப் போனது. சென்னை வந்து இத்தனை வருடத்தில்.. வளகுடன் இருக்கும் ஒரு வீட்டைக் கூட அவள் கண்டதில்லை. நான்கடிக்கும் குறைவான நிலத்தில் ஒரு மரம் நிற்கும் அதுதான் சென்னையில் அவள் கண்ட வளகு. சில பெரிய வீடுகளை வாசன் கே.கே. நகர் போன்ற இடங்களில் காணும்போது அம்மாவுக்கு சொல்லுவான். அப்படியான வீடுகளில் யார் இருக்கிறார்கள் என்றே கண்டுபிடிக்க முடிவதில்லை. பல வீடுகளில் எப்போதும் பெரிய கம்பிக் கேட்டுகள் பூட்டியே கிடக்கும்.

இந்த வீட்டின் சொந்தக்கார அம்மா கோலம் போட வரும் அதிகாலையிலும் வாசனுக்கு சோதனை ஏற்பட்டிருக்கிறது. மேலே மாடிக்குப் போகும் படிக்கட்டின் கீழேதான் கழிவறை இருப்பதால் மேல் வீட்டில் இருக்கும் அம்மா கோலம் போடும்போது கழிவறை போகவே தயக்கமாக இருக்கும் வாசனுக்கு. வாசன் முகம் கழுவ எட்டு மணியாவது ஆகிவிடும். விடியா மூஞ்சி என்று அம்மா சொல்லுவது சரிதான். சிலநேரம் வாசன் காலைக் கடனை தீர்த்துவிட்டு சாறத்தைத் தூக்கிக் கட்டிக்கொண்டு முழங்காலைத்தாண்டி தண்ணீர் வடிய வரும்போது கோலம் போட்டுக்கொண்டிருக்கும் அந்தம்மா நிமிர்ந்து பார்ப்பார். குடுகுடுவென்று வீட்டுக்குள் ஓடி வந்துவிடுவான். அப்படி நடந்தால் அன்றைக்கு அவர் முகத்தில் பட்டுவிடக்கூடாது என்ற முடிவோடே அந்த நாள் முழுவதும் இருப்பான். அவர் என்ன கேட்பார் என்று இவனுக்குத் தெரியாது. எதுவுமே கேட்டுவிடக் கூடாது என்பதுதான் அவன் கூச்சம்.

34

துவாரகன் பாண்டிச்சேரி போய்வந்து நான்கு நாட்களானது. பிரெஞ்ச் எம்பசி பாண்டிச்சேரியில் இருப்பதால் பிரான்ஸ் செல்கிறவர்கள் அந்த எம்பசிக்கு போய்த்தான் அனைத்தையும் செய்யவேண்டி இருக்கும். அங்கு பிரெஞ்ச் சொல்லிக் கொடுக்க ஒரு தனிப்பிரிவு இருக்கிறது. அது எம்பசியுடன் இணைந்தே இருக்கும். அதில் பிரெஞ்ச் கொஞ்சம் படித்து ஒரு சிறிய ஆரம்பக்கட்ட பரீட்சையில் சித்தியெய்த வேண்டும். இது பிரான்ஸ் போவோருக்கு ஒரு கட்டாய விதிமுறையாக இருந்தது. பாலனின் மனிசி தன் தம்பி கஜனை பிரான்சில்தான் கல்யாணம் கட்டிக்கொடுத்திருந்தாள். ஆனால் அவன் பிரான்சுக்குப் போகாமல் தப்பிக்க வேண்டும் என்பதில்தான் எபோதும் குறியாக இருப்பான். அவனுக்காகவும் துவாரகன்தான் பாண்டிச்சேரிவரை கூடவே அலைய வேண்டி இருந்தது. துவாரகன் இப்போது மூன்றாவது முறையாக கஜனுடன் பாண்டிச்சேரி போய் வந்திருக்கிறான். பாண்டிச்சேரி போவோர் குடிவகைகளைக் கொண்டு வருவது வழக்கம். சட்டப்படி கொண்டு வரக்கூடாது. சிலர் குடித்து விட்டு பாதியைக்கொண்டு வருவார்கள். விற்பனைக்கு கொண்டு வரவில்லை என்றால் விட்டுவிடுவார்கள். துவாரகன் நான்கு பாக்கெட் வைன் வாங்கிக் கொண்டு வந்தான். ஒரு பாக்கெட் ஐம்பது ரூபாய். கோவாவில் தயாரான அது பண்டிச்சேரில்

விற்பனைக்கு வந்திருந்தது. தமிழ் நாட்டில் அதே சக்கரைத் தண்ணிதான் ஓடிக் கொண்டிருந்தது. அந்த பாக்கெட்டுகள் சென்னையில் கூட ஒரு போதும் கிடைக்காது.

நான்கு வைன் பாக்கெட்டுகளில் இரண்டைக் காணவில்லை. அது வர்சாவின் கையில் இருந்தது. நகுலனுக்கு லிப் டுப் லிப் அடித்த கதை தெரிந்த பின் துவாரகன் பேசாமல் இருந்தான். எப்போது பேசினார்கள். என்ன சொல்லி சமாதானம் ஆனார்கள் என்று வாசனுக்கு எதுவும் தெரியவில்லை. அவள் கையில் இருந்த இரண்டு வைன் பாக்கெட்டுகள்தான் எல்லாம் சொல்லியது. அதைப் பார்த்துவிட்டு “குடிகாரி வேறையா” என்று மட்டும்தான் வாசன் சொன்னான்.

வர்சாவின் போக்கில் மாற்றம் தெரிந்தது. வழக்கமான விளையாட்டுத்தனங்கள் மாறிக்கொண்டே வருவதை துவாரகனும் கவனித்தான். அவனுக்கு அது பயமாகத்தான் இருந்திருக்கும். வர்சாவின் முகத்தில் ஒரு பச்சைக் கோடு ஓடிக்கொண்டே இருந்தது. அவளின் இடது கண் இமைக்கு மேலே நெற்றியின் ஓரத்தில்.. தெருவில் நடந்து வரும்போதே ஒரு விரலால் அவள் அடிக்கடி நெற்றியின் ஓரத்தை தேய்ப்பதை வாசனும் கண்டான். எப்போதும் துவாரகனை விட வாசன்தான் அவளை ஆழமாகப் பார்ப்பான். அது இன்னும் மாறவில்லை. மாறாதோ தெரியவில்லை.

ஜீவலட்சுமி ஒரு நாள் பேசும்போது சொன்னதை மட்டும் வாசன் உடனே துவாரகனிடம் சொல்லிவிட்டான். வர்சா ஏதோ கிஃப்ட் தேடுவதாக அவள் சொல்லி இருந்தாள். தானும் கிஃப்ட் வாங்க இருப்பதாக சொல்லத் தொடங்கிய ஜீவலட்சுமி எப்படி இதைச் சொன்னாள் என்று அவளுக்கே தெரியாமல் இருக்கலாம். வர்சா கிஃப்ட் வாங்கி இருப்பது உறுதியானது. அது என்னவாக இருக்கும் என்பதை விட ஏன் என்ற குழப்பத்தில் தான் துவாரகன் இருந்தான். மொட்டைமாடிச் சுவரில் சாய்ந்து நின்று வர்சாவை பார்த்தபடி நிற்பான். வேறு யாராவது தென்பட்டால் மட்டுமே விலகிப் போவான். எவ்வளவு நேரம் நின்றாலும் வர்சாவின் முகத்தில் எந்தப் பதிலையும் எடுக்க

முடியவில்லை. சிலநேரம் பஞ்சு மர இலையைக் கூட பிச்சு போட்டிருந்தான் மொட்டைமாடியில். அவை படிக்கட்டில் பறந்து இரண்டாம் மாடி கடைசிப் படிக்கட்டு வரை கூட பறந்து கிடந்தன.

மாலையில் வர்சாவின் அழைப்பு.. சோனி எரிக்சனில் ஒளிர்ந்தது. துவாரகன் சோனி எரிக்சனை பார்த்துக்கொண்டே இருந்தான். இரண்டு முறை அழைப்பு வந்திருந்தபோதும்.. மூன்றாவது முறையும் அவன் சோனிஎரிக்சனில் ரிங் டோனாக வைத்திருந்த “சொல்லாயோ சோலைக் கிளி” இசை ஓடியது. அவன் சோனி எரிக்சனை வாரி எடுத்துக்கொண்டு மொட்டைமாடி விளிம்பில் போய் நின்று வர்சாவின் பால்கனியைப் பார்த்தான். அவள் இல்லை. மஞ்சள் மின்விளக்கும் ஏதோ நிறம் மாறியது போல அவன் பார்வைக்குப் பட்டது. அவள் வீட்டு மொட்டைமாடியில் இருள். மூன்று தூண்கள் இருக்கும் மொட்டைமாடியில் பார்வையை பயத்துடன் வீசி எறிந்தான். ஒரு தூணின் அகல வடிவம் மட்டும்தான் தெரிந்தது. அவளாக இருக்கலாம் என்று நினைத்துக்கொண்டு அறைக்குள் வந்தான். கொஞ்சம் காதுக்கு தூரமாகவே சோனிஎரிக்சனைப் பிடித்திருந்தான். அவனது கையின் மணிக்கட்டின் பல நரம்பில் ஓர் உயிர் ஓடித் துடித்தது. எல்லாம் பச்சையாக மேடெடுத்து நீண்டது. எடுத்தவுடன் ஒரு மூச்சு.

“கஸ்டமா இருக்குதுப்பா. இன்னிக்கு பாத்ரூம்ல முடில தெரியும். ஏழு மணி மோர்னிங். போப்பா.. உனக்கு எல்லாம். ஃபிங்கர்..”

அவன் போனை இன்னும் தள்ளிப் பிடித்தான்.

“நீ வாற... ஸ்கூலுக்கு. வைப்பா” என்றாள் வர்சா.

விளக்கை அணைத்துவிட்டு இருளில் இருந்தான் துவாரகன். மொட்டைமாடியில் இருந்து பார்க்க பல மின்விளக்குகள் ஆங்காங்கு இன்னும் தீவிரமாக மின்னுவது போல இருந்தது. கண்ணை இரு கையாலும் மூடிக்கொண்டான். அவன் உலகத்தில் மட்டும் உடனேயே இருள் சூழ்ந்தது. அங்கு தூரத்திலும் கூட நிலவொளி இல்லை.

35

காலையில் படுத்த பாயில் இருந்து எழும்பும்போது ஒரு வெக்கை. மின்விசிறி அதே வேகத்தில் இரவு முழுவதும் ஓடியது போலவே ஓடிக்கொண்டு இருந்தாலும் வெக்கை. சாறத்தை உரிந்துவிட்டு ஒரு வாளி தண்ணீரைத் தலையில் ஒரே அடியாக ஊற்ற வேண்டும் போல இருந்தது வாசனுக்கு. சூடான தேனீர்தான் அதை சமனிலைப்படுத்தும். அதற்காகவே சுடச்சுட ஒரே மூச்சில் குடிக்க வேண்டும் போல இருந்தது அவனுக்கு.

அப்பாவின் அறையில் மின்விளக்கு எரிந்துகொண்டு இருந்தது. அந்த வெளிச்சம் அவன் நித்திரையைக் குழப்பக்கூடாது என்று இரவில் மின்விளக்கை போடும்போதெல்லாம் அவன் அம்மா அறைக்கதவை சார்த்தியேதான் வைப்பாள். கதவு நீக்கலால் ஒளி அழைத்தது. அப்பாவின் சிறு முனகல் இடையிடையே. அப்பாவின் கட்டிலின் காலோடு கட்டி இருந்த சிறுநீர் பையில் இரத்த நிறம் கூடி இருந்தது. அப்பா பார்த்தாரோ தெரியவில்லை அம்மா பார்த்துவிட்டார் என்பதைச் சொல்லித் தெரியவேண்டியதிருக்கவில்லை. அம்மாவின் கையில் ஒரு தேவாரப் புத்தகம். அவள் முகமும் ஒத்தி துடைத்து ஈரம் காய்ந்த வெளிறல். நெற்றியில் இரண்டு விரல் ஒத்தி இழுத்த திருநீறு. அப்பாவின் நெற்றியில் ஒரு திருநீற்றுக் கீறல். எப்போதும் அப்பா

குளித்த பிறகு திருநீறைஅள்ளிப் பூசுவார். அவர் கைப்பூச்சு இப்போது இல்லை. அது நெற்றியிலும் தெரிந்தது. வாசன் கழிவறைக்குப் போய் அந்தப் பழைய போத்தலைக் கொண்டு வந்து மூத்திரப்பையைத் திறந்து அந்தப் போத்தலில் சிறுநீரை ஊற்றி மூடினான். நீரின் கனம் இரத்தத்தில் கூடி இறுகி இருந்தது. வாசலுக்கு வரும்போது வெளியே கோலம் போட மேல்வீட்டு அம்மா வாளியுடன் வந்து நின்றார். போத்தலை வாசல் அருகே வைத்துவிட்டு கால்களைத் தூக்கி கதிரையில் வைத்திருந்தான். மூக்கில் இருந்த எண்ணைக் கசகசப்பை சாறத்தால் அழுத்தி துடைத்துக்கொண்டான்.

பத்தரை மணிக்கு மருத்துவரின் வேன் வந்தது. மருத்துவர் ஒரு நர்சுடன் வந்தார். அந்த நர்ஸின் வெள்ளை உடையில் அவ்வளவு கசங்கலும் அழுக்கும் இருந்தது. மருத்துவர் முகம் அதே அமைதியில் இருந்தது. கொஞ்சநேரம் அப்பா அருகில் இருந்தார். மூத்திரப்பையை கையால் தூக்கிப் பார்த்தார். சாறத்தை விலக்கி மூத்திரப்பையின் இணைப்பைப் பார்த்துவிட்டு சாறத்தை மேலே இழுத்துவிட்டார். “வலி ஏதாவது இருக்கா?” அவர் கேட்டு சில நிமிடம் ஆனது. அப்பா தலையை ஆட்ட வாசன் அதைக் கவனித்துக்கொண்டு தான் நின்றான். அவர் “இல்லை” என்று தலையாட்டுவார் என்று அவன் நினைக்கவே இல்லை. மருத்துவர் எழுந்து வெளியே வந்தார்.

“கொஞ்சம் வலிக்கத்தான் செய்யும். சிலநேரம் மூத்திரக் குழாயில் அடைப்பு வரலாம். அதை உடனே சரி செய்யணும். இல்லனா அவருக்கு வலிக்கும்” அவர் அப்பாவின் முகத்தைப் பார்த்துக்கொண்டுதான் சொன்னார்.

“வலி அதிகமாகி கஷ்டப்பட்டால் இதைக் குடுங்க. இது தூக்க மாத்திரைதான். அவருக்குத் தேவை இப்ப நிம்மதியான தூக்கம்தான்.”

அவர் கொடுத்த சிறிய வெள்ளை உருண்டைகள் அவன் உள்ளங்கையில் அசைவற்று இருந்தன. உள்ளங்கைக் கோடுகள் இடையே அவைகளை அப்படிப் பார்க்க ஏதோ போல இருந்தது.

இதுதான் “ஆயுள் ரேகை” என்று அம்மா விளையாட்டாகப் பிடித்துச் சொன்ன கதைகள் ஞாபகம் வந்தது. கையை இறுக்கி மூடினான். அவன் முகம் அப்பா அறைக்குத்தான் போனது. வேன் தெருவையும் கடந்து போன பிறகும் அவன் அப்படியேதான் கதவோடு நின்றிருந்தான்.

“தம்பி இதெல்லாம் இப்பிடித்தான். உங்களுக்கு இது புதுசு. நான் என்ர அப்பா காலம் தொட்டு இதெல்லாம் பார்த்திட்டன் நீ வெளிய போட்டுவா. வீட்டுக்குள்ள இருந்து எல்லாம் குழம்பிப் போயிடும். வீட்டுக்க இருந்திருந்துதான் நோய்” என்றபடி அம்மா சமையல் அறையில் இருந்து வந்தாள்.

கையில் ஒரு தட்டு. மஞ்சள் தக்காளிப் பழச் சொதியில் தொட்டு பாணைச் சாப்பிட்டாள். பாண் இரவு தான் வந்திருக்க வேண்டும். சூடான சொதியுடன் சிவந்த தக்காளியும் சில பச்சை மிளகாயும் அவள் தட்டில் கிடந்தது. தலையைத் திருப்பி அறையின் ஒளியிடையே பார்த்தான். ஒரு கையால் தினத்தந்தி பேப்பரை அப்பா தூக்கிப் பார்ப்பது தெரிந்தது. அவரும் வலி பழகிக்கொண்டார் போல இருந்தது. மூத்திரப்பையில் சில துளிகள்தான் விழுந்து கிடந்தன. மூத்திரப்பை காற்றை உள் இழுத்தது போல ஒட்டிப்போய்க் கிடந்தது. வாசன் தெருவில் இறங்கிப் போனான். வெய்யிலில் கொஞ்சம் காற்றின் பதமும் இருந்தது.

36

மவுண்ட் ரோட் வெறிச்சோடிக் கிடப்பது போல இருந்தது. இப்படி வெறிச்சோடி கிடப்பதைப் பார்க்க இரவு பதினொரு மணி ஆகும் என்று சொல்வதுண்டு. இப்போது பகல் மணி ஒன்றிருக்கும். வெய்யில் கொஞ்சம் கடுமையாகி இருந்தது. பனி வெய்யில் தான். இரண்டு முறை கோபாலபுரம் வருவதை துவாரகன் தள்ளிப்போட்டுக் கொண்டே வந்தான். இது கூட வாசனுக்கான பயணமாகத்தான் இருந்தது. ரூபன் அண்ணாவின் வண்டியில் எந்தக் குறையும் இல்லை. மவுண்ட் ரோட்டில் போகவேண்டும் என்றே தயாரான வண்டி போல கருமையான நீள்பாதையில் நீந்தியது. துவாரகனுக்கு மட்டும் அது அமைதியான பயணமாக இல்லை. வர்சாவின் அந்த மாறிப்போன குரலும் தெளிவற்று வற்றிப்போய் உலர்ந்து ஒலித்த குரல்வளை நசுங்கலும் இன்னும் காதின் இடைவெளியில் கேட்டபடி இருந்தது.

மாணவிகளின் கூட்டத்தில் வர்சாவோ ஜீவலட்சுமியோ வருவதாகத் தெரியவில்லை. துவாரகன் சூப்பர் மார்க்கெட் அருகிலேயே பைக்கை நிறுத்தி இருந்தான். இங்கேயே நிற்போம்

என்று அவன் சொன்னது கூடவாசனுக்கும் சரி என்றே பட்டது. துவாரகன் கொஞ்சமும் எந்த எதிர்பார்ப்பும் இல்லாதது போல இருந்தான். திரும்பிப் போய் விடலாமா என்பது போலவும் பார்க்கத் தொடங்கி இருந்தான். கடைசியாக ஜீவலட்சுமி வந்தாள். அவளுக்குப் பின் கொஞ்சம் பின்னேதான் வர்சா வந்துகொண்டிருந்தாள். அவள் கைகளை கட்டிக்கொண்டே நடந்து வந்தாள். இருவருக்கும் இடையிலேயே கூட ஓர் இரகசியம் வந்துகொண்டிருப்பது போல இருந்தது. துவாரகன் அப்போதே அவசரமாக வண்டியில் ஏறி திரும்பிப் போவதற்குத் தயாரானது போல இருந்து கொண்டான்.

ஜீவலட்சுமி அவர்களைக் கடந்து நடந்து போய்க்கொண்டே இருந்தாள். அவள் வழக்கமாக வாசன் கூட நடக்கும் தெருதான் அது. அவளைப் பார்க்க வரும் ஒவ்வொரு முறையும் நடந்த அதே தெருதான் அது. இபோது அந்தத் தெருவின் முடிவுவரை கூட்டிக் கொண்டு வந்திருந்தாள். வாசன் பின்னால் வந்த வழியே திரும்பிப் பார்த்தான். அந்த ஜூஸ் கடை கூட இப்போது பார்வையில் இருந்து மறைந்து கொண்டிருந்தது. ஜீவலட்சுமி அந்தத் தெருவின் முடிவில் இருந்து முக்கிய வீதி ஒன்றுக்கு வந்துவிட்டிருந்தாள். வாசன் அவளுடன் சேர்ந்து நடக்கக் கூடியதாக அந்த வீதியின் ஓரங்கள் இல்லை. ஆங்காங்கு சிறிய பெட்டிக்கடைகளும், இடையில் பெரிய கடைகளும் மாறி மாறி அந்தப் பெரிய வீதியின் ஓரங்களில் இருந்தன. இடையில் ஒரு மேம்பாலம் திடீரென்று தென்பட்டது. இரண்டு முக்கிய வீதிகள் இணைவதும் அங்கே வாகனங்கள் கூடுவதும் ஒரு நிமிடம் திடுக்கிட வைப்பது போல இருந்தது. ஜீவலட்சமி நடந்துகொண்டே இருந்தாள். அவன் கொஞ்சம் தாவித்தாவி நடந்து இடைவெளியைக் குறைத்தான். முக்கிய வீதியை ஒட்டிய ஒரு கடையின் சுவரோரத்தின் இடையே ஒரு சந்து போனது. அதில் போகலாமா என்பது போலவே ஒரு நொடி நின்றவள்.. அவசரமாக உள்ளே போனாள். சில அடி தூரத்தில் ஒரு வீட்டின் வாசல் வந்தது. அந்தச் சந்தில் ஒரு வீடு இருப்பதை முக்கிய வீதியில் நின்று பார்த்தால் காணவே முடியாது. கதவின் அருகில் மேலே மரப்பலகை அடித்து அதில் மண் சாடியில்

செடிகள் இருந்தன. கொஞ்சம் வாடியது போல இருந்தாலும் உயிருள்ள செடிகள். ஜீவலட்சுமி ஒரு மண் சாடியின் கீழ் இருந்து எதையோ எடுத்து கதவோடு சாய்ந்துகொண்டு வாசனைப் பார்த்தாள். அவள் முகத்திலேயே அவ்வளவு பயம் பூத்திருந்தது. அருகில் இருந்த ஒரு மண் சாடியில் கடும் ரோஸ் நிற பசளைப் பூக்கள் பூத்திருந்தது. அவன் அதைத் துல்லியமாகப் பார்க்க கண்களை இமைகளை நெருக்கிக் கொண்டான். கதவு திறந்து கிடந்தது. உள்ளே போன அவள் கை மட்டும் கதவைப் பற்றி அதில் பதிந்திருந்தது. அவன் அப்படியே நின்றான். “வா” என்றாள். ஓர் இடைவெளியில் மறுபடியும் “வா” என்று நீண்டது அவள் குரல். செருப்புக்காலுடனே உள்ளே போனான். கதவு நிலையுடன் சாய்ந்தது போல உடனே மூடிக்கொண்டது.

ஒரு பெரிய விறாந்தையைக் கடந்து உள்ளே போனாள். விறாந்தை முழுவதும் வசதியின் செழுமை இடைவெளி இல்லாமல் நிறைந்து கிடந்தது. துணிகள் ஓர் ஓரமாகக் கட்டிலில் குவிந்து கிடந்தது. அது உயரம் என்றோ கட்டை என்றோ சொல்ல முடியாத கட்டில். ஒருவர் படுக்கும் கட்டில்தான். ஒரு ஜன்னல் அதில் மஞ்சள் வெளிச்சம். திறந்தால் தூசி வரும் போல மூடி இருந்தது. அதிலே வெளிப்பக்கமாக அவ்வளவு தூசி படிந்திருந்தது. அறை முழுவதும் ஒரு சந்தன வாசம். என்ன ஊதுபத்தியோ தெரியவில்லை. அது ஊதுபத்தி வாசம் போலவும் இல்லை. பருமனான கொஞ்சம் பழைய உப்பிப் போன தலையணை. கடும் மஞ்சளில் ஒரு துணிதான் கதவில் தொங்கியது.

பழைய கட்டிலின் கால் சத்தம் எதன் எதிரொலி போலவோ கேட்டது. அவனுடைய ஜீன்ஸ் இடுப்பில் தொங்கியது. அவளது கீழ்உடை கட்டை வெள்ளை முட்டியில் இறுகி சிரைத்திருந்தது. அவளது தலை போல மேலுடை கசங்கி இருந்தது. காலைக் குறுக்காக சாய்த்து கிடந்தாள். அவள் பாதி முதுகில் இருந்து பின்னுடல், பின் முட்டி வரை ஒரே நிறமாக.. மூடி வைக்க கால்த்துணி மேலே வரவில்லை. சேர்ந்து படுத்துக்கொண்டு மூடினான். இரண்டு உடலும் ஒரே அளவாகி இருந்தது. எந்த

துர்வாசனையும் இல்லை. சந்தன மணம்தான் அந்தஅறையை அங்கிருந்து எங்கோ அடையாளம் அற்ற உலகத்துக்குக் கொண்டு சேர்த்தது.

இரண்டு முக்கிய வீதிகளும் இயல்பான தெரு போல வாகனங்கள் இடைவெளியாக விட்டுப் போய்க்கொண்டு இருந்தது இப்போது. வாசன் திரும்பிப் பார்க்க பயந்து பயந்து போய்க்கொண்டிருந்தான். ஒரு கிழவி அவன்மீது மோதுவது போல எதிரே வந்து போனாள். சிறிய நடைபாதை மேடையில் இருபுறமும் மக்கள் போய் வந்து கொண்டிருந்தார்கள். அவனும் அதில் ஏறினான். அன்றைக்கு மஞ்சள் உடுப்புகளை எல்லோரும் அதிகமாகப் போட்டிருப்பது போல இருந்தது. ஜீவலட்சுமி குளித்துவிட்டு கடைசியாக வந்து நின்ற மஞ்சள் வேட்டிதான் வீதியில் நிறைய கீறி வைத்திருந்தார்கள். இடது தொடையில் தெறி போட்டது போல காலை இழுத்திழுத்து வைத்தான். ஏதோ இறுகியது போல இருந்தது உடலில். விதைப்பையில் இறுக்கம். அங்கேயே குந்தி இருக்க வேண்டும் போல இருந்தது. சுவரில் கை வைத்தபடி கொஞ்சம் உடலை வளைத்தான். பிச்சைக்காரர்கள் இருவர் கொஞ்சம் தள்ளி குந்தி இருந்து கொண்டிருந்தார்கள். தொடையை இறுக இருமுறை பற்றிப் பிடித்துவிட்டு பலவந்தமாக காலை நீட்டி நீட்டி வைத்து நடக்கத் தொடங்கினான்.

அவ்வளவு தூரம் நடந்தும் துவாரகனைக் காணவில்லை. ஜீவலட்சுமி கூட்டிக்கொண்டு வந்த பாதையில் திரும்பி ஏன் போகவில்லை என்று அவனுக்கும் தெரியவில்லை. இன்னும் இன்னும் நடந்து போக இப்போது ஆசையாக இருந்தது. அடிவயிறும் தொடை இடுக்குகளும் புண் சொறியும் சுகம் போல நொந்தன. துவாரகன் அவனைத் தூரத்தில் கண்டுவிட்டு பைக்கில் வந்து சேர்ந்தான். எதுவும் கேட்கவில்லை.

“ஏறடா” என்று அவசரப்படுத்தினான்.

காலைத் தூக்கி வைக்க வாசன் பெரிய பிரயத்தனப்பட்டான். “டேய்” என்று மறுபடியும் துவாரகன் குரல் கொடுக்கும்போது

ஏறிவிட்டான். துவாரகனுக்கு இடைவெளி விட்டு பின்னே அரக்கி அரக்கி இருந்தான். மறுபடி மறுபடி உடல் இடுப்போடு வழுக்கிக்கொண்டு முன்னே வந்தது. பைக்கின் பின் இரும்புக் கம்பியை இறுகப் பற்றிக்கொண்டு கண்ணை இறுக்கி மூடினான். அவ்வளவு குளிர்ந்த காற்று மொத்தமாக முகத்தில் அடித்துக்கொண்டே இருந்தது. பைக்கின் வேகம் இன்னும் இன்னும் கூடுவதாக இருந்தது. துவாரகனும் எதுவும் பேசவில்லை. ஏதோ உள்ளே வடிந்தது போல மூச்சடக்கி வாசன் வாய் வழியாகவும் மூச்சைப் பெருமூச்சு விட்டுக்கொண்டு இருந்தான். அமெரிக்கன் எம்பஸியை வாசன் பார்க்கவில்லை. அதையும் கடந்து நீண்ட தூரம் வந்திருந்தார்கள்.

கே.கே.நகர் சரவணபவனுக்கு அருகில் இருந்தத் தெருவில் ஓர் இரும்பு பெட்டிக்கடை இருக்கிறது. அங்கேதான் அவர்களின் பல்சர் வந்து நீண்ட மூச்சை நிறுத்திக்கொண்டு நின்றது.

"லையிட் டீ" வாசன் ஆர்வமாகச் சொன்னான்.

எதையாவது குடிக்க வேண்டும் போல ஒரே தாகமாக இருந்தது. அவன் ஜீன்சின் பின் பகுதியில் ஈரம் காய்ந்தது போல ஓர் அடையாளம். பல்சரில் வந்ததாலும் வியர்த்திருக்கலாம். பின்னால் யாரோ தட்டினார்கள்.

ஈசன். ஈசனா அது என்பது போல முகமும் உடையும் நேர்த்தியாக இருந்தது. பேச்சில்தான் கொஞ்சம் மாற்றம்.

"நம்மாளுக்கு போஸ்டிங் கிடைக்கும் என்று கதை வந்திருக்கு வாசா. கிடைச்சிடும் எண்டு எல்லாரும் சொல்லுறாங்க. போட்டியும் பலமாத்தான் இருக்கு. பார்ப்போம். ஒரு ஆட்டம் ஆடலாம்...!"

கடைசி வார்தையை சொன்னபோது கைகள் இரண்டையும் விரித்து குழந்தைக்கு வேடிக்கை காட்டுவது போல மலர்ந்து மலர்ந்து காட்டினான் ஈசன். சரவணபவனில் இருந்து ஓர் உருவம் விறுவிறுவென்று வந்தது. சிவசிதம்பரம்தான் அது. கறுப்பு பான்ட்டும் வெள்ளைச் சட்டையுமாக அவரைப்

பலமுறை வாசன் கண்டிருக்கிறான். மஞ்சளும் வெள்ளையும் கலந்த ஒரு சாறத்தில் கூட ஈசனின் மொட்டைமாடியில் இரண்டு முறை கண்டதுண்டு. இப்போது வெள்ளை வேட்டியும் எடுப்பாகத்தான் இருந்தது. அது இடுப்பில் நின்ற நேர்த்தி தனியாகத் தெரிந்தது. அந்தப் பெட்டிக்கடையில் நின்ற பலரும் அவரை ஆர்வமாக பார்த்தனர். சிலர் சலாம் கூடப் போட்டனர். துவாரகனும் அவர்களிடையே எட்டிப் பார்த்தான். தீசன் வேகமாக அவர் பின்னே போக முதலில் சிவசிதம்பரம் வேகமாக ஈசனின் வண்டிக்கு அருகில் போய்த் திரும்பிப் பார்த்ததும், ஈசனின் வண்டிச் சத்தம் மறுபடியும் திரும்பிப் பார்க்க வைத்தது எல்லோரையும். நெசப்பாக்கத்தில் இருந்து வரும் வாகனங்களை நோக்கி மோதுவது போல குறுக்கே போய் எம்.ஜி.ஆர் மார்க்கெட் முன் சரியான பக்கத்துக்கு வண்டியைக் கடந்துகொண்டு போனான் ஈசன். பலரும் ஏதோ முணுமுணுத்தபடியே இவர்களைக் கடந்து போனார்கள். வாகனங்களில் போய்க் கொண்டு இருந்தார்கள்.

துவாரகன் கையில் தேனீருடன் ஏதோ சொல்ல வாசனின் முகத்தைப் பார்த்தான். ஆனாலும், எதையும் சொல்லமுடியாமல் இருந்தான். அவனிடம் காதல் சொல்லப்பட்டு விட்டது.

வாசனும் ஜீவலட்சுமியும் போன நிமிடமே வர்சா தயங்கித் தயங்கி நின்றாள். இருவரும் பேசிக்கொள்ள பல நிமிடங்கள் எடுத்தது. அவன் அருகில் எட்டி கால் வைத்தது போல ஒட்டி வந்து நின்றுகொண்டாள் வர்சா. பைக்கில் இருந்த அவன் இடுப்பை தழுவுவது போல ஒரு கை பிடித்துக்கொண்டது. அதன் பிடி அழுத்தமாக டீசர்ட் இறுக்கத்தில் துவாரகனால் உணர முடிந்தது. அவன் பயந்தது நடக்கப் போவதை உணர்ந்தே மவுனமாக இருந்தான். உடல்கூட பேசிவிடாத மவுனம். அவன் தோளில்அழுத்தாத பாரமாக வர்சாவின் தலை சாய்ந்திருந்தது.

“ஐ லவ் யூதுவாரகன். ஐ லவ் பட்...”

கடைசியில் வாசனிடம் இதைச் சொல்லிவிட்டான். இப்படித்தான் என்று இரண்டு மூன்று முறை சொன்னான்.

“போடா... இது ஒரு கதையா? அவனவன் உயிரோட வந்ததை நினைச்சு சந்தோசப்படு. நானும் போய்... விடு. கதைய மறந்திடு” என்றான் வாசன்.

ரூபன் அண்ணாவின் அழைப்பு துவாரகனின் சோனிஎரிக்சனில் “சொல்லாயோ சொல்லைக் கிளி” ஆனது. அவருக்கு அவர் பல்சர் வந்து சேரவேண்டும். அது மட்டும்தான் எந்தச் சேதாரமும் இல்லாமல் முழுசாக வந்து சேர்ந்திருந்தது.

37

அசோக் நகர் பஸ்-ஸ்டாண்ட் இருண்டு கிடந்தது. உயர்ந்த மின்விளக்கு கம்பத்தின் மஞ்சள் ஒளி கீழே வந்து சேர்ந்த மாதிரியே தெரியவில்லை. சில லாரிகளும் வெளியூர் பேருந்துகளும் நீள ஒளிகளை அவசரமாக விசிறி குற்றவாளிகளைக் கடப்பது போல இவர்களைக் கடந்து போனது. அந்தக் கூட்டத்தில் அரைக்கை டீ-சர்டும் ஃபுல்-கை டிசர்ட்டுமாக துவாரகனும் கஜனும் நின்றிருந்தனர். கஜனுக்கு பாண்டிச்சேரி போக அரசாணை வந்திருந்தது. அது பிரான்ஸ் அரசங்கத்தின் அரசாணை மட்டும் இல்லை, அவனின் வாழ்கைத் துணையின் ஆணையும் கூட. பிரான்ஸ் அரசாங்கம் மட்டும் சொல்லியிருந்தால் ஒரு வேளை அவன் கண்டுகொள்ளாமல் இருந்திருக்கலாம். அவன் மனிசியுடன் சேர்ந்து ஒட்டுமொத்த குடும்பமும் அவனைப் பாண்டிச்சேரிக்கு பார்சல் செய்தது. அத்தனை போன் அழைப்புகள் அவனுக்கு ஒரே நாளில் வந்து சேர்ந்தது. அவனுக்கு காவலுக்கு துவாரகனை தவிர வேறொரு ஆளை யாராலும் கற்பனை செய்யமுடியவில்லை.

அந்த பஸ்ஸில் விரும்பும் இருக்கையைத் தேர்ந்தெடுக்க முடிகிற அளவுக்குதான் கூட்டம் இருந்தது. ஒன்று ஏற்கனவே பாண்டிச்சேரிக்கு பல பஸ் போயிருக்க வேண்டும் அல்லது இனிமேல்தான் பல பஸ்கள் வர இருக்கலாம். மூன்று பேர்

இருக்கும் இருக்கை வசதி என்று ஆசைப்பட்டு இருந்தால் யாராவது ஒரு மூன்றாவது ஆள் வந்து சேருவார். அதன் பிறகு அந்த வசதியே நசுங்கலாகி விடும். அதனாலேயே இருவர் இருக்கும் இருக்கையைத் தேர்வு செய்தார்கள். துவாரகனுக்கு பரவாயில்லை, கஜனுக்கு கால் சரியான நீளம். எப்படியும் போய்ச்சேர்ந்ததும் கால்கள் இயல்பாக நீண்ட நேரம் எடுக்கலாம்.

வர்சாவை முன்போல மொட்டை மாடியில் இருந்து பார்க்க முடிவதில்லை. பால்கனியின் படிகளில் கூட அவள் முன் போல இருப்பதில்லை. பல நேரம் புத்தகத்துடன் எங்காவது போய்க்கொண்டு இருப்பாள். அதுவும் அப்பாதான் அவளை பைக்கில் ஏற்றிக்கொண்டு போவார். இடையில் ஒருமுறை அவள் தனியாக நடந்து போனபோது துவாரகன் வழிமறிக்க முயன்றான், அவள் எதுவும் பேசாமல் கையைக் கட்டிக்கொண்டு நின்றாள். முகத்தைக்கூட நிமிர்ந்து பார்க்கவில்லை. பார்வையில் படவிரும்பாத முகத்தை எப்படி பார்ப்பது என்று துவாரகனுக்கும் தெரியவில்லை. அவனே விலகி வழிவிட்டான். மனம் கேட்காமல் இரண்டாவது முறை பேச முயன்றபோது அவன் சித்தப்பா ரூபனுடன் பைக்கில் கடந்து போனார். பைக்கில் பின்னால் இருந்தரூபன், என்ன துவாரகன்... என்பது போல உள்ளங்கையை விரித்துக்காட்டிக்கொண்டு போனார்.

இப்போதெல்லாம் அவள் போனும் எடுப்பதில்லை. அடித்தாலும் எடுப்பது அவள் அப்பாதான். ஒரு முறை அவள் அம்மாவும் எடுத்தாள். அதற்குப் பிறகு துவாரகனும் போன் எடுப்பதேயில்லை. ஜீவாவுக்கு தனியாக போன் இல்லை. அவள் இல்லை என்று சொன்னதை வாசன் ஒருபோதும் கேள்விக்கு உட்படுத்தவில்லை. எப்போதாவது அவளாக ஏதாவது ஒரு கடையில் இருக்கும் போன் பூத்தில் இருந்துதான் எடுப்பாள். துவாரகன் கோபாலபுரம் வரவே மறுத்துவிட்டான். வாசனுக்கு தனியே அந்தப்பக்கம் போக ஒருவிதமான பயம் இருந்தது. அதை மறைத்துக் கொண்டுதான் ஒவ்வொரு முறையும் துவாரகன் முன்னே போய் நிற்பான். துவாரகன் மறுத்த போதெல்லாம், கொஞ்சம் தைரியம் வேணும்... என்று மட்டும்

வாசன் அடித்தொண்டையில் சொன்னான். ஜீவா அவனுக்கு போன் எடுப்பதை முற்றிலும் தவிர்த்துக் கொண்டாள். அது கூட நல்லதுதான்... என்றும் ஒரு எண்ணம் வாசனுக்கு வரத்தொடங்கியிருந்தது. ஒரு வேளை அவள் போன் எடுத்தால் என்ன பேசுவது?. பேசினால் அடுத்து என்னவாக இருக்கும்?. இப்படி எல்லாம் நினைத்துக் குழப்பிக்கொண்டே நித்திரைப் பாயில் அடிக்கடி எழும்பிக் குந்திக்கொண்டு இருப்பான். நாலு மணிக்கு எழும்பிக் குந்திக்கொண்டு இருந்து விட்டு பிறகு படுத்து காலை ஏழு மணிவரை நித்திரைப்பாயில் உருளுவான். துவாரகனின் அவசர பயணத்தையும் அவன் ஆமோதித்தான். ஜீவா போனே எடுக்கலடா... என்னமோ மாதிரி இருககு... என்று வாசன் சொன்னபோதும் துவாரகன் முகத்தில் எந்த உணர்ச்சியும் இருக்கவில்லை. ஒருவேளை நம் உலகமே வேறு என்று சொல்ல விரும்பியிருக்கலாம். விரும்புவதையெல்லாம் பேசிவிட முடிவதில்லை. துவாரகன் பாண்டிச்சேரி போகும் பஸ்சில் கண் அயர்ந்திருந்தான்.

காலை வெய்யில் முகத்தில் கூச பாண்டியில் இறங்கினார்கள். அது கடலூர் போகும் பஸ். அதனால் அவசரமாக இறங்கி ஒரு ஆட்டோவை பிடித்துக்கொண்டு நேராக கடற்கரைக்கு போனார்கள். பாண்டிச்சேரி கடற்கரையின் அருகில் தான் பிரெஞ்ச் எம்பசி இருந்தது. அதன் கொடியை கடற்கரையோடு பார்ப்பது தான் அழகு. ஒன்பது மணிக்கெல்லாம் பாண்டிச்சேரிக்கு வந்திறங்கி நேராக கடற்கரைக்கு வந்து விட்டார்கள். அப்போதே சில சாராயக்கடைகள் திறந்துதான் இருந்தன. விதவிதமான போத்தல்களை சாதாரணமாக அடுக்கி வைத்திருந்தார்கள். காலையில் அந்த கடற்கரையைக் காண்பதில் மட்டும் இல்லை அந்தக் காற்றிலும் ஒரு சுகம் உண்டு.

பத்தரை மணிக்கு கஜன் உள்ளே போய்வந்ததில் இருந்தது அவன் பாண்டிச்சேயிரில் இருப்பது உறுதியானது. பாண்டிச்சேரி பஸ்-ஸ்டாண்ட் அருகிலேயே துவாரகன் அறையெடுத்திருந்தான். பாண்டிச்சேரியில் தங்கியிருந்து விடுவதே அவனுக்கும் சரியென்றுபட்டது. கஜனுக்கு அதுதான் விதிக்கப்பட்டது

என்று மட்டும் அவன் அந்த முடிவை எடுக்கவில்லை. அவனுக்கும் அந்த மாற்றம் வேண்டும் என்றுதான் அந்த முடிவை எடுத்திருந்தான். அரசல்புரசலாக இருந்த இவர்களின் கதைகள் அந்தத் தெருவின் முக்கிய கதைகளில் ஒன்றாக மாறிக்கொண்டிருந்தது. ரூபான்தான் இவர்களிடம் உண்மையைச் சொன்னார். தம்பியள் கொஞ்சம் குறையுங்கோடா பத்தி எரியுது... என்று அவர் சொன்னபோது அதில் ஒரு உண்மையான அக்கறை இருந்ததை இருவரும் கவனிக்கத் தவறவில்லை. இதற்கிடையில் இந்தக் கதையை அனைவருக்கும் சொன்னதே ரூபன்தான் என்றும் இன்னொரு கதை பரவியது. இந்த நேரத்தில்தான் பிரெஞ்ச் அரசாங்கம் அவனை பாதுகாத்து எதிர்கால கனேடிய குடிமகனாக மாற்ற பாண்டிச்சேரிக்கு பேரன்புடன் அழைத்திருந்தது. அவன் கனடாவுக்குப் போக வேண்டிய வேலைகளும் இன்னொரு பக்கம் தீவிரமாக நடந்து கொண்டுதான் இருந்தது. பாண்ட்டிசேரி பிரிவும் கூட அதற்கான முன்னோட்டம் போலவே நினைத்துக் கொண்டான். பாண்டிசேரியில் அவனுக்கு குறை என்றால் வர்சாவும் வாசனும் இல்லாதது மட்டும்தான். அந்த வெற்றிடத்தை நிரப்புவதற்கு போத்தில்கள் எதுவும் பாண்டிச்சேரியில் கூட கிடைக்கப்போவதில்லை.

சனிக்கிழமை காலை பதினொன்று அரைக்கெல்லாம் பூஞ்சோலை போன்ற விரிந்த பாரில் குந்திவிட்டார்கள். அங்கேயே தங்கலாம் போல ஒரு அற்புதமான சூழல். மேசை உயரத்தில் பூஞ்செடிகள் சுற்றிவரவும் படர்ந்திருந்தன. சொல்லி விட்ட கே.எப்.பியர் போத்தலும் கோவா வையின் பாக்கெற்றும் இரண்டு இரண்டாக வந்து சேர்ந்தது. குளிர்ந்த ஐஸ் ஈரம் சிறு தூறல் போல அவற்றில் படிந்திருந்தது. நெத்தலிப் பொரியலுடன் நான்கு வட்டத் துண்டு வெங்காயங்களும் தட்டொன்றில் வந்து சேர்ந்தது. நல்ல உயரமான புதிய கண்ணாடி கிளாஸ்களை கைகளில் ஏந்துவதே இருவருக்கும் புத்துணர்வாக இருந்தது. பாதி பியரை முதலில் அளவாக கிளாசில் ஊற்றிவிட்டு அதன்மேல் வையினை ஊற்ற வைன்பெருகி நுரைத்துத் தளும்பியது. மேசையில் அப்படியே வைத்துப் பார்க்கவே

போதை குளிர் போல ஏறுவதாக அவர்களுக்குள் ஒரு உணர்வு பரவிக்கொண்டிருந்தது. ஒரு கிளாஸை பாதி குடித்து இரண்டு வறுத்த நெத்தலியை வாயில் போட்டு மூடினார்கள். குடலில் ஏதேதோ துடித்தது. துவாரகன் விதிக்கப்பட்ட பிரிவுகளை மீண்டும் மீண்டும் நினைத்துக் கொண்டான். ஒரு பிரியாவிடைக்கான நாட்கள் நெருங்கிக் கொண்டிருந்ததை அவன் தனக்குள் மறைத்துக்கொள்ள விரும்பவில்லை. அவன் ஒரு வருங்கால கனேடியக் குடிமகன். இப்போது தற்காலிகமாக பாண்டிச்சேரிக் குடிமகனாகி இருந்தான். அவன் பக்கதில் மிக அமைதியாக குடித்துக்கொண்டிருந்த கஜன் அடுத்த பிரான்ஸ் குடிமகன். பிரான்ஸ் அரசு குறைந்த பட்சம் தன்னை பாண்டிச்சேரியிலாவது வாழ விட்டால் எவ்வளவு நன்றாக இருக்கும் என்ற ஆசையும் அவன் மனதில் பியர் போல பொங்கிக் கொண்டு வரத்தான் செய்தது. கொஞ்சமும் தாமதிக்காமல் பொங்கிக்கொண்டு வந்த பிரயை ஒரே முடக்கில் குடித்து முடித்தான். இருவரும் எழுந்து நிற்கும் போது கடைசியாக இரண்டு பாக்கெட் வையின் சொன்னான் துவாரகன். இல்லை.. இது எவளுக்கும் இல்ல... என்று சொல்லிவிட்டு அமைதிகாத்தான். கஜனுக்கு அவன் மனைவி கல்யாணச் செலவுக்கு தான்வாங்கிய கடன்களைப்பற்றிச் சொன்னது எல்லாம் அந்த நேரம் பார்த்து நினைவுக்கு வந்து தொலைத்தது. கனடாவுக்குப் போனதும் முதல் வேலையே உழைத்து கடனைக் கட்டுவதாகத்தான் இருக்கும் என்பதில் அவனுக்கு துளியும் சந்தேகமிருக்கவில்லை. அவனுக்கு இப்போதே யாரையாவது கட்டிப்பிடித்து அழ வேண்டும் போலத் தோன்றியது. ஆனால் அவன் நெருங்கி நெருங்கிப் போகவும் துவாரகன் விலகில் கொண்டே போனான்.

கஜன் பஸ்ஸில் அழுதுகொண்டே வந்தான். துவாரகன் துணிப்பையின் உள்ளே வையின் பாக்கெட்டுகள் இரண்டும் பத்திரமாக இருக்கிறதா என்பதை அடிக்கடி தடவிப்பார்த்துக் கொண்டே இருந்தான். கஜன் அழுவதையே அடிக்கடி எட்டிப்பார்த்த பின்சீட்டுக்காரர், பிளீஸ்... என்று ஒரு சோடாப்போத்திலை முன்னே நீட்டினார். கஜனுக்கு அழுகை

இன்னும் அதிகமானது. அந்த சோடாப்போத்தில் கை மறுபடியும் ஒரு முறை, பிளீஸ்... என்று நீண்டது. கடைசியில் அவன் மிகவும் மரியாதையாக இரண்டு கைகளாலும் அந்தச சோடாப்போத்திலை பக்குவமாக வாங்கி சில மிரடுகள் குடித்தான். சில நொடிகளில் எதையோ உணர்ந்து கொண்டு தலையைக் குனிந்தபடியே இருந்தான். ஓட்டுனர் உதயம் தியட்டரில் பஸ்ஸை நன்றாக வளைத்து திருப்பினார். கஜன் கடைசியாக குடித்த சோடாவில் கலந்திருந்த சிக்னேச்சர் அந்த நாளை புரட்டிப்போட்டது. நெத்தலி நாற்றம்தான் வீச்சாக அடித்தது. யாரும் எதுவும் சொல்ல முதலே துவாரகன் கஜனைத் தள்ளிக்கொண்டு கீழே இறங்கி பஸ்-ஸ்டாண்டில் நின்ற கூட்டத்தில் கலந்தான்.

38

அப்பாவின் அறைக்கதவைத் திறந்து வைத்தான் வாசன். அவனை மூடச்சொல்லி யாரும் சொல்லவில்லை. அப்பாவுக்கு அப்படித் திறந்துவிடுவது பிடிக்காது. வருத்தம் வந்த பிறகு அவர் ஒடுங்கத் தொடங்கினார். நெசப்பாக்கம் வீட்டுக்கு வந்த பிறகு அவர் கதவை மூடச்சொல்லி பல முறை சொல்லியிருக்கிறார். அம்மாவோ வாசனோ கதவை ஒட்ட மூடுவதில்லை. ஓர் இடைவெளி தெரியும்படியாகவே மூடுவார்கள். அப்பாவின் முகத்தில் மூச்சு மட்டுமே உலவியது. பேச முடியவில்லையா பேசுவதற்கு விரும்பவில்லையா மருத்துவருக்கும் தெரியவில்லை. இனி ஆஸ்பத்திரிக்குக் கொண்டு போய் பயனில்லை. அவரைக் கஷ்டப்படுத்த வேண்டாம் என்றும் மருத்துவர் சொல்லி இருந்தார். அம்மாவுக்கும் “மனுசன் கிடந்து அழுந்தாம போயிடணும்” என்ற கவலை எட்டிப்பார்த்து பல நாட்களாகிவிட்டது. தனது தந்தை விரும்பாத வாழ்வை கட்டிலில் கழித்ததை அம்மா மறந்ததில்லை. ஒவ்வொரு முறை மலம் துடைத்து கழுவும்போது அவர் கண் பொங்கி நீர் நிறையும். அப்பாவும் இப்போதெல்லம் சுத்தம் செய்யும்போது முகத்தைப் பார்ப்பதே இல்லை. அப்பாவின் அறை வாசல் கதவின் வழி காற்று நிறையக் காத்திருந்தான்.

உடலை சுடு தண்ணீரால் துடைத்து விடுவதை விட இப்போது வேறெதுவும் செய்ய முடியாது. தலையில் பொடுகு போல துகள்கள் அதிகமானதால் “தலைமுடியை ஒட்ட வெட்டுவதே

அவருக்கு நல்லது" என்று கடைசியாக வந்தபோது மருத்துவரே சொன்னார். சலூன் கடைப்பையன் வாசனுடன் பழக்கமானவன் தான். அப்பாவுக்கு அதைவிட பழக்கம். காலில் ஒப்பிரேசன் செய்ய முடிவு செய்தபோதே அப்பா மருத்துவமனைக்கு அவனைக் கூட்டிவரச் சொல்லி இருந்தார். அதிகாலையில் ஒப்பிரேசன் அறைக்குக் கொண்டு போய்விடுவார்கள். காலையில் நேரம் இருக்காது என்று இரவு எட்டு மணிக்கு அவனை அழைத்து வரச்சொன்னார். அவன் கடையை மூடிவிட்டு ஒன்பது மணிக்கு மறக்காமல் வந்துவிட்டுத்தான் போனான். முதல் முறையாக ஷேவிங் வேறொருவர் கையால் செய்ததும் அதுதான் முதல்முறை. இப்போது அவன்தான் தலையை வழிக்க வந்திருக்கிறான்.

"இப்படித்தான் செய்வாங்க. அங்க ஒரு ஐயாவுக்கும் இப்பிடிதான் வளிச்சு விட்டேன்" என்று அவனே சொன்னான். வெட்டும்போது தலையைப் பிடிக்க உதவிக்குவாசனை வைத்துக்கொண்டான். தலை மயிரை வெட்டியபடியே இடையிடையே அப்பாவின் முகத்தைப் பார்த்தான். அவர் கண்ணில் அசைவில்லை. ஆனாலும் அவர் ஏதாவது சொல்வது போல பதிலுக்கு விதவிதமாக அவன் முகத்தின் அசைவுகள் இருந்தன. சொல்லாமலே மீசையை நேர்த்தி செய்தான். மீசையில் கை வச்சால் மட்டும் அவர் "டாய்" சொல்லுவார். வாசன் துடைத்துவிட்ட போதும் துணியை வாங்கி அவனும் ஒருமுறை துடைத்துவிட்டான். "அங்க சுடுதண்ணி இருக்கு" என்று வாசன் சமையல் அறையைக் கடந்து கையைக் காட்டியபோதும்.. "இல்ல.. நான்.." என்று அவன் உடனே போய்விட்டான். காசை எண்ணியும் பார்க்கவில்லை. ஏனோ அப்பாவை அப்படிப் பார்க்க வாசனுக்குப் பிடிக்கவில்லை. அதுதான் அவரை நோயாளி போலவும் காட்டுவதாக நினைத்தான். அவனுக்கு அவர் எப்போதும் நோயாளி இல்லை.

அவனை வெளிக் கேற்றில் விட்டு திரும்பியபோது மேலே இருந்து வீட்டின் உரிமையாளரும் அவரின் பின்னே மனைவியும் இறங்கி வந்துகொண்டிருந்தார்கள். வாசன் முன்னுக்கு நிற்காமல் அவசரமாக உள்ளே வந்துவிட்டான். "அம்மா"

என்று வெளியே கேட்ட குரலுக்கு அம்மா உடனே போனாள். அது வீட்டின் உரிமையாளரின் குரல்தான். எப்போதும் போல் “மேல கொஞ்சம் பார்த்துக்கொள்ளுங்க” என்று சொல்வது உள்ளே கேட்டது. அம்மா திரும்பி வரும்போது வேறேதும் சொன்னதாகத் தெரியவில்லை. அவர் ஒரு வாரம் முதல், ஒரு புதன்கிழமை அவன் வாடகைக் கொடுக்க மாடிககுப் போனபோது அவர் சொன்னது அவனுக்கு நினைவில் இருநதது. “மகளுக்கு குழந்தை பிறக்கப் போகுது தம்பி. சில சடங்குகள் இருக்கு..” என்று அவர் சொல்லத் தொடங்கினாலும் சொல்ல வந்ததைச் சொல்லவில்லை என்று அவனுக்கும் தெரியும்.

“உங்க அப்பாவுக்கு இப்ப எப்படி இருக்கு? சரி பாருங்க” என்பதோடு அவர் முடித்துக்கொண்டார்.

அப்பா இப்போது இந்த வீட்டில் இறந்தால் என்று அவருக்கு ஒரு கவலை இருந்தது. அவருக்கு என்ன நம்பிக்கை இருக்குமோ வாசனுக்குத் தெரியாது. அவரது மகளைப் பற்றியும் தன் தலைமுறையைப் பற்றியும் அவருக்கு நம்பிக்கைகள் இருக்கலாம்.

“இல்ல.. பெரியவர் இந்த வீட்டில் இறந்தால் பிறகு யாரும் வாடகைக்கு வர மாட்டினும். எங்களுக்கும் அது கெட்ட சகுனமா இருக்கும். மகளுக்கு குழந்தைப் பிறக்கிற நேரம்” இதெல்லாம் அம்மா காதுக்கு ஏற்கனவே வந்திருந்தது.

கோலம் போட வரும் வீட்டின் உரிமையாளர் மனைவி முன்வீட்டில் சொல்லி இருந்தவை இவைகள். முன் வீட்டம்மா இவைகளில் ஆர்வம் கொண்டவர். அவர் காய்கறி வண்டியில் அனைவரும் கூடி வீட்டின் முன் நிற்கும்போது அம்மா காதில் போட்டிருந்தார். அம்மா இதை வாசனிடம் சொல்லும்போது ஆறுதலாக “மண்டபத்தில கொண்டு போய் வைப்பம். மனுசன் கட்டின தாலிய வித்தாவது செய்வம் தம்பி” என்றுதான் சொன்னாள் அவள்.அவன் பதிலேதும் அப்போது சொல்லவில்லை. அப்பாவின் அறையைத்தான் பார்த்துக்கொண்டு இருந்தான். ஊர் வீட்டின் சாமியறை போல அப்பாவின் அறையில் இருள் சூழ்ந்திருந்தது.

39

நான்கு மணிக்கே அம்மாவின் அரவம் கேட்டது. தொலைக்காட்சி ஓடவில்லை. கோயில்களின் ஒளியும் இல்லை. அம்மா அப்பாவின் கால் பக்கம் கிடந்த பழைய சீலை ஒன்றை எடுத்துக்கொண்டு குளியலறைப் பக்கம் போவது தெரிந்தது. எழும்பி உடனே அப்பா அறையைப் பார்த்தான். மூத்திரப்பைக்கு போகும் குழாயில் நிறைய அடைப்புகளாக இரத்த உறைவுகள். அப்பாவின் கழுத்தில் துடிப்புகள் தெரிந்தன. எச்சில் விழுங்குவதுபோல தாடையில் அசைவுகள். குளியலறையில் இருந்து வந்த அம்மாவின் கையில் தண்ணீர் ஒழுகிக் கொண்டிருந்தது. சீலையிலும் தண்ணீர் ஈரம் படிந்திருந்தது. “தண்ணி குடி” என்று சில்வர் போணியை சொண்டில் வைக்கத் தலையை உடனே திருப்பிவிட்டார் அப்பா. அவன் பக்கம்தான் கண்கள் இருந்தது. ஆனால், அது அவனைப் பார்ப்பது போல இல்லை. பார்வையில்லாத கண்போல காய்ந்திருந்தது. அம்மா கையில் கொஞ்சம் தண்ணீரை எடுத்து கண்களைத் துடைத்துவிட்டாள். அதை அவர் தடுக்கவில்லை. கண்ணை மூடித் திறந்ததுபோல் மட்டும் இருந்தது. வாசன் கதவைக் கொஞ்சம் சாத்திவிட்டு கதிரையில் போய் சாய்ந்திருந்தான். மணி ஐந்தாகிக் கொண்டிருந்தது. வெளியே பார்த்த அவனுக்காக விடியல் வேகம் எடுக்கவில்லை.

மருத்துவர் அன்றைக்கு வர வேண்டிய கணக்கில்லை. வாசன் பேசியதை கேட்டு அவராகவே வந்தார். வந்தாலும் எதுவும் செய்ய முடியாது என்று அவர் சொல்லவில்லை. மூத்திரப்பையில் இரத்தம் தான் நிறைந்திருந்தது. முத்திரப்பைக்கு நீளும் மெல்லிய குழாயில் அங்கங்கு இரத்தக்கட்டிகள் போல சில துளிகள் இறுகி இருந்தன. மருத்துவர் வந்ததும் அம்மாவிடம் தண்ணீர் கேட்டு வாங்கி குடித்தார். நர்ஸ் அப்பாவின் அறையில் போய் தலைக்குப் பின் நின்றிருந்தாள். கட்டில் ஓரத்தில் ஸ்டூலை இழுத்துப்போட்டு அப்பாவின் கையைப் பற்றிக்கொண்டிருந்தார் மருத்துவர். உணவு சென்றடையாத உடலில் நரம்பு வழி நீர் போய்க் கொண்டிருந்தது. அந்த ஊசி முனையில் கூட இரத்தம் காயம் போலத் தெரிந்தது.

சாறத்தை விலக்கிவிட்டு குழாய்களைப் பார்த்தார். உறுப்புக்கும் முக்கியமான இணைப்புக் குழாய்க்கும் இடையில் இரத்த அடைப்புகள் இருந்தன. கீழ்த்துண்டில் இரத்தம் காய்ந்து கிடந்தது. தனது மூக்கில் இருந்த மாஸ்கை கொஞ்சம் சரி செய்துகொண்டார் மருத்துவர். கதவைச் சாத்தச் சொல்லி கையால் சைகை காட்டினார். சமையல் அறை வாசலில் நின்று அப்பாவை பார்த்து நின்ற அம்மாவைக் கதிரையில் இருக்கச் சொன்னான் வாசன். பிறகு போய் கதவை சாத்தினான். அப்பாவின் உடலில் இருந்து வந்த ஒரு குழாய் இணைப்பைத் துண்டித்து ஒரு பெரிய ஊசியை அதில் பொருத்தி மருந்தை உள் இழுப்பது போல இரத்தத்தை இழுத்தார் மருத்துவர். அப்பாவின் உடல் நடுங்கியது. உயிர் குலுங்கிய நடுக்கத்துடன் ஜன்னலையும் மூடி கண்ணாடியில் அழுத்திக்கொண்டு நின்றான் வாசன். வெள்ளைச் சட்டையின் நிழல் புகையாக மருத்துவரின் அசைவுகள் தெரிந்தன.

“அவரை, அவருக்கு எதுவும் தேவையில்ல. கட்டாயமா எதுவும் செய்ய வேண்டாம்” என்றபடியே அப்பாவின் கையில் இருந்த நீர்ச்சத்து உடலுக்குப் போகும் குழாயையும் மருத்துவர் அறிவழகன் நீக்கியிருந்தார். அவர் கையில் இருந்து கழற்றிப் போட்ட கிளவுஸ் மற்றும் இரத்தம் படிந்த பஞ்சுகளுடன்

அந்தக் குழாயையும் ஒரு பையில் கட்டிக்கொண்டு போய் நர்ஸே குப்பைக்கூடையில் போட்டார். அவரைத் தொடர்ந்து போன மருத்துவரும் கையை வாளியில் இருந்த சுடுதண்ணீரைக் கொண்டு கழுவினார்.

“சுடுதண்ணி காணுமா” என்று பார்த்துக்கொண்டு நின்ற அம்மாவைப் பார்த்து..

“நல்லா பார்த்திருக்கிறீங்க. குடுத்து வச்சவர்” என்றார்.

நீண்ட மவுனம், அம்மா நெஞ்சில் கையைக் குவித்திருந்தார். அப்பாவின் அறை மின்விளக்கை அணைத்துவிட்டு..

“ஜன்னல நல்லா திறந்து விடுங்க” என்றார் மருத்துவர்.

அப்படியும் காற்று அந்த வீட்டுக்கு வர வழிகள் இல்லை. சூரியஒளியே இல்லாத வீட்டில் காற்று வருமோ தெரியவில்லை.

40

வீடு அமைதியாகி இருந்தது. அம்மா கோலம் கூட போடவில்லை. வாசன்தான் ஒரு வாளி தண்ணீரைக் கொண்டு வந்து வாசல் படியில் இருந்து கேற் வரை ஊற்றி விளக்குமாறால் தட்டிவிட்டான். சமைக்க விருப்பம் இல்லை என்பதை விட.. அம்மாவை அப்படி விட வாசனுக்கு தான் விருப்பம் இல்லை. இரவில் நித்திரை கொள்ளக்கூடாது என்று நீண்ட நேரம் விழித்திருப்பான். கணக்கில்லை... பதினொரு மணி பன்னிரண்டு மணி என்று கண் அயரும்போது படுப்பதுதான் நித்திரை. எப்போதும் அப்பாவின் அறையில் மின்விளக்கு எரிந்துகொண்டே இருந்தது. வாசன் கண் விழிக்கும்போதெல்லாம் அம்மா விழித்திருப்பதையே பார்த்தான். சிலநேரம் “பகல் நித்திரை கொண்டது அதுதான் இப்ப நித்திரை வரேல்ல தம்பி” என்று கேட்காமலே சொல்லுவாள். அவனுக்குத் தெரியும் பகலும் நித்திரை கொள்ளவில்லை.

காலையில் அம்மா அப்பாவுக்கு திருநீறு பூசிவிட்டு.. “ஓம்” என்று தொடங்கும் ஏதோ தேவாரத்தை அப்பாவுக்கு பக்கத்தில் இருந்து படிப்பாள். “ஓம் சொல்லுங்க..” என்று அப்பாவிடமும் இடைக்கிட சொல்லுவாள். அப்பா மின்விசிறியையே பார்த்திருப்பார். இல்லை கண்மூடி இருப்பார். அப்பா கட்டிலோடு கிடையாகக் கிடக்கத் தொடங்கியது முதல் அம்மா இப்படி சொல்லுவதும் தொடங்கிவிட்டது. அப்பா எப்போதாவது “ஓம்..” என்று மட்டும் சில தடவை சொல்லுவார்.

தொடர்ந்து தேவார வரி அவருக்குச் சொல்ல வராது. அவருக்கும் சேர்த்து அம்மாவே சொல்லுவாள். திரும்பவும் “ஓம் சொல்லுங்க..” என்று தொடங்கி வைப்பாள். மறுபடியும் “ஓம்..” மட்டும் சில தடவை சொல்லுவார். அம்மாவும் தொடர்ந்து தேவாரத்தை சொல்லிக் கொண்டே இருப்பாள். இப்போது அம்மா சொல்லுவது மட்டும்தான் கேட்டது. அப்பாவின் உதடு கூட அசையவில்லை. அம்மா ஏதாவது யோசித்துவிடுவாளோ என்ற பயமும் வாசனுக்கு கொஞ்சம் இருந்தது. அதனால் வீட்டைவிட்டு வெளியே போவதையே அடியோடு நிறுத்தி இருந்தான்.

கமல் ஊருக்குப் போனபோது மட்டும் எட்டிப் பார்த்துவிட்டு வந்தான். கமல் கட்டிப்பிடித்து கொஞ்சப் பார்த்தான். ஆனாலும் கொஞ்சவில்லை. இருவருக்கும் சிரிப்பு வந்தது. கமலை பிரிவது அவனது மேல்வீட்டு மாறனுக்குத்தான் பெரிய சோகமாக இருந்தது. கமலுக்கு குடிக்க மட்டும் இல்லாமல் சில மாதமாக எல்லாவற்றுக்கும் மாறன்தான் கூட்டாளியாகி இருந்தான். அந்தத் தெருவில் இரண்டு பெட்டைகளை இவர்கள் துரத்தி திரிவதாகக் கதை ஒன்றும் பரவி இருந்தது. கமல் அமெரிக்கன் டொலர் ஒன்றை நினைவுப் பரிசாக மாறனுக்குக் கொடுத்தான். அவனின் மேல் வீட்டில் இருந்த பெடியங்கள் எல்லோருக்கும் ஏதாவது கொடுத்துவிட்டுத்தான் போனான்.

“அம்மாவைப் பார்க்க தானடா போற” என்று வாசன் தட்டிக்கொடுத்தான்.

அதற்குதான் அவன் சோகமான முகத்தைக் காட்டினான். எல்லோரும் காரில் கமலுடன் போக இருந்தார்கள். வாசன் தன் நிலைமையை சொல்லிவிட்டான். கமல் கொஞ்சநேரம் பேசாமல் நின்றுவிட்டு...

“ஒக்கே சே” என்று விடைகொடுத்தான்.

“ஏதாவது என்றால் கூப்பிடுங்க” என்று சொல்லிவிட்டு பெடியங்கள் எல்லோரும் கமலை காருக்கு தள்ளிக்கொண்டு போனார்கள்.

41

வாசல் கதவு திறந்திருந்தது. வாசனின் நித்திரைப் பாயில் தலைப்பக்கம் மெல்லிய குளிர்காற்று பட்டது. தொலைக்காட்சியில் சாமி எல்லாம் ஊஞ்சலாடி ஓய்ந்திருக்க வேண்டும். செய்திகள் ஊமையாகப் போய்க்கொண்டிருந்தது. அப்பாவின் அறையில் வெளிச்சம் இல்லை. அம்மாவின் கால்தான் கொஞ்சம் ஈரத்துடன் வாசலில் இருந்து சமையலறைப் பக்கம் போனது. இந்த வீட்டில் சமயலறைக்கு உள்ளே கொஞ்சம் தள்ளித்தான் சாமி படம் வைக்க ஒரு தட்டு இருந்தது. உள்ளே இப்போதுதான் விளக்கேற்றி இருக்க வேண்டும். ஊதுபத்தி வாசனை வரவில்லை. எழும்பி அப்பாவின் அறை மின்விளக்கைப் போட்டான். குனிந்து அப்பாவின் மூத்திரப்பையை பார்த்தான். சில துளிகள் மட்டும்தான் இருந்தன. இரத்தம் கூட இல்லாத நீர் போல இருந்தது. திருநீற்றுடன் வந்த அம்மா நெற்றி நிறைய அப்பாவுக்கு பூசிவிட்டாள். அப்பாவின் தலை அசைந்தது போல வாசனுக்குப் பட்டது. பார்த்துக்கொண்டே நின்றான்.

"லையிட்டை போடாத... மனுசன் நிப்பாட்ட சொன்ன மாதிரியே இருக்கு" என்றாள் அம்மா.

குளித்துவிட்டு சாமி படத்தை எட்டிப் பார்த்தான். அம்மா திருநீறு பூசி விட்டால் தடுப்பதில்லை. அம்மா பூசி விடவும்

இல்லை. ஏமாற்றமாகவே இருந்தது. அப்பாவுக்கு அருகில் போய் பார்த்தான். அம்மா கொஞ்சம் தண்ணீரைக் கரண்டியால் வாயில் விடப் பார்த்தாள். அது கடைவாயில் ஓட, உடனே சின்ன மஞ்சள் துண்டால் துடைத்தாள். அப்பாவின் கண்ணை வாசன் குனிந்து பார்த்தான். நேரே மின்விசிறிக்குப் போவது போலவேதான் இப்போதும் இருந்தது. குனிந்து முகத்தைப் பார்த்தான். பார்வையில் படுவது போலவே இல்லை. வலது கண்ணின் அருகில் பெருவிரலை வைத்து கொஞ்சம் அழுத்திக்கொண்டு முகத்தை இன்னும் கொஞ்சம் இடதுபக்கம் கொண்டு போனான். அப்பாவின் முகத்தசைகள் அசைந்தன. உதடுகள் குவிந்தது போலிருந்தது. அப்பா சிரிப்பது போலவும் இருந்தது. அப்பாவின் சிரிப்பு எப்போதும் அவ்வளவுதான் இருந்திருக்கிறது. கட்டிலில் கூடவே கொஞ்சநேரம் இருந்தான். மனதுக்கும் என்னமோ மருத்துவரை அழைக்க வேண்டும் போல இருந்தது.

அவர் வரும்போதே மணி பன்னிரண்டு ஆகி இருந்தது. அப்பாவுக்கு சிலநேரம் காய்ச்சுவது போல குறுணி அரிசியில் அம்மா கஞ்சி காய்ச்சி இருந்தாள். அதைத்தான் இருவரும் குடித்திருந்தார்கள். மருத்துவர் அறிவழகன் வெள்ளை கோர்ட் போடவில்லை. சதாரண நீல சர்ட்டில் வந்திருந்தார். ஒரு பெட்டி மட்டும் புதிதாகக் கூட கொண்டு வந்திருந்தார். சப்பாத்து போட்டபடி வந்தவர் வாசலில் சப்பாத்தை கழற்றிவிட்டுக் கொண்டு அப்பாவின் அறையில் நுழைந்தார். ஸ்டூலில் இருந்த அம்மா எழும்பி இடம் விட்டு ஜன்னலோரம் நின்றுகொண்டாள். அவளது நரைமுடி அசையும் அளவுக்கு ஜன்னலில் ஏதோ காற்று வந்து கொண்டுதான் இருந்தது.

“யூரின் பாக் ரிமூவ் பண்ணிடுவோம்” என்று சொல்லிக்கொண்டே பெட்டியில் இருந்த க்ளவுஸை எடுத்துப் போட்டுக்கொண்டார் அறிவழகன். அவர் அம்மாவைத் திரும்பிப் பார்க்க அவள் வெளியே வந்து கேற்றடியில் போய் நின்றுகொண்டாள். வாசன் கொஞ்சநேரம் அம்மாவைப் பார்த்துக்கொண்டு நின்றுவிட்டு அறைக்குள் போனான். மருத்துவர் உறுப்பில்

இருந்து குழாய்களைக் கழற்றிக்கொண்டு இருந்தார். குழாய்களின் முனைகளில் இரத்த அடையாளங்கள் இருந்தன. குழாயிலும் சில இரத்த உறைவுகள் இருந்தது. தற்செயலாகத் தலையைத் திருப்பிய வாசன்அம்மா ஜன்னலில் நிற்பதை கண்டான். அவன் எதுவும் சொல்லவில்லை. மருத்துவருடன் அறையைவிட்டு வெளியே வந்தான்.

"இந்திரனிட்ட சொல்லி விடுறேன். சொந்தக்காரங்க.. பாருங்க" என்று அவர் சொல்லிக்கொண்டே ஜன்னலோடு நின்ற அம்மாவின் பக்கம் திரும்பினார்.

அவள் உள்ளே வந்து வேகமாக அப்பாவின் அருகில் போய் ஸ்டூலை இழுத்துப் போட்டு இருந்துகொண்டாள். அப்பாவின் நெற்றியில் அவள் வலது கை அழுத்தமாக இருந்தது.

இந்திரன் ஒரு நர்ஸ்சுடன் வந்தார். அதற்குள் மாறனின் நண்பர்கள் இருவர் வந்து சேர்ந்திருந்தனர். அவர்கள் வாசலில் நின்றுகொண்டே நிற்பதைப் பார்த்துக்கொண்டு இந்திரன் உள்ளே போனார். பின்னால் போன நர்ஸ் அம்மாவைப் பார்க்க அவள் எழுந்துகொண்டாள்.

"நீங்க இருக்கம்மா" என்று இந்திரன் தோளில் அழுத்தினார்.

நர்ஸ் கையைப் பிடித்து பார்க்கவே இந்திரன் நெற்றியில் வலது கையை கொடுத்து தலையைத் தாங்கி குனிந்துகொண்டார். அவசரமாக மருத்துவரிடம் கைபேசியில் பேசிக்கொண்டே தெருவில் இறங்கி நின்றார்.

"வாசன்... நான் எல்லாம் சொல்லிவிடுறேன். ஐஸ்பெட்டி வரும். நான் டெத் சர்ட்ஃபிகெட் எல்லம் சரியா செய்யணும்" என்று அவர் சொன்னது எதுவும் அவன் காதுகளில் விழவில்லை.

அறைக்குள் இருந்து அம்மாவை வெளியே கூட்டிக்கொண்டு வந்தான். அவனும் நண்பர்கள் இருவரும் அறைக்குள் நின்றார்கள். வேனில் ஐஸ்பெட்டி வந்தது. வந்தவருக்கு நாற்பது வயதிருக்கும். எல்லாம் சொல்லித் தந்தார். அப்பாவின்

வெள்ளை வேட்டிகள் இரண்டை மடித்து கீழ் மேலாக எடுத்து சரியாக்கினார். அப்பாவின் ஒரு கால் மட்டும் நேராகாமல் இருந்தது. அவர் அந்தக் காலில் கை வைக்கப் போக...

“அவருக்கு... இல்லை தொட வேண்டாம்” என்று வாசனே அந்தக் காலில் கையை வைத்து மெதுவாகத் தடவினான்.

வெளியே வந்து அண்ணனுக்கு போன் அடித்தான். அவருக்கு மட்டும்தான் அழைத்தான். சென்னையில் யாருக்கு சொல்வதென்று தெரியவில்லை. சிலரைத் தெரியும் என்றாலும் அப்போது ஏனோ சொல்லத்தோன்றவில்லை. துவாரகனுக்கு அழைத்துச் சொன்னான். “வந்து சேர்ந்துவிடுவேன்” என்று மட்டும் சொன்னான் துவாரகன். அவன் வேறெதுவும் பேசாமல் இருந்தான். வாசனேதான் இணைப்பைத் துண்டித்தான். யாரும் இல்லாதது போல திடீரென்று தன்னைச் சுற்றிப் பார்த்துக்கொண்டான். வந்த இருவருக்கும் நன்றி சொல்லித் திருப்பி அனுப்பிவிட்டான். அவர்கள் காலையில் வருவதாக சொல்லிவிட்டுத்தான் போயிருந்தார்கள். இங்கு இப்போது யாராவது வருவார்களா என்று அவர்களுக்கும் தெரியாது. இந்திரன் அழைத்து ஆறுதல் சொல்லிக்கொண்டிருந்தார். அவர் யாருடனும் அதிகம் பேசமாட்டார் என்று சொல்ல கேட்டிருக்கிறான் வாசன். அவர் தான் நிறையப் பேசினார். லண்டனில் இருந்து அண்ணன் “வரவா?” என்றுதான் கேட்டான். அவன் விசாவாங்கி வந்து சேர்ந்து என்று யோசிப்பதற்குள்.. “காலையில் காசு வரும். உடன தருவாங்கள்” என்று என்னென்னமோ சொல்லிக்கொண்டே இருந்தான். வழமைக்கு அதிகமான பதற்றம் அவன் குரலில் இருந்தது. அவனின் பதற்றத்தை.. “குடிகார குரல்” என்று அம்மா சொல்லி இருக்கிறாள்.

அவன் அவளிடம் போனில் பேசிவிட்டு வைக்கும்போது சிலநேரம் அவளாகவே அப்படிச் சொல்லுவாள்.கைபேசியில் வந்த அழைப்புகள் எல்லாம் அன்னிய தேசங்களில் இருந்துதான் வந்தன. எல்லாக் குரலும்...

“நான் கட்டாயம் வருவன்”

“நான் வரட்டுமா அப்பன்”

“நான் வாறன் என்ன”

விதவிதமான வருகைகள். இப்போது யாரும் வர முடியாது என்பதுதான் உண்மை. காசு வரும் என்பது அதைவிட பெரிய உண்மை.

ஒருநாள் சோதிடர் ஒருவரை அம்மா பார்த்தபோது அவர் “தம்பி வாசன் வெளிநாட்டுக்கு போவான்” என்று அடித்துச் சொன்னார்.

“அவன் வெளிநாட்டிலதான் இருக்கிறான். இந்தியாவும் வெளிநாடுதானே” என்று அப்பா அம்மாவுக்குக் கேட்கும்படி சொன்னது வாசனுக்கு ஞாபகம் வந்தது இப்போது. அப்பாவின் கடைசி சிரிப்பை வாசன்தான் பார்த்திருந்தான் வலியுடன். தன்னை விட்டுவிட்டு வெளிநாடு போகாத வாசனைப் பார்த்து அப்பா சிரித்தாரோ தெரியவில்லை. அப்பாவுக்கும் அந்த சோதிடர் ஞாபகம் இருந்திருக்கலாம்.

42

மணி ஒன்பது இருக்கும். இருட்டு முழுமையாக சூழ்ந்த உணர்வு அவனுக்கு இன்னும் வரவில்லை. ஆயினும் துக்கம் ஆழ சூழ்ந்து நின்றது. வெய்யில் காலம்முடிவுக்கு வருகின்ற காலம் இன்னும் ஒருவித புழுக்கத்தைத் தந்தபடி இருந்தது. கைபேசியில் யாருக்கு எல்லாம் தகவல் சொல்ல வெண்டும் என்று திட்டவட்டமாகத் தெரியவில்லை. அம்மாவை அப்போதுதான் போய் நித்திரை கொள்ளச் சொல்லி அனுப்பி இருந்தான். அம்மா தூங்கினாளோ தெரியவில்லை. கண்ணை மூடி படுத்து இருப்பது ஜன்னலின் வழியே பர்த்தாலே அவனுக்குத் தெரிந்தது. உடனேயே போய் எழுப்ப மனம் வரவில்லை. ஈசனைத் திரும்பிப் பார்த்து, "போய் ஏதாவது சாப்பிட்டு வா" என்றான்.

"இல்லை... பசியில்லை... என்ன அவசரம்" ஈசனின் பதில் கூட அவனுக்கு ஆறுதலாகத்தான் இருந்தது.

மனிதர்களுக்கு பசியில்லை என்பதும் பெரிய ஆறுதல்தான். அவன் அவ்வளவு பொறுமைசாலி இல்லை என்று பொதுவாகச் சொல்வார்கள். வாசன் மட்டும் பொறுமைசாலியா என்ன? கையில் சூடாகிக் கொண்டிருந்த கைபேசியில் எல்லோர் பெயரும் கருகிக் கிடந்தன. கைபேசியின் ஒளியில் கருப்பு எழுத்துக்கள் அவ்வளவு துல்லியமாகத் தெரிந்தன. யாரையாவது

அழைக்கலாம். யாரும் கூப்பிடும் தூரத்திலோ அழுகையைத் தடுக்கும் நிலையிலோ அங்கு இல்லை. அவனும் ஏனோ அப்போதுவரை அழவில்லை. இங்கு எல்லோரும் ஒன்பது மணிக்கே தூங்கிவிடுவார்களா என்ன? இருந்தாலும் இந்த ராத்திரியில் யாரை அழைப்பது. அழைத்தாலும். ‘சரி தம்பி காலையில் வருகிறேன். ஓ அப்பாவா. வந்திடுறன் தம்பி’ இந்த வார்த்தைகள்தான் கிடைக்கும். அதில் என்ன அவசரம்.

விறாந்தையைத் திரும்பிப் பார்த்தான். அப்பா கண்ணாடிப் பெட்டியில் மூச்சை அடக்கி மிக அமைதியாகக் கிடந்தார். மாலையில் கட்டுண்டு கிடந்த எந்த ரோஜாவின் வர்ணமும் அவனைக் கவனிக்க வைக்கவில்லை. தலையை வாசலுக்குத் திருப்பியபோது ஈசன் அவன் முகத்தையே பார்த்தான். ஒருமாதிரி தான் இருந்தது வாசனுக்கு. திரும்பவும் ஈசனைப் பார்த்து “எதுக்கும் சாப்பிட்டு வந்து இரும்” என்றான். அவன் உடனேயே எழும்பியது இப்போது கொஞ்சம் ஏமாற்றமாக இருந்தது. அவன் சொல்ல வந்ததைச் சொல்லாமல் தான் எழும்பி நின்றது போலத்தான் இருந்தது அவன் முகம். சட்டைப் பையில் இருந்து நூறு ரூபாயை எடுத்து நீட்டினான் வாசன். “இல்லை, இருக்கு.. உனக்கு என்ன வாங்க?” என்றபடி வாசனின் முகத்தையே கொஞ்சநேரம் பார்த்துவிட்டு தலையைக் குனிந்துகொண்டான்.

“கெரியா வா. எனக்கு ஒரு ஸ்பிறையிற் மட்டும் காணும். வாய் ஒருமாதிரி இருக்கிறது” என்றான் வாசன்.

ஈசன் வேறேதும் பேசவில்லை, கேற்றை திறந்து சத்தம் வராமல் சாத்தி கொண்டியை போட்டுவிட்டு போய் பைக்கை ஸ்ராட் செய்தான். கொஞ்சம் புகை வாசல்வரை வந்து அவனிடமே திரும்பிப் போனது. வாசன் எழும்பிப் போய் தெருவைப் பார்த்தான். சில வீடுகளில் விளக்கு எரிந்தாலும் பெரும்பாலும் எல்லோரும் உறங்கத் தயாராகி சீரியல்களில் மூழ்கி இருப்பதாகத் தெரிந்தது. அந்தத் தெருவின் நான்கு சாலை விளக்கு கம்பங்களில் மூன்று எரிந்தது. அதில் அவன் வீட்டு வாசலில் நின்ற

மின்கம்பமும் ஒன்று. ஏதோ ஒரு வீட்டின் தொலைக்காட்சியில் நாடகத்தின் சத்தம் அதிகமாகவே கேட்டது. “அப்பா எங்களை எல்லாம் விட்டு போயிட்டீங்களே” என்று யாரோ ஒரு பெண் கதறி அழுதாள். அந்தச் சத்தம் அம்மாவை எழுப்பிவிடவில்லை. ஜன்னலால் எட்டிப் பார்த்தான் அம்மாவின் கண்கள் மூடியே இருந்தது. அப்பாவும் அம்மாவும் ஒரே மௌனத்தில் ஆழ்ந்திருந்த இரவது. கடைசி இரவு. சாவின் வெறுமையை இருள் வீதியில் பார்த்தபடி வெறித்திருந்தான்.

43

இருள் விலகாமலே விடிந்திருந்தது. வாசன் கதிரையிலே சாய்ந்திருந்தான். ஈசனும் கண்ணை மூடித்தான் இருந்தான். உடல்கள் விழித்திருந்தன. ஏதோ கண்ணில் நிழல்போல தட்டுப்பட கண்ணை கசக்கிக்கொண்டு பார்த்தான். அம்மா தான் விளக்கில் எண்ணை ஊற்றிக்கொண்டு இருந்தாள். பல மாதங்களாக இந்த நேரம் அவள் தினமும் விழித்துத்தான் இருந்திருக்கிறாள். ஒருவேளை அப்பாவுக்கு தண்ணீர்கொடுத்துக்கொண்டு இருந்திருப்பாள் அல்லது திருநீறு பூசிவிட்டு தேவாரம் படித்துக் கொண்டிருப்பாள். எப்போதும் அவள் பார்வை மனுசனில்தான் இருக்கும்.

துவாரகன் தான் கொஞ்சம் வெளிச்சம் வர வந்தான். பூ மாலை ஒன்றும் கையில் இருந்தது. முகத்தில் எதையும் காட்டாமல் செருப்பை வாசலில் கழற்றிவிட்டு நேரே உள்ளேபோனான். அம்மாவைப் பார்த்துவிட்டு திரும்பி மாலையை ஐஸ்பெட்டிக்கு மேல் வைத்தான். ஈசன் எழும்பி எதுவும் சொல்லாமல் கையை குலுக்கிவிட்டு கதிரையில் இருக்க கையைக் கட்டினான். அவன் இருக்கவில்லை. தெருவில் போய் கேற்றைப் பிடித்துக்கொண்டு நின்றான். கேற்றைத் திறந்துவிட்டு சோனி எரிக்சனை அவசரமாகக் கையில் எடுத்தான். அவனைப் பார்த்ததும்தான் வாசனுக்கு அவனது சோனிஎரிக்சன் ஞாபகம் வந்தது. இரவு சார்ஜ் போட வைத்த பிறகு எடுக்கவே இல்லை. சைலண்ட்டில்

போட்டிருந்தான். யாராவது இரவிரவாக அழைத்தது அவனுக்கு ஏனோ சலிப்பைத் தந்திருந்தது. சோனி எரிக்சனில் நாலைந்து அழைப்புகளில் ஒன்று இந்திரன். மற்றபடி சில உள்ளூர் அழைப்புகளும் இருந்தன். ஒரு நம்பர் ஒரு ரூபாய் காயின் அழைப்பு. அதுவும் ஒருமணி நேரம் முன்புதான் வந்திருந்தது.

கே.கே.நகரில் இருக்கும் ஓர் அம்மா வந்திருந்தார். அவரைத் தொடர்ந்து வளசரவாக்கத்தில் இருந்து ஒரு வயசான அம்மா வந்திருந்தார். இவர்கள் எல்லாம் ஊர்க்காரர்கள். ஏதாவது ஒரு வகையில் சொந்தகாரர்கள்தான். வயசான அம்மாவின் மனுசனும் நோயாளிதான். அவரை விட்டுவிட்டு வந்திருந்தார். இன்னொரு அம்மா மனுசனுடன் மடிப்பாக்கத்தில் இருந்து வந்திருந்தார்கள். அம்மா எப்போதோ ஒருமுறை சொல்லி இருந்தாள் மடிப்பாக்கத்தில் ஒரு சொந்தக்காரர் இருக்கிறார்கள் என்று. வாசன் பார்த்ததே இல்லை. இந்தப் பக்கம் அவர்கள் வந்ததும் இல்லை. வந்தவர்களின் பிள்ளைகள் வெளிநாடுகளில் இருந்து சொன்னதாகவே வந்த உடன் அம்மாவை கட்டிக் கொஞ்சி சொன்னார்கள். பலரையும் மோகன் ஆட்டோவில் கொண்டு வந்து இறக்கினார் வாசலில் புதிதாக ஒருவர் வரும்போது ஓர் அழுகைச் சத்தம் கேட்கும். அதுவும் திடீரென்று நின்றுவிடும். வாசன் அப்பாவை விட அம்மாவையே அடிக்கடி பார்த்துக்கொண்டான். அவள் நிதானத்தில் இருந்தாள். கண் கலங்கினாலும் கை இரண்டும் விரல் கோர்வையாக அப்படியே இருந்தது. அப்பாவின் அறைக்கதவுச் சுவரோடு முதுகு வளைய கால் நீட்டி இருந்தாள். அம்மா கீழே இருந்தால் எழும்பக் கஷ்டப்படுவாள். அவளுக்கும் அவளது கால்களில் நிறைய பிரச்சனைகள் இருந்தன.

கொழும்பில் இருந்தும் ஊரில் இருந்தும் கூட அழைப்புகள் வந்தன. அம்மாவைத்தான் எல்லோரும் கேட்டார்கள். அம்மா பேச விரும்பவில்லை என்பது பார்வையிலேயே தெரிந்தது. சிலர் “மனிசீர குரல கேக்காம” என்று கோபத்துடனும் இணைப்பைத் துண்டித்தார்கள். துவாரகனிடம் ஒரு கட்டுக் காசை வாசன்கொடுத்திருந்தான். ஈசன்தான் எல்லாவற்றையும் இழுத்துப் போட்டு செய்துகொண்டிருந்தான். இந்திரன்

மருத்துவரின் டெத் சர்ட்ஃபிகேட்டை கையோடு கொண்டு வந்திருந்தார். கையைக் கட்டிக்கொண்டு நின்றாலும் ஈசனுக்கு உதவிக்கு அவரும் ஓடி ஓடிப் போனார். நெசப்பாக்கம் சுடலையில் வேலை நடக்க ஓர் ஆள் பிடிக்க வேண்டி இருந்தது. என்ன நினைத்தானோ ஈசன் அவசரமாக "இரு வாறன்" என்று வாசனிடம் சொல்லிவிட்டு பைக்கில் தெருவை விட்டு மறைந்தான். நண்பர்கள் சொந்தங்கள் என்று பத்து பேருக்கு மேல் கூடி இருந்தார்கள். முன்வீட்டிலும் அக்கம்பக்கத்திலும் தங்கள் கேற்றுகளில் நின்று பார்த்தார்கள். ஒருசில ஆண்கள் மட்டும் தெருவில் இறங்கி வந்து கேற்றில் நின்று பார்த்துவிட்டு போனார்கள். யாரும் கேற்றைத் தாண்டி உள்ளே வரவில்லை.

ஈசன் வரும்போது அந்தத் தெருவே எட்டிப் பார்த்தது. பலரும் வெளியே வந்து நின்றார்கள். தீசனின் பைக்கில் சிவசிதம்பரம் இருந்தார். அவர் வந்து இறங்கி தெருவில் நடந்தபோது கூடவே இருபதுக்கும் மேலான கால்களை அங்கு காண முடிந்தது. பல முகங்களை வாசனுக்கு ஞாபகமில்லை என்றாலும் ஈசனின் பைக்கின் பின்சீட்டில் கண்ட முகங்கள்தான் என்று ஓரளவு தெரிந்தது. கேற்றுக்கு வெளியிலேயே செருப்பைக்கழற்றி விட்டார் சிவசிதம்பரம். "நையிட்டே சொல்லி விட்டிருந்தா..." என்றபடி உள்ளே போனார். வீட்டின் முன் ஒரு சின்ன கூட்டமே கூடி இருந்தது. சிவசிதம்பரம் அந்த வீட்டுக்கு வந்திருப்பதுஅங்கு சிலருக்கு பெரிய செய்தியானது. அவர் வந்தவுடன் கொஞ்சம் கெட்ட வார்த்தைகளும் விழுந்தன. ஈசனிடம்தான் அதையும் கொட்டினார்.

"உதயா... போய் தென்னோல வெட்டிக் கொண்டு வா. அப்பிடியே அங்க சொல்லு"

ஏதேதோ சொன்னார். இப்போது வெள்ளைச் சட்டையின் பாதி தெறி திறந்து கிடந்தது. வேட்டியும் முழங்காலுக்கு ஏறி இருந்தது.

மழை தூறத் தொடங்கும்போது தென்னை ஓலையில் உடல் கிடத்தப்பட்டது. வாசனை தலையில் தண்ணீர் ஊற்றி வரச்சொல்லி திருநீறை அள்ளி நெற்றி நிறையப் பூசிவிட்டார்கள்.

மழை கொட்டத் தொடங்கியது. அம்மாவின் சீலையைக் கேட்டு வாங்கிப் அப்பாவின் மேல் போட்டார்கள். எல்லாம் சிவசிதம்பரத்தின் சொல்லுக்கு நடந்துகொண்டிருந்தது. அவர் அவருக்கு தெரிந்த முறைகள் போல எல்லாம் செய்துகொண்டிருந்தார். சங்கு ஊதி சேமக்கலனை ஒருத்தன் அவ்வப்போது தட்டினான். எல்லோரும் நனைந்துகொண்டு நின்றார்கள். சிலர் தலையில் சீலைத் தலைப்புகள். அது பெரும்மழை. மண்ணில் விழுந்த துளிகள் அப்பாவின் உடலிலும் மண்ணோடு தெறித்தன.

வேனில் உடலை ஏற்றிக்கொண்டு போகப்போக மழை அதிகரித்தபடியே இருந்து. வேனின் முன்சீட்டில் இருந்தபடி கொள்ளிச்சட்டியை வெளியே பிடித்திருந்தான் வாசன். ஈசனின் பைக் வேனுக்கு முன்னால் போய்க்கொண்டு இருந்தது. அதில் பூக்களை தூவிக்கொண்டு துவாரகன் இருந்தான். இந்திரனின் பைக் வேனுக்குப் பின்னால் வந்துகொண்டிருந்தது. அதில் இருந்த யாரோ ஒருவரும் பூக்களை வேனுக்கு மேலால் வீசிக்கொண்டு வந்தார். நண்பர்கள் தவிர்த்து யார் என்றே வாசனுக்குத் தெரியாத பலரும் கூட்டமாக பின்னும் முன்னும் போய்க்கொண்டிருந்தார்கள். கடைசியில் ஐம்பதுக்கும் மேலானவர்கள் முன்னும் பின்னுமாக சூழ்ந்து போக வாசன் வேனில் இருந்து பார்த்துக்கொண்டே போனான். முக்கிய வீதிக்கு வந்ததும் வாகன நெருக்கடியானது. பலரும் கலைந்து கலைந்து சுடலையை நோக்கிப் போனார்கள். சுடலையை நெருங்க நெருங்க மறுபடியும் ஆட்கள் கூடியது போல இருந்தது.

உள்ளே போனபோது சிவசிதம்பரம் வாசனுக்கு முன்னே போனார். அங்கிருந்த ஊழியர்கள் எல்லாம் அவரைக் கண்டதும் ஓடி வந்து ஒரு சலாம் போட்டார்கள். உடலை தூக்கியபடியே போனவர்களை ஒரு கல்லுக்கு முன் நிறுத்தி கற்பூரம் கொளுத்த சொன்னார் வாசனை. மழை இன்னும் கொட்டிக்கொண்டே இருந்தது. வாசன் நான்கைந்து குச்சிகளைத் தேய்த்து ஒருவாறாகத் கொளுத்திக் கும்பிட்டான். தகன மேடையில் அவன் அப்பாவின் உடலைக் கிடத்தி அவர் மேல் இருந்த அம்மாவின் தாலியை எடுத்து துவாரகனிடம் கொடுத்தார்கள். ஒவ்வொருவராக

சுற்றி வந்து கும்பிட்டு வாய்க்கரிசி போட்டார்கள். வாசன் முகம் இறுகி இருந்தாலும் அழவில்லை. கண்கள் நிரம்பி தளம் தட்டிக்கொண்டு நின்றது. அப்பாவின் உடலில் கால்மூட்டு மட்டும் உயரவே இருந்தது. அங்கு வேலை செய்கிறவன் மரக் கட்டைகளை அடுக்கி காலை கொஞ்சம் அழுத்தியபோது "யோவ்.." என்று கத்திவிட்டான் வாசன். அவர் அரண்டு தள்ளிப்போய் நின்றுவிட்டார். துவாரகன் ஓடிப்போய் அவர் காதில் ஏதோ சொன்னான். அவர் மறுபடியும் வந்து மரக் கட்டைகளை மெதுவாக அடுக்கி வைத்தார்.

மழையில் நனைந்திருந்த வாசனின் நெற்றியில் இருந்து திருநீறு கரைந்து ஒழுகிக் கொண்டிருந்து. சிவசிதம்பரத்தின் நெற்றியிலும் மழையில் கரைந்து திருநீறு இல்லாமலே போயிருந்தது. எல்லோரின் தலையில் இருந்தும் ஈரம் சொட்டிக்கொண்டே இருந்தது. பெரிய ஆலமரம் ஒன்று இலைகள் குறைந்திருக்க பெரும் தடித்த சுருள் வேர்கள் தொங்க அந்தச் சுடலையை நிறைத்து நின்றது.

"எல்லாரும் பார்த்தாச்சா..?" என்று சிவசிதம்பரம்தான் சத்தமாகக் கேட்டார். அதை விடவும் ஒரு சத்தம்தான் கேட்டது. வாசன் அழத் தொடங்கி இருந்தான். முகம் பிழிவது போல உதடுகள் வெளித்தள்ளி சுருண்டன. குளிர் அடித்தது போல அவன் உடல் நடுங்கத் தொடங்கியது.

"அழக் கூடாதுடா" சிதம்பரம் குரல் அதிர்ந்து கேட்டது.

"மக்களைப் பாரு... மழையப் பாருடா.." என்றபடி அருகில் வந்து கையைப் பிடித்து இழுத்து அப்பாவுக்குப் பக்கத்தில் நிறுத்தினார். அவர் குரல் அப்பா சொன்னது போலும் இருந்தது. அனைவரும் திரும்பி நடந்து கொண்டிருந்தார்கள். உடல் நடுங்கினாலும் நிலம் புதைய நிமிர்ந்து நடந்தான் வாசன். விறகுக் கட்டைகள் ஜுவாலை விட்டு எரியும் சத்தத்துடன் அனல் காற்று வீச அந்த இடம் முழுவதும் பேரொளியால் நிரம்பியது.

44

மழைத்தண்ணீரால் தெருவெல்லாம் களிமண்ணாகிக் கிடந்தது. குண்டு குழிகளில் தேங்கியும் இருந்தது. வீடு கழுவிய தண்ணீரும் தெருவில்தான் வந்து சேர்ந்திருந்தது. அழுத கண்ணீரும் அதில்தான் கிடந்தது. சிமெண்ட் தரையில் இன்னும் ஈரப்பதம் இருந்தது. குத்து விளக்கருகில் வெள்ளி செம்பு நிறைய தண்ணீர் இருந்தது. செம்பிலும் தண்ணீரிலும் கூட ஒளி கிடந்து அசைந்தது. அப்பா பார்த்துக்கொண்டு கிடந்த மின்விசிறியைத்தான் வாசன் பார்த்துக்கொண்டு கிடந்தான். அப்பாவின் பச்சை இரும்பு தகரக் கட்டில் சுவரோடு ஒரு பக்கமாக சாய்த்து இருந்தது. அதில் சில இடங்களில் பச்சை இரும்பு உரிந்து கறள் தெரிந்தது. அப்பாவின் புது வேட்டி ஒன்றை அதில் போட்டிருந்தார்கள். அது மின்விசிறியின் வீச்சில் உயர உயர பறந்து போய் வந்து கொண்டு இருந்தது. பாயில் இருந்து தரையில் கை பட சில்லிட்டது. விறாந்தையில் சமையலறைச் சுவரோடு அம்மா படுத்திருந்தாள்.

கேற்றில் சத்தம் கேட்டு வாசன் அவசரமாகக் கதவைத் திறந்துகொண்டு வந்தான். மேலே வீட்டு உரிமையாளரின் மனைவி போயிருக்க வேண்டும். படிகளில் மேலிருந்து மின்விளக்கு வெளிச்சம் வந்திருந்தது. வாசன் படிக்கு வந்தபோது மேலே கதவு திறக்கும் சத்தமும் கேட்டது. வாசன் மேலே

பார்த்துக்கொண்டு யோசனையில் நின்றான். தெருவில் எந்த சனத்தின் சத்தமும் இல்லை. அப்போதுதான் வீட்டின் உரிமையாளர் கேற்றடிக்கு வந்திருந்தார். கையில் பால் பாக்கெட் ஒரு கண்ணாடிப் பையில் இருந்தது. வாசலில் இன்னும் ஈரம் அதிகமாக இருந்தது. வாசனின் கால்களில் ஈரம் குளிராக ஏறிக்கொண்டிருந்தது. அவர் அவனைப் பார்த்துக்கொண்டு முதல் படியிலேயே நின்றார். “அப்பா நேற்று இரவு இறந்திட்டார்” என்று வாசன் வார்த்தையை முடிக்க, முதல் படியில் இருந்து அவசரமாக கீழே காலை வைத்தார்.

“அச்சச்சோ... என்னப்பா இது. சரி விடப்பா எல்லாம்... அம்மா...” என்று இழுத்தார்.

“படுத்திருக்கிறா... வேற வழி இல்லாம இங்கையே வச்சு. சாரி சார்”

வாசனின் கைகள் இரண்டும் கல்லு கட்டிவிட்டது போல கீழே விழுந்தன. அசையக்கூட மறுத்து உடலில் துண்டித்த உறுப்பாகியது.

“ச்சா.. அதெல்லம் விடப்பா. எல்லாம் கடவுள்தான். அம்மாவைப் பார்த்துக் கொள்ளும்”

கொஞ்சநேரம் இருவரும் பார்த்திருந்தார்கள். மவுனம் நீடித்தது. “உள்ள போப்பா” என்று சொல்லிக்கொண்டு மேலே போனார். அவன் அவரையே பார்த்துக்கொண்டே இருந்தான். அவர் மாடி ஏறி மேலே மேலே போய்க்கொண்டு இருந்தார். அவர் நிழல் மறைந்த பிறகு இன்னும் ஒளி கூடி இருந்தது படிகளில்.

அம்மா மல்லாந்து படுத்திருந்தாள். முழு உடலும் தளர்ந்து கிடந்தது. எந்த அசைவும் இல்லாத நித்திரை. பல காலம் நிலத்தில் படாத கால்கள் சோர்ந்து கிடந்தன. இரத்தம் வற்றிய பாதம் சூம்பி வெளிறியது. கதவை சாத்திவிட்டு விறாந்தையில் இருந்த விளக்கை அணைத்தான் வாசன். திடுக்கிட்டு எழும்பினார்.. அப்பாவின் அரவம் கேட்டது போல.

“இல்ல தம்பி லையிட் இருக்கட்டும்” என்று சொல்லிவிட்டு சரிந்து படுத்தாள்.

வாசலில் நின்றே அப்பாவின் அறையை நிமிர்ந்து பார்த்தான். உள்ளே போய் அந்த அறையின் சுவர்களைத் தலையை நிமிர்த்திப் பார்த்தான். எவ்வளவு வெற்றிடம் கொண்ட அறை. அப்பா மட்டுமே அதை நிறைத்திருந்தார். மின்விளக்கை அணைத்துவிட்டு கால்களை நீட்டிப் படுத்தான். கால்நுனி கட்டிலில் பட என்னமோ மாதிரி இருந்து அவனுக்கு. உடலைக் குறுக்கிக்கொண்டு சுருண்டு படுத்தான்.

ஆறடி கூட தேவைப்படாத நிலமாக இருந்தது.

45

ஆலமரத்தில் இருந்து இன்னும் சில கனமான நீர்த்துளிகள் விழுந்து கொண்டிருந்தன. சில இலைகள் புதிதாக முளைத்தது போலவும் இருந்தது. ஒரு கிழவன் மட்டும் சுடலையின் மேடைப் படியருகில் இருந்து பீடி குடித்துக் கொண்டிருந்தான். அவன் வேட்டி கட்டாமலே இருந்திருக்கலாம். காக்கி நிற காற்சட்டைதான் தொடையை மறைத்திருந்தது. வாசனின் வேட்டியில் கொஞ்சம் சேறடித்திருந்து.

ஈசன் “என்னயா” என்று குரலை உயர்த்தித்தான் அவரின் கண்ணுக்குப் பார்வை வந்திருக்க வேண்டும். அவசரமாக சுடுசாம்பலைக் கிளறத் தொடங்கினார். அஸ்தி நிரம்பிய சிறிய மண்பானையை வெள்ளைத் துண்டொன்றில் வாங்கி கட்டிக் கொண்டார்கள். ஈசன் பைக்கை அங்கேயே விட்டுவிட்டு அவனைத் தேடி வந்திருந்த ஆட்டோவைக் கூப்பிட்டான். ஆட்டோவுக்குள் வாசன் முதலில் ஏற ஈசன் பின்னால் ஏறினான்.

ஆட்டோ போகப் போக மழை மறுபடியும் தூறல் எடுத்து. வேட்டியில் மழைச் சாரல் அடிக்க ஆட்டோவில் தொங்கிய ரப்பர் சீட்டை ஈசன் எடுத்துவிட்டான். அது மழையை மறைத்தாலும் சாரல் இன்னும் வெறும் கால்களில் விழுந்து

கொண்டுதான் இருந்தது. வாசனின் பாதங்கள் இன்னும் பரிசுத்தமாகிக் கொண்டிருந்து. எம்.ஜி.ஆர் நகர் பஸ் ஸ்டாண்டில் துவாரகன் ஏறிக்கொண்டான். அவன் வருவது வாசனுக்கு முன்னமே தெரிந்திருக்கவில்லை. நடுவில் துவாரகனை ஏற்றிவிட்டு தீசன் மறுபடியும் ஏறிக்கொண்டான். “பார்த்தாச்சா?” என்று ஆட்டோ புறப்படவே தீசன் துவாரகனைப் பார்த்து கேட்டான். அவன் பார்வை மட்டும் மழையில் விழுந்திருந்து. துவாரகன் எதுவும் சொல்லிக்கொள்ளவில்லை. வாசனும் ஆட்டோக்காரனின் தலையின் அசைவோடு முன்னே பார்வையில் போய்க்கொண்டு இருந்தான். மழை இன்னும் கொஞ்சம் அதிகரித்திருக்க வேண்டும். ஆட்டோவின் முன் கண்ணாடியில் மழை நீர் வழிந்தது. ஆட்டோவின் வேகம் குறைந்திருந்தது இப்போது.

ஈசன் ஒரு பெட்டிக்கடையில் கற்பூரமும் சிகரெட்டும் நெருப்புப் பெட்டியும் வாங்கினான். துவாரகன் இப்போது சகஜமாகி ஈசனுடன் பேசிக்கொண்டு வந்தான். ஆனாலும் அவன் முகத்தில் கனடாவுக்குப் போகும் சந்தோசம் கொஞ்சமும் இருக்கவில்லை. துவாரகன் அன்றைக்கு காலையிலும் கூட வர்சாவை பார்த்திருந்தான். அதுதான் அவனின் கவலையாகி இருந்தது. அவள் எதுவும் பேசிகொள்ளவில்லை. கொஞ்சமும் புரிந்து கொள்ளவும் இல்லை. துவாரகனால் கடைசிவரை அவளிடம் சொல்ல முடியாத கதைகள் நிறையவே இருந்தன. அவளுக்கு இவைகள் எல்லாம் ஒரு போதும் விளங்கப்போவதும் இல்லை. பழகிய பிறகு நீ இன்னும் சின்னப் பெண் என்று புத்தி சொல்வதை யாரால் தான் ஏற்றுக் கொள்ள முடியும். ஆனாலும் அவன் அதைத்தான் திரும்பத்திரும்ப அவளுக்கு விளங்க வைக்க முயன்று தோற்றுக் கொண்டிருந்தான். எல்லாம் என் பிழைதான் என்பதை அவன் மறைத்துக் கொள்ளவும் இல்லை. எல்லாம் அதன் போக்கில்போய் முடியட்டும் என்ற முடிவே கடைசியில் அவனால் எடுக்க முடிந்தது. இத்தனைக்கும் பிறகும் அவளைவிடவும் வடிவான பெண் இருக்க முடியாது என்பதை அவன் மறுக்கப்போவதில்லை.

திருவான்மியூர் கடற்கரையில் யாரும் இல்லாத இடத்தை நோக்கி ஆட்டோ ஊர்ந்துபோய்க்கொண்டிருந்தது. இடையில் ஆட்டோவை நிறுத்திவிட்டு ஈசன் இறங்கினான். துவாரகனும் ஜீன்ஸை இடுப்பில் தூக்கிவிட்டுக்கொண்டு கூடவே இறங்கினான்.

“வாசா இறங்கு வா..” என்ற ஈசனின் கால்கள் கொஞ்சதூரம் நடந்து மணலில் இறங்கி இருந்தன.

வாசன் இறங்கிய உடனேயே பாதம் முழுவதும் மணல் ஒட்டிக் கொண்டது. வேட்டியுடன் நடக்க நடக்க இன்னும் இன்னும் மணல் கால்களில் ஏறுவது போல ஒட்டிக்கொண்டே வந்தது. அந்தப் பகுதியில் ஏற்கனவே ஒருவர் இதேபோல மண்பானையுடன் நின்றிருந்தார்.

ஈசன் கடற்கரையில் குந்திக்கொண்டு கடலைப் பார்த்தான். “தமிழன்ர கடல்” என்று அரசியல்வாதி போலச் சொன்னான். வேட்டியை அவிழ்த்து மண்பானையை அப்படியே வைத்தான் வாசன். அலை அவர்களருகில் வந்து வந்து போனது. கற்பூரத்தைக் கொழுத்திக் கொண்டிருக்க அலை அவர்களை நனைத்தது. மண்பானையிலும் கடல் நிரம்பி இருந்தது. பானையின் ஒரு பகுதி நெகிழ்ந்துகொண்டு வந்தது. வாசன் வேட்டியை இறுக முடிந்து கொண்டான். கொஞ்சம் கொஞ்சமாக கால்களைத் தூக்கித் தூக்கி வைத்து கடலின் உள்ளே போனான்.

ஈசன் கைகாட்டி “போதும்” என்றபோதும் அவன் இன்னும் முன்னே போனான். கடல் அலை முகத்தில் ஓர் அடி அடித்து கரையை நோக்கிப் போனதும் தலையைத் திருப்பிக் கொண்டான். கரையை பார்த்துக்கொண்டே வேட்டியை மண்பானையுடன் விட்டான். கடல் அலை அவனை கரைக்கு தள்ளிக்கொண்டே இருந்தது. கடலில் உள்ளே மூச்சைப்பிடித்துக்கொண்டு மூழ்கி எழும்பினான்.

ஈசன் “வா வா” என்று சொல்லியும் அவன் அமைதியாகத் திரும்பத் திரும்ப மூழ்கி எழும்பினான். ஒவ்வொரு முறையும்

அவன் தலை மேலே வரும்போது அலையும் வந்து அவனைத் தள்ளிவிட்டது. அவன் முன்னே வர வர அவன் வேட்டியும் கடலோடு போயிருந்தது. அது ஈசன் சொல்லாமலே நடந்தது.

கடலோரமாக பள்ளி மாணவிகள் சிலர் கூட்டமாக நடந்து வந்து கொண்டிருந்தார்கள். இவனைக் கடந்து போகும் போது அவர்களின் நடையில் வேகம் குறைந்திருந்தது. எல்லோரும் வர்சா வயதை ஒத்தவர்கள்தான். வாசனின் தேகம் குளிரில் நடுங்கியது. அவன் கடலை விட்டு இன்னும் வெளியில் வரவில்லை. அவர்கள் அவனைக் கடந்து தூரம் போகும் வரை அப்படியே நின்றுகொண்டிருந்தான். கரையை நோக்கி திரண்டு வந்த பெரும் அலைகளால் அவனின் பலவீனமான தேகத்தை அசைக்க முடியவில்லை.

கால்கள் தளர்ந்துபோன வாசன் கரையில் முட்டுக்கால் போட்டு நின்றான். பாதங்களை அலைகள் வந்து ஆசைக்குத் தொடுவது போல தொட்டுப் போனது. ஈசனின் ஜீன்சும் முழுவதும் நனைந்திருந்து. அவன்தான் வாசனை கடலில் இருந்து வெளியே இழுத்து வந்திருந்தான். ஜீன்சை வாங்கிக்கொண்டு ஜட்டியையும் கழற்றிவிட்டான் வாசன். முழு நிர்வாணமாக.. நிதானத்துடன் புதிய ஜட்டியை போட்டான். முகத்தில் எந்த உணர்வும் இல்லை. ஜீன்சையும் வலு நிதானமாகவே போட்டான். அதற்குள் அலையும் பாதி ஜீன்ஸை நனைத்திருந்தது. நீலச் சட்டையை போட்டுக்கொண்டு தெறிகளைப் போடாமலேயே கரையை நோக்கி நடந்து போனான். ஈசனும் துவாரகனும் அவன் வேகத்திற்கு நடக்க முடியவில்லை. அவன் வேகத்திற்கு மணல் மட்டும் கால்களில் தொத்திக்கொண்டு கூடவே போனது.

இருட்டும்வரை திரும்பி வீட்டுக்குப் போகக்கூடாது என்று ஆட்டோவை மெதுவாக ஓட்டச் சொன்னான் ஈசன். கடற்கரை வீதி நீளமும் கடைகளை பார்த்துக் கொண்டே போனார்கள். ஒரு வைன்சாப்பில் கூட்டம் குறைவாக இருந்தது. ஈசன் மட்டும்தான் குடிக்கும் நினைப்பில் உள்ளே போனான். ஆட்டோக்காரர் ஆட்டோவிலேயே தங்கிக்கொண்டார். ஈசன்

ஒரு பியரை வாங்கிக் குடிக்கத் தொடங்கவும் துவாரகன் தனக்கு ஒரு ஸ்பிறையிட் வாங்கிக் கொண்டான். கடலையே வெறித்துப் பார்த்துக் கொண்டிருந்த வாசனுக்கு அம்மா தனியே இருப்பாள் என்ற எண்ணம் மட்டுமே மனதுக்குள் ஓட்டிக் கொண்டிருந்தது.

நேரம் மூன்றை நெருங்கிக் கொண்டிருந்தது. ஆட்டோ சந்து பொந்துகளால் சுழன்று அசோக் நகரை எட்டி இருந்தது. "பேசாம போய் தியட்டரில இருங்க" என்று ஆட்டோக்காரரர் தான் அவராக யோசனை சொன்னார். கொஞ்சநேரம் போக "எனக்கு ஸ்கூல் சவாரி இருக்கு ஈசன்" என்றும் சொன்னார். ஆட்டோ வடபழனிக்கு வந்திருந்தது. ஈசன் ஆட்டோவை எஸ்.எஸ்.ஆர்.பங்கஜம் தியட்டருக்கு திருப்பச்சொன்னான். நேரம் காலம் இல்லாத தியேட்டர் அதுதான் என்றான். சொன்னது போல டிக்கெட் உடனேயே கிடைத்தது. என்ன படம் என்று தெரியவில்லை வாசனுக்கு. அவன் தலையைத் தூக்கிப் பார்க்கவும் இல்லை. உள்ளே ஒரே இருட்டாக இருந்தது. கையில் தட்டுப்படுவதெல்லாம் மரமாக இருந்தது. கடைசி வரிசையில் இருந்தார்கள். ஒரு சண்டைக் காட்சிக்குப் பிறகு திடீரென்று புலி உறுமுது புலி உறுமுது... என்ற பாடல் செவிப்பாறைகளை கிழிக்கும் வேகத்தில் பாய்ந்து வந்தது. மிகவும் பழைய சவுண்ட் சிஸ்டம் இவர்களின் கதிரைகளுக்கு பின்னால்தான் பொருத்தப் பட்டிருந்தது. இவர்களின் அருகில் இருந்த இளைஞர்கள் பலரும் எழும்பி ஆடத்தொடங்கினார்கள். வாசன் காதுகள் இரண்டையும் கையால் பொத்திக் கொண்டு தலையைக் குனிந்துகொண்டான். புலியடா புலி. வருவாண்டா தலைவன்... என்று ஒரு இளம் பெடியனின் கணீர்க்குரல் முன்னால் கேட்டது. வாசன் தலையை நிமிர்த்திப் பார்த்தபோது ஈசனும் ஒரு கையை தலையில்தான் வைத்திருந்தான்.

46

வெளிநாடுகளில் இருந்து கல்யாணத்திற்காக சென்னைக்கும் திருச்சிக்கும் படையெடுத்து வருகிறவர்களின் எண்ணிக்கை கணிசமாக குறைந்துகொண்டே வந்தது. இலங்கை இராணுவம் யாழ்ப்பாணத்து பக்கம் படையெடுக்க வெளிநாட்டு சனமோ கொழும்புக்கு படையெடுத்துப் போகத் தொடங்கியது. புதிது புதிதாக சிலரும் சென்னையில் கெஸ்ட் கவுஸ் நடத்தத் தொடங்கி இருந்தார்கள். அந்தப் போட்டியை சரிசெய்ய முடியாத அளவுக்கு சனமும் குறையத் தொடங்கியது. பாலன் மூன்று வீட்டுக்கும் மாதம் முப்பதாயிரம் கொடுக்க முடியாத நிலையில் இரண்டை மட்டும் வாடகைக்குக் கேட்டுப் பார்த்தார். கடைசியில் ஒரு வீட்டை மட்டும் தான் வைத்துக் கொள்வதாக கேட்டுப் பார்த்தும் சரிவரவில்லை. எடுத்தால் மூன்றையும் எடுக்குமாறு வீட்டின் உரிமையாளர் பிடிவாதம் பிடித்தார். சரி ரெண்டை எடுக்குறேன்... என்று மறுபடியும் முதலில் இருந்து தொடங்கியும் எந்த இறுதி முடிவையும் எட்ட முடியவில்லை. கண்ட ஆட்களும் வாற இடத்தில ஒரு வீட்டில யார் இருப்பினும்... என்று சொன்னதோடு கூடவே சில கெட்ட வார்த்தைகளியும் வீட்டின் உரிமையாளர் வீசிவிட்டார். பாலன் அந்த ஒரு நிமிடம் மட்டும் நிதானம் இழந்து பதில் சொன்னார். அத்தோடு பேச்சும் முடிவுக்கு வந்தது.

மூன்று வீடுகளின் பொருட்களையும் உடனே நகர்த்த முடியாத நிலையில் பாலன் பரிதவித்துதான் போனார். வீட்டின் உரிமையாளர் அந்தப் பக்கமே வரவில்லை என்றாலும் பாலனுக்கு உள்ளே கொதித்துக் கொண்டுதான் இருந்தது. சிலர் பாதி விலைக்கு கட்டில் மெத்தை போன்றவற்றைக் கேட்டனர். இன்னும் சிலர் சும்மாவே தருவான் என்று வேடிக்கைக்கு வந்து போகத் தொடங்கினார்கள். ரூபன் வந்து பேசிப்பார்த்தார். ஆனாலும் பாலன் தன் முடிவுகளில் தீர்மானமாக இருந்தார். கடசியில் ரூபன் நல்ல வியாபாரிகளைத் தேடிப்பிடித்துக் கொண்டு வந்து ஓரளவு பொருட்களை கொஞ்சம் நல்ல விலைக்கே விற்றுக் கொடுத்தார். அது பாலனுக்கு கொஞ்சம் ஆறுதலாகவும் இருந்து. தன் வீட்டுக்கும் முடிந்தவரை பொருட்களை கொண்டு போய் சேர்த்தார். இவர்கள் பெரிய பெரிய கட்டில் மெத்தைகளைக் கொண்டு போவதை அந்தத் தெருவே ஆச்சரியமாக பார்த்துக் கொண்டிருந்தது. கடைசியாக இரண்டு சாக்குகள் நிறைய மதுப்போத்தல்களை தூக்கி வெளிக்கேற்றில் வைத்தார்கள். துவாரகன் இருக்கும்போது அவ்வப்போது பழைய மதுப்போத்தல்களை தூக்கி தெருவில் வரும் பழைய பொருள்களை வாங்குகிறவனிடம் போடுவதுண்டு. நிச்சயம் நூறு ரூபாய்க்கு குறையாமல் கிடைக்கும். அதிகம் பியர் போத்தல்கள்தான் சாக்கு நிறைய இருக்கும். அத்தோடு வீடுகளும் சுத்தமாகி விடும். இப்போது ஒரு நான்கு மாதத்திற்கு மேலான மது போத்தல்கள் குவிந்திருந்தன. இவ்வளவு குறைவான மதுப்போத்தல்களை வாசலில் வைப்பது அதுவே முதலும் கடைசியுமாக இருந்தது.

பாலனை வெளிநாடுகளில் யாராவது அபூர்வமாக அழைத்து கெஸ்ட் கவுஸ் கேட்பதுண்டு. அப்போதெல்லாம் யாராவது கெஸ்ட் கவுஸ் நடத்துகின்ற ஒருவரின் தொலைபேசி எண்களைக் கொடுத்துவிட்டு இணைப்பைத் துண்டித்து விடுவார். அத்தோடு அவரின் கெஸ்ட் கவுஸ் தொழில் முற்றிலும் முடங்கியது. பாலனும் வீட்டோடு முடங்கிப் போனார். கடைசிவரை பொலிறோ ஒன்று மட்டும்தான் அவருக்கா உழைத்தது.

47

எப்போதும் அப்பாவின் விளக்கில் இருந்து கவனம் விலகாமலே அம்மா இருந்தாள். வாசனுக்கும் எங்கேயும் போகவும் விருப்பம் இல்லாமல் இருந்தது. விளக்கின் ஒளியில் ஏற்படும் அசைவு கூட அம்மாவுக்குத் தெரியாமல் நடந்துவிடவில்லை. அப்பாவின் அறைக்குள் போவதையும் அம்மா ஏனோ குறைத்துக் கொண்டாள். வாசலில் நின்று அறையைப் பார்க்கும் பழக்கம் மகனில் இருந்து அவளுக்கும் தொற்றியிருந்தது. அறையின் வாசலில் நிற்கும் ஒவ்வொரு முறையும் காதுகளைக் கூர்மைப்படுத்திக் கொள்வாள். தன் மனுசனின் அசைவுகளை அவளால் காது கொடுத்துக் கேட்க முடிந்ததைத் தன்னுடனேயே வைத்துக் கொண்டாள்.

டெல்லிக்குப் போயிருந்த துவாரகன் இரவு அழைத்துச் சொன்னது போலவே செனைக்கு மறுபடியும் வந்திருந்தான். அவன் நேரம் மாறிக்கொண்டு வந்திருந்து. சென்னையில் காத்திருக்காமல் டெல்லிக்கு நேரடியாகவே போய் கனடா போகும் அலுவல்களைக் கையாளத் தொடக்கினான். சென்னை வந்தும் கூட வாசனின் வீட்டுக்கு வராமல்தான் இருந்தான். இரண்டு மூன்று முறை வாசன் கைபேசியில் அழைத்திருந்தும் ஒவ்வொரு முறையும் அவன் இணைப்பைத் துண்டித்தான்.

வாசனின் வீடுக்கு துவாரகன் ஆடியசைந்து வரும்போது மணி மூன்றரை ஆகியிருந்தது. ஆனாலும் அவனுக்கு முருங்கைக்காயும், பருப்பும், ரசமும் குசினி அறையில் காத்துக்கொண்டுதான் இருந்தன. அவனுக்காக தெருமுனையைப் பார்த்துக்கொண்டு நின்றே வாசன் களைத்துப் போயிருந்தான். துவாரகன் முகத்திலும் அலைச்சல் காய்ந்து கிடந்தது. சென்னையிலும் மறுபடி வெய்யில் எட்டிப்பார்த்துக் கொண்டுதான் இருந்தது. திரும்பவும் சாஸ்திரி பவன் வரைக்கும் போயிட்டு வந்தேன்... என்று சொன்ன போதே வாசனுக்கு எல்லாம் விளங்கி விடடது. அவன் தாமதித்து வந்தது குறித்து மேற்கொண்டு எதையும் வாசன் கேட்டுக்கொள்ளவில்லை.

சென்னையில் தங்கியிருப்பவர்கள் வெளிநாடு போவதாக இருந்தால் சில சட்ட நடைமுறைகள் இருந்தன. அவற்றில் முக்கியமானது அவர்கள் வசித்துவரும் பகுதியின் காவல்நிலையத்தில் ஒரு உறுதிக்கடிதம் பெற்று வரவேண்டும். ஏற்கனவே அந்தக் காவல் நிலையத்தில் பதிவு இருப்பதால் சிலருக்கு சுலபமாகி விடும். சிலர் தாங்கள் வசிக்கும் பகுதியில் இருக்கும் காவல் நிலையத்தில் சரியாக பதிவு செய்யாமல் இருந்தால் அவர்கள் நிலைமை இந்த மாதிரியான நேரங்களில் பெரும் பிரச்சினையாகிவிடும். காவல் நிலையத்தில் உறுதிக்கடிதம் வாங்கி வருவது என்பதிலும் திடீர் மாற்றம் வந்திருந்தது. அது துவாரகனின் நல்ல நேரமாகவும் இருக்கும். அவனுக்கு சித்தப்பா வீட்டில்தான் பதிவு இருந்தது. அவன் சித்தப்பா வீட்டுப்பக்கம் போவதையும் கடைசியில் நிறுத்தியிருந்தான். போனால் அவர்கள் காவல்துறை போல வர்சா என்றுதான் முதலில் இழுப்பார்கள். இந்த வர்சா கதையில் துவாரகன் என்ன நினைக்கிறான் என்று வாசனுக்கே சரிவரத்தெரியவில்லை. சென்னை காவல்துறையின் விசேட அறிக்கையின்படியே சென்னையின் எந்த ஒரு காவல்நிலையத்தின் பகுதியில் வசித்தாலும் அவர்கள் சென்னை மாநகர தலைமை அலுவலகத்தில்தான் இனிமேல் உறுதிக்கடிதம் பெறவேண்டிய நிலமை ஏற்பட்டது.

துவாரகன் சோற்றில் ஒரு கண்ணும் அப்பாவின் குத்துவிளக்கில் ஒரு கண்ணுமாக இருந்தான். திரும்பவும் டெல்லி போகோணுமடா. நல்லா விசாரிச்சிட்டன். ஒரு கிழமையோ ரெண்டு கிழமையோ. விசாவை வாங்கீரலாம்... என்றான் துவாரகன். டெல்லியில் இருக்கும் ஒரு ஏஜென்சி இருபதாயிரம் ரூபாய் வாங்கிக் கொண்டு இரண்டே நாட்களில் கனடாவுக்கு விசா வாங்கிக் கொடுப்பதாக சிலர் முன்னமே கதைத்ததை வாசனும் கேட்டிருந்தான். அவர்கள் யாரும் அதைச் சட்டவிரோதம் என்று சொல்லவில்லை. துவாரகன்தான் அதெப்படி சட்டவிரோதம் இல்லாமல் இருக்கும் என்று முதலில் கொஞ்சம் குழம்பிக்கொண்டு தெரிந்தான். இடையில் காசு பார்க்கும் சிலர் சட்டத்துக்கு உட்பட்டவைகளைக் கூட சட்டவிரோதம் என்றே சொல்லி வைத்திருந்தார்கள்.

அப்போதைக்கு ஈசனின் மொட்டை மாடி அறைதான் துவாரகனுக்கு சரியான இடமாக இருந்தது. இரவு ரெயிலில் துவாரகனை டெல்லிக்கு ஏற்றிவிடவும் ஈசன்தான் தயாராகத்தான் இருந்தான். இந்த மாதிரியான வேலைகளுக்கு அவனை விட்டாலும் ஆள் இருக்கவில்லை. வாசன் வீட்டில் தங்குவதை துவாரகன் விரும்பவில்லை. இப்போதெல்லாம் அவன் என்ன நினைக்கிறான் என்றே வாசனாலும் கண்டுபிடிக்க முடிவதில்லை. இதையெல்லாம் பற்றி ஈசனுக்கு எந்தக் கவலையும் இருக்கவில்லை. இப்போதும் ஈசனே வெள்ளை வேட்டி சட்டையில் அரசியல்வாதி போலத்தான் சுற்றிக்கொண்டு திரிந்தான். அவனுக்கு ஓட்டும் போடும் உரிமையில்லை என்பதை அவன் கூடாவே சுற்றிக்கொண்டிருக்கும் யாருக்காவது தெரியுமா என்றால் அது சந்தேகந்தான். “இரவுக்கு தானே வந்திடுவன்” என்று கைபேசியில் மூச்சு வாங்க சொல்லுவான். அப்போதும் பைக்கில் போவது போலத்தான் இருக்கும். அவன் அறையில் கிடக்கும் அந்தப் பழைய பாயை ஒரு இரவுக்கு பங்கு போட்டுக்கொள்வதில் அவனுக்கு எந்தப் பிரச்சினையும் வந்துவிடப் போவதில்லை.

நெசப்பாக்கத்தை விட்டு வெறெங்கும் போக வாசனுக்கு கால்கள் வரவில்லை. சலூன் பக்கம் போய் கொஞ்ச நேரம் பொழுதைப் போக்கினார்கள். துவாரகன் பிரெஞ் தாடியை சரிசெய்ய வாசன் கொஞ்ச நேரம் ஏ/சியை அனுபவித்தான். அந்த ஏ/சி குளுமையும் சம்பந்தமே இல்லாமல் ஜீவாவை ஞாபகப்படுத்தியது. கொஞ்சம் கண்மூடித் திறந்த போது அங்கு கிடந்த மயிர்கள் அவன் காலுக்கு பக்கத்தில்தான் குவித்து வைத்திருந்தார்கள்.

சேட்டுக்கடைக்குக் போவது எல்லாம் துவாரகனின் சென்னை வருகையில் ஏற்கனவே இருந்தவைதான். துவாரகன் ஒரு மோதிரத்தை விற்பதாக இருந்தான். சேட்டு வாசனை நன்றாக அடையாளம் கண்டதால் மோதிரங்களை உரசிய அளவுக்கு கேள்விகள் எதையும் கேட்கவில்லை. அவன் அவசரத்துக்கு எல்லாம் அங்குதான் ஓடியோடி வந்திருக்கிறான். பழைய வீடும் அதே தெருவில்தான் இருந்தது. அதே பழைய விலாசதநதை வாசன் எழுதிக்கொடுத்தான். தம்பி விக்கிறதை யோசிச்சு செய்யுங்க. கோல்ட் விலை ஏறிட்டே போகும். நல்லதுக்கு தான் சொல்லுறேன்... என்றபடியே வாசனைக் கவலையோடு பார்த்தார் சேட்டு. அவருக்கு இருந்த கவலை துவாரகனுக்கு கொஞ்சமும் இல்லை. அவன் எதையும் காட்டிக் கொள்ளாமல் வாசன் பெயரில் விற்பதில் கவனமாக இருந்தான். சேட்டுக் கடையின் சுவரிலே சிவசிதம்பரத்தின் சுவரொட்டிதான் ஒட்டியிருந்தார்கள். எதற்கு என்று குறிப்பிடாமல் “நாளைய நம்பிக்கையே வாழ்க பல்லாண்டு” என்று மட்டும் கொட்டை எழுத்தில் எழுதியிருந்தது. கீழே ஒரு பத்துப்பதினைந்து பெயர்கள் படிக்கவே முடியாதபடி வலது மூலையில் குவிந்து கிடந்தது. போஸ்டரில் இருந்த சிவசிதம்பரத்தின் நெற்றியில் ஒரே ஒரு திருநீற்றுக் குறிதான் இருந்தது. அந்த அரசியல் குறியீடு ஒன்றும் அவருக்கு எடுப்பாக இருப்பதாக வாசன் நினைக்கவில்லை. அதுவும் கழுத்தோடு இருக்கும் படங்களில் அவர் முகமே அவரின் தோரணையை வெட்டி எறிந்ததாக இருக்கும். எப்போதும் ஈசன்தான் அதையும் பார்த்துக் கொண்டு நாலு பழையகதை சொல்லுவான்.

துவாரகன் வீட்டின் வெளிவாசல் வரை நடந்து வந்துவிட்டு திரும்பிப் போகப்பார்த்தான். உள்ள வந்திட்டு போ... என்று வாசன் சொன்ன பிறகுதான் உள்ளே வந்தா. இப்போதும் பார்வை என்னவோ அப்பாவின் குத்துவிளக்கு ஒளியில்தான் இருந்தது. சரியாக சாய்ந்து இருக்காமல் கதிரையின் நுனியில்தான் இருந்தான். வாறன்... என்று மட்டும் கொஞ்சம் சத்தமா சொன்னபடியே எழும்பி கொஞ்ச நேரம் அப்படியே நின்றான். என்ன நினைத்தானோ அம்மாவின் கால்களில் அப்படியே கிடையாக விழுந்து கும்பிட்டான். அம்மா உடனே பதறிப்போய் கதிரையில் இருந்து எழும்பி நின்றாள். அவளுக்கும் எதுவும் சொல்ல தெரிவில்லை. கைகள்மட்டு நெஞ்சுக் கூட்டில் குவிந்து இருந்தது.

48

கோபாலபுரம் போய்ப்பார்த்தால் என்ன என்ற யோசனை வாசனுக்கு எட்டிப்பார்த்து. எதாவது பிரச்சினை நடந்திருந்தாலும் வர்சாவைதான் கேட்க வேண்டும். அந்த தைரியம் போய் நீண்ட நாட்களாகி இருந்தது. ஒரு சின்னப் பெண் என்று அவளை நினைக்க முடியவில்லை. துவாரகனின் தடுமாற்றமே அவளை இன்னும் பெரிய நிலைக்குக் கொண்டு போய்விட்டது. எதோ ஞாபகத்தில் துவாரகனுக்கு அழைத்தான். துவாரகனின் கைபேசி அணைந்திருந்து.

வெறுமையான தெருவில் கொஞ்சத் தூரம் நடந்து போக வேண்டும் போல இருந்தது. வெய்யில் பெயருக்கும் மட்டும்தான் இருந்தது. கீழே கிடந்த சிறிய கல் ஒன்றைத் கால்களால் தட்டிக்கொண்டு தெருமுனை வரை போனான். அம்மா வாசலில் வந்து பார்க்கிறாளா என்று மட்டும் இடைக்கிடையே திரும்பிப் பார்த்துக்கொண்டான். சோனி-எரிசனில் ஒரு புதிய எண் வந்தது. நிசாந்த்தன்தான் எடுத்தான். இது ஹோட்டல் நம்பர். ஒரு பிரச்சினையும் இல்லை. இன்றைக்கு சரி வந்தால் போயிருவேன். இந்த நம்பருக்கு அடிக்காத தேவை என்றால் நான் சொல்லுவேன்... என்று வசரவசரமாக சொல்லிவிட்டு இணைப்பை துூண்டித்தான்.

வாசன் தெருமுனையில் இருந்து திரும்பவும் வாசலுக்கு வரும்போதுதான் இந்திரன் கைபேசியில் அழைத்தார். வாசன்

எங்க வீட்டிலையா... ஈசனை போலிஸ் பிடிச்சு வச்சிருக்கிறாங்க. சிதம்பரத்தை வெட்டிடாங்க. விஜயாவில தான்... என்று அவர் சொல்லச்சொல்ல வாசன் அசையாமல் கேட்டுக்கொண்டே நின்றான். வெளி வாசலில் இருந்து வீடு திடீரென்று தூரமானது போல இருந்தது. மதியம் ரெண்டு மணிக்குப்பா. இன்னும் ஒண்ணும் தெரியல. நான் அந்தபக்கம் வந்தா அடிக்கிறேன். ஈசன் போனெல்லாம் போலிஸ் கிட்ட இருக்கும். சரி... வந்தா அடிக்கிறேன்... என்று முடித்துக்கொண்டார் இந்திரன். அவர் நிதானமாக பேசியது போல இருந்தாலும் பயத்தில் அவர் குரலே மாறித்தான் இருந்தது. இடையிடையே மூச்சு வாங்கிக்கொண்டே சொற்கள் விழுந்திருந்தன. வாசனின் அப்பாவின் சாவோடுதான் இந்திரனுக்கு ஈசனோடு பழக்கம் ஏற்பட்டிருந்தாலும் சிவசிதம்பரத்தை இந்திரனுக்கு நன்றாகவே தெரியும். இந்திரனுக்கு மட்டுமல்ல அந்த ஏரியாவுக்கே சிவசிதம்பரத்தின் அத்தனை கதைகளும் தெரியும்.

அம்மாவுக்கு எதுவும் தெரியாமல் இருக்க வேண்டும் என்பதே வாசனின் கவலையாக இருந்தது. எப்படியும் செய்திகளில் வந்துவிடும் என்று தெரியும். அம்மா இப்போது பெரிதாக டிவி பார்ப்பதில்லை. அப்பா போன பிறகு சாமியையும் பார்ப்பதைக் குறைத்துக் கொண்டு விட்டாள். ஆனாலும் மூடி மறைக்க முடியாது. வாசனுக்கு அப்போது என்ன செய்வதென்று தெரியவில்லை. அவசரமாக தொலைக்காட்சியைப் போட்டு கிரிக்கெட் பார்க்க ஆரம்பித்தான். அம்மா குசினி அறையில் இருந்து வாசலால் வெளியே போனாள். தொலைக்காட்சியில் சத்தத்தை முற்றிலும் நிறுத்திவிட்டு சானல்களை மாற்றினான். எதிலும் இந்தச் செய்தி வந்திருக்கவில்லை. ஈசனின் எண்களை சோனி-எரிசனில் இருந்து அழித்துவிடலாமா என்ற யோசனை வந்தபோது தன்னையே அவன் அருவருப்பாக உணர்ந்தான். ஈசன் பெயரைப் பார்க்கவே பயமும் கவலையும் கூடிக்கொண்டு போனது. போனை டிவிக்கு கீழே வைத்துவிட்டு கிரிக்கெட்டைப் பார்த்தான். கண்களின் கவனம் முழுவதும் போனில் மேலேயே இருந்தது. அம்மா கேற்றில் நின்று தெருவை வேடிக்கை பார்த்தாள். மரங்களின் நிழல்களில் நடக்க அவளுக்கும் விருப்பம் இருக்கலாம்.

49

அப்பாவின் அறையில் இருள் சூழ்ந்து கிடந்தது. வாசன் நித்திரப்பாயில்தான் இருந்தான். வெளியே பெண்களின் பேச்சின் சத்தமும் கேட்டுக்கொண்டு இருந்தது. அம்மா குசினி அறையில் நிற்பது நிழல்களில் தெரிந்தது. வெளிக் கதவு நீக்கித்தான் இருந்தது. டிவியில் யாரோ ஒருவர் சோதிடம் சொல்லிக் கொண்டிருந்தார். செய்திகள் போயிருக்குமா இல்லை இனிமேல்தானா என்று வாசனுக்குத் தெரியவில்லை. அம்மா செய்தியைப் பார்த்தால் கண்டுபிடித்து விடுவாள். எப்படியும் கொஞ்ச நேரம் சமாளித்து விட்டால் சரியாகி விடலாம்.

அப்பா போன பிறகு வீட்டில் பேப்பர் வாங்குவதில்லை. அம்மா சொன்னதால் பேப்பர் வாங்க வெளியில் இறங்கினான். தெருவில் குளிர் இருந்தாலும் மழை ஈரத்திற்கு வாய்ப்பு இல்லை. வரசக்திவிநாயகர் சந்தில் ஒருவன் பைக்கில் மோதுவது போல வந்து விலகிச்சென்றான். அது ஏற்கனவே குண்டும் குழியுமான பாதைதான். அவனையும் குறை சொல்ல முடியாது. வாசன் அப்படியே அசையாமல் நின்றதுதான் அவனுக்கு உதவியாக இருந்தது. கொஞ்சத் தூரம் போய் திரும்பிப்பார்த்தான். அந்த பார்வையில் இருந்தது கோபமா மன்னிப்பா திகைப்பா தெரியவில்லை. சில அடிகள் முன்னே போன வாசன் அருகில் இருந்த கோவிற்சுவரை திரும்பிப்பார்த்தான். கடும் நீலமும்

வெள்ளையுமாக சிவசிதம்பரத்தின் கண்ணீர் அஞ்சலி போஸ்டர் சுவற்றில் காய்ந்துபோய்க்கிடந்தது. சுருண்டிருந்த மீசைக்கு கடும் நீலம் கனமாக இருந்தது. கண்கள் கடும் கனலுடன் இருந்தன. சிவசிதம்பரம் இதுவரை எப்போதும் கண்டிராத முகத்துடன் இருந்தார். இனிமேல் காண முடியாத முகம் ஒன்றை காட்ட விரும்பினாரோ தெரியவில்லை. அதில் இருந்த எந்தப் பெயரையும் படிக்க பொறுமை இல்லாதது போல நகர்ந்து போய்க் கொண்டிருந்தான். யாராவது பின்தொடர்கிறார்களா என்று திரும்பித் திரும்பி பார்த்துக் கொண்டே அந்த வீதியைக் கடந்து போனான்.

சலூன் கடைக்காரன் வாசலில்தான் நின்றிருந்தான். எந்த நிமிசமும் கடையை மூடுவேன் வா என்பது போல இருந்தது அவன் பார்வை. அவன் கடைக்கு பக்கத்து சுவரில் நாலைந்து போஸ்டர்களில் சிவசிதம்பரம் இருந்தார். அதே முகம் நாலாகி எட்டுப் பார்வையில் இருந்தது. அடுத்த சுவரில் அது கணக்கில்லாமல் ஒட்டியிருந்தது. தெருவில் ஒரு பெரிய மாற்றம் பெயரில்லாமல் பரவி இருந்தது. வாசன் திரும்பி சலூனடிக்கே வந்தான். சலூனின் வெளி சட்டர் பாதியில் இறக்கி இருந்தது. சலுன் கடைக்காரர் பக்கதில்தான் நிற்க வேண்டும். ஆனால், ஆள் பார்வையில் படவில்லை. போகும்போதே கேட்டிருக்கலாம். இப்போது இந்திரனுக்கு அடித்தான் வாசன். கையில் கைபேசி இறுக்கமாக பொருந்தி இருந்தது. எடுத்தவுடன், சொல்லுங்க வாசன் என்றுதான் ஆரம்பித்தார் இந்திரன். போலிஸ் குவிச்சிருக்கிறாங்க. பிரச்சினை வராமல் இருக்கத்தான். வேற பிரச்சினை இல்லை. ஈசன்தான் கூட போயிருக்கிறான். அவன் தான் சாட்சி. விட்டு வச்ச மாட்டங்க... இந்திரனிடம் ஒரு நீண்ட மவுனம். நான் கூப்பிடுறேன் வாசன். இப்பதான் ஹாஸ்பிட்டல் இருந்து வந்தனான்... எதையும் கேட்க முதல் அவரே கைபேசி இணைப்பை துண்டித்தார். என்ன கேள்வி கேட்டிருக்கலாம் என்றும் வாசனுக்குத் தெரியவில்லை. ஒன்றுமே தெரியவில்லை. ஈசன் சாட்சி என்பது தெளிவாக விளங்கியது. விட்டு வச்ச மாட்டாங்கள்... என்பது இன்னும் தெளிவாக விளங்கியது.

வாசன் பேப்பர் கடையைக் கடந்து திரும்பி வந்திருந்தான். கேற்றில் அம்மா நிற்பதைப் பார்த்ததும் நடையில் வேகம் கூடியது. வீட்டை நெருங்க நெருங்க எதிர்வீட்டு அம்மா பேசுவது தெளிவாகவே கேட்டது. இதைத்தான் பேசிக் கொண்டிருப்பார்கள் என்று நினைத்துக் கொண்டே நடையில் வேகத்தைக் குறைத்தான். கேற்றில் அம்மாவின் முகத்தை நேருக்குநேராக பார்க்க நேர்ந்தது. வாசன் எதுவும் பேசிக் கொள்ளவில்லை. கேற்றை மூடிக்கொண்டு அம்மா அவன் பின்னாலேயே வந்தாள். ஈசனுக்கு எதோ பிரச்சினை போல... என்று அவள் பேச்சை ஆரம்பித்தது ஆறுதலாக இருந்தது. நீ எங்கையும் வெளிய போகாத தம்பி... என்று பேச்சை முடித்து வைத்தாள். அவள் முகத்தைத் திரும்பிப்பார்க்க முதல் குசினி அறையில் நுழைந்திருந்தாள். பேப்பர் வாங்காது பற்றியும் அவல் எதுவும் கேட்கவில்லை.

துவாரகனுடன் பேசலாம்... அவனும் போன் அடிக்காத... என்று சொல்லி இருந்தான். ஒருவேளை கனடா போயிருப்பானோ அதுவும் தெரியவில்லை. கடைசியாக ஈசனைப் பார்த்தது அவன்தான். கட்சித் தலைமை அஞ்சலி... என்று ஒரு செய்தி போகும் சத்தம் பக்கத்து வீட்டில் கேட்டது. வாசன் அப்பாவின் அறைக்குள் அவசரமாக நுழைந்து கதவை சாத்தி மூடினான்.

50

சிவசிதம்பரத்தின் சிவந்து உருண்டு கண்கள்தான் ஈசனை சுற்றிக்கொண்டிருந்தது. நான்கு முறை வெவ்வேறு அதிகாரிகள் வந்தும் ஒரே கேள்விகளைத்தான் கேட்டார்கள். ஒருவரும் அடிக்கவில்லை. ஒரு வார்த்தை கோபப்படவும் இல்லை. திரும்பத்திரும்ப கேட்ட அதே கேள்விகளைத்தான் ஈசன் வெறுத்தான். கூட நின்ற காவலர்களுக்கும் அது வெறுத்திருக்கும். சாப்பாடும் தண்ணீர் போத்தலும் பக்கதிலேயே இருந்தது. அவர்கள் தேநீர் குடிக்கும் போது அவனுக்கும் வாங்கிக் கொடுத்தார்கள். அது மட்டும்தான் அவனுக்கு உள்ளே போனது. நாளை என்ன நடக்கும் என்பது அங்கிருந்தவர்களுக்குக் கூட தெரியாத ஒன்றாகத்தான் இருந்தது.

போஸ்டிங் நெருங்க நெருங்கத்தான் சிவசிதம்பரத்திற்கு பயமும் வந்திருந்தது. அவர் ஈசனிடமே புலம்பிக்கொண்டுதான் இருந்திருக்கிறார். மற்றவர்கள் இதைக்கேட்டு சிரிப்பதையே பழக்கமாக்கிக் கொண்டதால் அவர் அவர்களிடம் வாயைத் திறப்பதில்லை. சில நாட்கள் இரவில ஈசனின் அறையில் வந்தும் படுத்திருக்கிறார். ஈசனே அவரை நக்கல் செய்யும் அளவுக்கு நிலைமை போய்க்கொண்டுதான் இருந்திருக்கிறது.

விருகம்பாக்கம் மசூதிக்கு அருகில்தான் சிவசிதம்பரத்தின் குடில் இருந்தது. அது கட்சியின் குடில் என்றாலும் சிவசிதம்பரத்தின் கையில்தான் அது இருந்தது. அவர் கடைசிவரை அந்தக் குடிலை மட்டும் யாருக்கும் விட்டுக் கொடுத்ததில்லை. ஈசன் அன்றைக்கு ஆசை வார்த்தை காட்டியும், இல்லை, வீட்ட போடா... என்று மறுத்து வண்டியை வீட்டுக்கு விடச்சொல்லி இருந்தார். அது மத்தியான வேளை. எங்கு போனாலும் சரியாக இரண்டு மணிக்கு அவருக்குச் சாப்பிட வேண்டும்.

வைன் சாப்பை கடந்து நீண்ட தூரம் வந்தும் ஈசனின் எண்ணம் என்னவோ அங்கையேதான் சுழன்றது. வெளியே குடிப்பதை சிவசிதம்பரம் நிறுத்தி கிட்டத்தட்ட ஒரு மாசமாகியிருந்தது. அப்பவே அவருக்கு பயம் வந்திருந்ததோ தெரியாது. ஆமா பெரிய போஸ்ட்ங்... என்று ஈசனே அவரை விளையாட்டாக நக்கலடிப்பதுண்டு. ஆனால் பலருக்கும் அவருக்கு எப்படியாவது போஸ்டிங் கிடைக்க வேண்டும் என்று ஆசையும் இருந்தது ஒரு தலைமுறை இடைவெளி ஏற்பட்ட இடத்தை தானாவது பிடிக்க வேண்டும் என்று சிவசிதம்பரத்துக்கும் விருப்பம் இருந்தது. அவர் குடும்பமே அவரை வைத்து தான் அரசியலில் மறுபடி வேகம் எடுக்க கனவு கண்டுகொண்டு இருந்தது.

விருகம்பாக்கத்தில் இருந்து நெசப்பாக்கம் போகும் வழியாக வந்து கொண்டிருந்தார்கள். அந்தத் தெருவோரத்தில் ஒரு பழைய கிணறு இருந்தது. அங்கே வரும் போது பைக்கின் வேகத்தை ஈசன் குறைத்துக் கொண்டு போனான். அந்த இடத்தில் அடிக்கடி வாகன நெருக்கடியும் ஏற்படுவதுண்டு. ஈசனுக்கு பின்னே வந்த இரண்டு பைக்குகள் கூட அவர்களை அந்த இடத்தில் நெருக்கிக்கொண்டுதான் முன்னே போனது. மத்தியானம் என்பதாலோ என்னவோ தீமிதி அம்மன் கோவில் முன்னே சன நடமாட்டம் குறைந்து காணப்பட்டது. கோவிலைக் கடந்து ஈசனின் பைக்கை இடது பக்கம் நெசப்பாக்கத்துக்குத் திருப்பும்போது சிவசிதம்பரத்தின் முகம் ஈசனோடு மோதியது. ஈசன் தடுமாறிக்கொண்டு அப்படியே திரும்பினான். சிவசிதம்பரத்தின் கண்கள் இரதச் சிவப்பாக மாறியிருந்தது.

ஈசன் பிரேக் போட முதலே மறுபடியும் அவர் தலை ஈசனின் முதுகோடு மோதியது. அடுத்த நொடி அவன் கையை மீறி பைக் ஒரு பக்கமாக புரண்டது. ஈசனில் இருந்து சிவசிதம்பரம் ஐந்தடி தள்ளி உருண்டு கிடந்தார். அவர் கைகழும் காலும் நிலத்தில் ஊன்றி எழும்பப் போராடிக் கொண்டிருந்தது. ஈசன் பைக்கை தாண்டி பாய்ந்து சிவசிதம்பரத்தைப் பிடித்து இழுத்துக் கொண்டு வன்னியர் வீதிப்பக்கம் ஓட முயன்றான். சில அடி தூரத்திலேயே சிவசிதம்பரத்தின் கால்கள் நிலத்தோடு விழுந்து விட்டது. வன்னியர் வீதிப்பக்கம் ஒருவன் மறித்துக் கொண்டு நின்றான். இன்னும் இரண்டு பேர் நெசப்பாக்கம் போகும் பாதையில் நின்றார்கள். விருகம்பாக்கம் போகும் பாதையிலும் ஒருவன் நின்றான். நால்வரும் கெல்மட் போட்டிருந்தார்கள். அவர்களின் கைகளில் நீண்ட வீச்சருவாள்கள் இருந்தது. தீசனை நோக்கி இரண்டு பேர் பாய்ந்து வந்து வீச்சரிவாளை காற்றில் வீசிக்கொண்டே நின்றார்கள். அவன் பதிலுக்கு வெறும் கைகளை மட்டும் காற்றில் வீசிக்கொண்டு நின்றான். உதவிக்கு ஒருவரும் வரவில்லை. வழக்கத்துக்கு மாறாக அந்த இடம் வெறிச்சோடித்தான் கிடந்தது. இருவர் சிவசிதம்பரத்தின் பின் மண்டையில் வேகவேகமாக் கொத்தினார்கள். அவரின் கை கால்கள் புழுதியல் துடித்துக்கொண்டே இருந்தது. தீசன் கொஞ்சம் முன்னே அசைய முயன்றாலே நான்கு அடி பின்னே போகும் அளவுக்கு வீச்சரிவாளை இருவர் வீசிகொண்டே நின்றர்கள். மூன்றாமவன் தீசனை நோக்கி வந்த போதும் தீசன் ஒரு கடையின் சுவரோடு ஒடுங்கி அசையவே முடியாமல் நின்றான். தீசனின் கண்ணுக்கு நேராக அவன் வீச்சரிவாளை நீட்டிக்காட்டினான். இருவர் பைக்கை எடுக்க பின்னான் இருவர் ஏறிக்கொண்டார்கள். தீசன் அந்த இடத்தை விட்டு ஓடிக்கொண்டே இருந்தான். அப்போதும் கூட யாரும் வெளியே வந்து எட்டியும் பார்க்கவில்லை. சிவசிதம்பரத்தின் உடல் மட்டும் இன்னும் பாதி உயிரோடு புழுதியில் உருண்டு கொண்டு கிடந்தது.

சிவசிதம்பரத்தின் உடலை வாரியெடுத்து ஆட்டோவில் போட்டுக்கொண்டு ஓடும்போதும் உடலில் அசைவிருந்தது.

அந்த ஆட்டோவும் போன பின்னால்தான் ஆட்கள் வெளியே எட்டிப்பார்த்தார்கள். தீமிதி அம்மன் கோவில் எப்போதும் சன நடமாட்டம் இருக்கக் கூடியம் இடம். பொதுவாகவே அங்கு பல கடைகளில் கூட்டம் இருக்கும். அந்தப் பகுதியில் வயதானவர்களும் பொழுது போக்காக பேசிக்கொண்டு இருக்கும் இடம் அதுதான். அன்றைக்கென்று யாரும் இலலை. சிவசிதம்பரத்திற்காக அங்கு யாருமே இருக்கவில்லை.

விஜயா மருத்துவமனையில் ஈசனைத்தான் போலிஸ் முதலில் தேடியது. அவன்தான் சிவசிதம்பரம் வெட்டப்பட்டதை அனைவருக்கும் சொன்னான். கடைசியாக அவரை டைக்கில் ஏற்றிக்கொண்டு போனதும் - வந்ததும் அவன்தான். அவனை அங்கு காணவில்லை. நெசப்பாக்கம் கே.கே.நகர் எம்.ஜி.ஆர். நகர் என்று அவனை போலிஸ் தேடாத இடம் இலலை. அவன் சிவசிதம்பரத்தின் வீட்டின் மொட்டைமாடியில் இருந்த தன்னுடைய அறையில்தான் இருந்தான். அவன் சேட்டில் சோற்றுப் பருக்கையைப் போல இரத்தம் காய்ந்து கிடந்தது. அவனுக்கு எப்போது தன்னுடலில் இரத்தம் பட்டது என்றே நினைவில்லை. அவனுக்கே என்ன நடக்கிறது என்று நினைவில்லாமல் போன பிறகுதான் போலிஸ் அவனைக் கண்டுபிடித்தது. அவனை போலிசார் இரண்டு கையிலும் பிடித்துத் தூக்கித்தான் படிகளில் கொண்டு வந்தார்கள். அவன் திமிறவில்லை. அவன் கால்கள் ஓட முயற்சிக்கவும் இல்லை. அவை அசையவே கூட முயற்சிக்கவில்லை. அவன் சட்டையின் பின் முதுகிலும் இரத்தம் உறைந்து கிடந்தது. “சிவசிதம்பரம் இறந்து விட்டார்” என்ற செய்தியையே அவனுக்கு அப்போதுதான் தெரியப்படுத்தினார்கள்

51

நெசப்பாக்கம் காமராஜர் சிலையில் இருந்து ராமாபுரம் போலிஸ் பூத்வரை காவல்துறையின் கட்டுப்பாட்டில் இருந்தது. வாகனங்களை தணிக்கை செய்தே உள்ளே அனுப்பினார்கள். பெரிய வாகனங்களை அனுமதிக்கவேயில்லை. இரண்டு எல்லைக்கு உள்ளும் ஆங்காங்கு போலிசார் நின்று கொண்டே இருந்தார்கள். பெட்டிக்கடைகளில் கூட இரண்டு பேர் நான்கு பேர் என்று கூடிக்கூடி நின்றார்கள். இரண்டு எல்லைக்கும் கேட்கும் வண்ணம் வாத்திய கோஸ்டிகளின் பறை அதிர்ந்தது. வெள்ளை வேஸ்டிகளின் கூட்டம்தான் அந்தப் பகுதியையே கட்சி மாநாடு போல மாற்றியிருந்தது.

இந்திரன் சொன்ன பிறகுதான் வாசன் அந்தப் பக்கம் போனான். அதுவும் சலூன் கடைக்காரன் வழியில் வந்து வாசனுடன் இணைந்ததால் அவனுக்கு ஒரு துணிச்சல் வந்திருந்தது. நெசப்பாக்கம் முனையில் காவல்துறையினர் சாதாரணமா பார்த்துக் கொண்டே நின்று விட்டார்கள். இருவரும் விறுவிறுவென்று நடக்க வேண்டிய அளவுக்கு காவல்துறையினர் பார்த்துக் கொண்டே இருந்தார்கள். பலரும் போய்க் கொண்டு இருந்தாலும் வாசனுக்கு தன்னைப் போலீசார் எல்லோரும் பார்ப்பது போலத்தான் இருந்தது. அவன் கண்ணும் காவல்துறையினரை அடிக்கடி சந்தித்துக்

கொண்டது. சுடுகாட்டு முனைக்கு முன் இரண்டு பக்கமும் கம்புகள் நட்டிருந்தனர். அங்கிருந்து தறப்பால்கட்டிய பந்தல் வீடுவரை நீண்டிருந்தது.

அங்கிருந்தே உள்ளே பார்த்துக் கொண்டு நின்றார்கள். பறையின் சத்தம் மட்டுமல்லாமல் பல வகையான மேளங்களின் சத்தமும் காதில் முட்டி மோதியது. பேசினால் பக்கத்தில் நிற்பவருக்கு கூட விளங்க எந்த வாய்ப்பும் இல்லை. வாசனை அடையாளம் கண்ட ஒருவர் அவன் முதுகில் தட்டினார். இவன் தலையைத் திருப்ப அவர் முகத்துக்கு நேரே இவன் முகம் இருந்தது. ஈசன் உள்ளதான் இருக்கிறான்... என்று சொல்லிக் கொண்டு கையைக் கொஞ்சத் தூரம் பிடித்துக் கொண்டு கூட்டத்தின் உள்ளே போனார். எப்போது அவர் பிடி நழுவியதோ தெரியவில்லை. கூட்டத்தின் நடுவே வாசன் தனித்து நின்றுகொண்டிருந்தான். நான்கு பக்கமும் வெள்ளை வேஸ்டிகள். எந்தப் பக்கம் திரும்பினாலும் வியர்வை வாடைதான் முகத்தில் அடித்தது. மேளங்களின் சத்தம் கடுமையான நெருக்கடியைத் தரவும் வாசனுக்கும் வேர்த்து ஊத்தத் தொடங்கியது.

சிவசிதம்பரத்தின் உடல் ஐஸ் பெட்டியில் இருந்தது. ஈசன் அதற்கு அருகில் நட்டிருந்த ஒரு தடியை பிடித்துக் கொண்டு நின்றிருந்தான். அவனுக்கும் ஐஸ் பெட்டிக்கும் இடையில் மாலைகள் குவிந்து கிடந்தன. வருகிறவர்கள் எல்லாம் ஐஸ் பெட்டியின் அளவுக்கே மாலைகளைக் கொண்டு வந்தார்கள். பெரிய தலைகள் வரும்போது மட்டும் வெள்ளை வேஸ்டிகள் அலையாய் பிரிந்து வழிவிட்டன. அதிலும் சிலர் ஒரு திருப்தியுடனும் குனிந்து விழுந்து கும்பிட முயன்றனர். ஆளாளுக்கு கூட்டம் விதவிதமாக பிரிந்து வழிகாட்டியது. ஈசனுக்கு பக்கத்தில் போகவும் வெளியே வரவும் வாசனுக்கு ஒரே அளவு தூரம்தான் இருந்தது. ஈசனை நெருங்குவது என்றால் ஐஸ் பெட்டியை நெருங்க வேண்டும். சிவசிதம்பரத்தையும் நெருங்க வேண்டும். சிவசிதம்பரத்தை நெருங்க கூட்டம் விடுவது மாதிரியே தெரியவில்லை. ஒவ்வொரு பெரிய தலைகளின் வருகையும் வாசனை இன்னும் இன்னும் பின்னுக்குத்தான்

தள்ளியது. இடையில் திரும்பிப் பார்த்த போதுதான் கட்டியிருந்து கம்பால் புகுந்து வெளியே போக ஒரு வாய்ப்பு இருந்தது தெரிந்தது. அந்த கம்புக்கு கீழால் தலையை நீட்டியவனை ஒரு தடித்தகை இழுத்து வெளியேவிட்டது. சாதரண உடையில் இருந்த அவர் ஒரு போலிஸ்காரராக இருக்கலாம். அவர் கையை அடிப்பது போல காற்றில் விசிறி, போ...போ... என்று துரத்தினார்.

அங்கு நின்ற நூற்றுக்கணக்கான போலீசாரை கடந்தால் நேரே நெசப்பாக்கம் ஓடிவிடலாம். பத்து நிமிசம் கூட ஆகாது. அவனுக்கு இடது பக்கம் இருந்த சுடுகாட்டின் சுவருக்கு மேலாக ஆலமரம் தெரிந்தது. அங்குதான் சிவசிதம்பரம் அவனோடு நின்றிருந்தார். அவன் தோளைப் பிடித்துக் கொண்டு நின்றிருந்தார். அவரை சாவில்கூட பார்க்க முடியாமல் நின்றான் வாசன். அப்பா இறந்தபோது அவன் சாவை எவ்வளவு வெறுத்தான் என்று தெரியாது. ஆனால், இப்போது முற்றிலும் வெறுத்திருந்தான்.

ராமாபுரம் போலிஸ் பூத்தில் இருந்து எம்.ஜி.ஆர்.நகர் நோக்கி நடக்கத் தொடங்கினான். சாக்கடையும் மாடுகளும் அவனைக் கடந்து போக வழிவிட்டன. நடக்க நடக்க சனங்களின் சத்தமும் சாவு மேளங்களின் சத்தமும் அவனைப் பின்தொடர்ந்து கொண்டே இருந்தது. அங்கிருந்த சர்ச் வரை வெய்யில் தலையைக் காயவைத்தது. சட்டையும் இப்போது காய்ந்திருந்தது. எம்.ஜி.ஆர்.நகர் போலிஸ் ஸ்டேசனுக்கு முன்னும் அன்றைக்கு நிறைய போலிஸ்காரர்கள் இருந்தார்கள். பாய் கடையில் பீப் பிரியாணி பரபரப்பாக விற்றுக்கொண்டிருந்தது. வயிற்றில் எரிந்து கொண்டிருந்த பசி அங்கேயே நிற்க வைத்தது. அங்கு போவோர் வருவோரையும் பார்த்தான். யாரும் தெரிந்த முகமாக இல்லை. அப்பா போலவே ஒரு பெரியவர் அவனை இடிப்பது போல வந்து பிரியாணி வாங்கினார். அவசர அவசரமாக பாக்கெற்றுகளை துளாவினான். போன் மட்டும் தான் இருந்தது. காசு ஒரு ரூபாய் கூட கையில் இல்லை. அந்த இடத்தை கடந்து போகும்போது எல்லோர் மீதும் கோபம் வந்தது.

கடவுளின் கழுத்தைப் பிடித்து நெரிக்கவேண்டும் போல இருந்தது. மேல் சட்டையின் மூன்று தெறிகளைத் திறந்து விட்டுக்கொண்டு கைகளை அகல வீசி நடந்தான். போலிஸ்காரர் ஒருவர் அவனைத் திரும்பிப் பார்த்துக் கொண்டே போலிஸ் ஸ்டேசனை நோக்கி போனார்.

பழைய இரும்புப் பொருட்கள் விற்கும் வீதி வழியாக வந்து இடுப்பில் கைவைத்து நின்றபோது சரவணபவன் ஹோட்டல் தெரிந்தது. உதயம் தியேட்டர் பக்கம் இருந்த வந்த சார் ஆட்டோ ஒன்று அவனைக் கடந்து போய் அவனுக்காகத்தான் கொஞ்ச நேரம் நின்றது. அவன் அதை திரும்பியும் பார்க்காமல் றோட்டை கடந்து சரவணபவன் முன் வந்திருந்தான். இரும்பு பெட்டிக்கடையில் சூடாக தேநீர் போட்டுக்கொண்டு இருந்தார்கள். இதே பெட்டிக்கடையில் துவாரகனுடன் நிற்கும் போதுதான் ஈசனையும் சிவசிதம்பரத்தையும் ஒன்றாகக் கண்டது ஞாபகம் வந்தது. போனை எடுத்துப் பார்த்தான் யாரும் அழைத்திருக்கவில்லை. அம்மாவும் கூட அழைத்திருக்கவில்லை. அதுவும் ஆறுதலாகத்தான் இருந்தது.

கடைசி ஆசைபோல சரவணபவனில் இருந்து கெஸ்ட்கவுஸ் தெரு முனைக்குப் போனான். மஞ்சள் பூக்கள் கொட்டிக்கிடப்பதை கவனிக்காமல் மிதித்துக் கொண்டு நின்றான். கீத்துவின் மாடிப்பக்கம் பார்த்தான் சரியாக தெரியவில்லை. அந்தப் பக்கம் போகவும் ஆர்வம் வரவில்லை. கல் ஒன்றை தட்டிக் கொண்டு கொஞ்ச தூரம்தான் நடந்திருப்பான். அந்தக் கல் எதிலோ போய் மறைந்து கொண்டது. அடையாளம் காண முடியவில்லை. வேறு கல்லும் காலுக்குத் தட்டுப்படவில்லை. வர்சா வீடு வந்தது. கீழே பாட்டி மட்டும் காலை விரித்து சீமெண்ட் வாசலில் இருந்தாள். அண்ணாந்து பால்கனியைப் பார்க்க மனம் வரவில்லை. பஞ்சு மரத்தில் இலைகளே இல்லாதது போல இருந்தது. காய்ந்து சில காய்கள் மட்டும் தொங்கிக் கொண்டு கிடந்தன. ஒரு மருந்து கம்பெனியின் விளம்பரப் பலகையை முதலாவது மாடி பால்கனியில் தொங்க விட்டிருந்தார்கள். உள்ளே யாரும் நடமாடுவதாகத் தெரியவில்லை.

வேகவேகமாக நடந்து மறுபடியும் எம்.ஜி.ஆர் நகர் மார்க்கெட் முன்னே வந்து நின்றான். சார் ஆட்டோக்கள் கடந்து போனது. ஏதோ நம்பிக்கையில் மீண்டும் பாக்கெற்றுகளைத் துளாவினான். கைகளுக்கு எதுவும் எட்டவில்லை. ஏதோ ஒரு அரசியல் கட்சியின் கூட்டம் நடைபெற இருந்ததால் எம்.ஜி.ஆர் மார்க்கெட் போலிஸ் பூத்தை மறைத்து பேனர் கட்டியிருந்தார்கள். இலங்கை இனப்படுகொலைக்கு நீதி கேட்போம்... என்று அதில் எழுதியிருந்தது. ஈழ இனப்படுகொலைக்கு... என்று எழுதினால்தான் சரியாக இருக்கும் என்று நினைத்தான். தேகம் நீரற்று முற்றிலும் தளர்ந்திருந்தது. கால்களைக் குனிந்து பார்த்தபோது வீடுவரை நடந்துவிட முடியும் என்றுதான் தோன்றியது.

★★★

வாசு முருகவேல்

(1984)

ஈழத்தின் யாழ்/நயினா தீவில் பிறந்தவர். தற்போது தமிழகத்தில் வாழ்ந்து வருகிறார். ஜெப்னா பேக்கரி, கலாதீபம் லொட்ஜ், புத்திரன் என்ற இவரது நாவல்கள் பரபரப்பையும், வரவேற்பையும் பெற்றன. மூத்த அகதி இவரது நான்காவது நாவலாகும்.

www.ingramcontent.com/pod-product-compliance
Ingram Content Group UK Ltd.
Pitfield, Milton Keynes, MK11 3LW, UK
UKHW040621041026
15589UKWH00012B/803

9 789391 748562